अभिप्राय

सामाजिक जाणिवांच्या विज्ञानकथा...
— दैनिक सकाळ (सप्तरंग) २८-४-२०१९

मानवी मूल्यांशी प्रामाणिक विज्ञानकथा -निसर्गचक्रात बदल करून आपण वाटेल ते करू शकतो हा माणसाचा अहंगंड असतो. त्यालाही टाचणी लावणाऱ्या कथा यात आहेत.
— दैनिक लोकसत्ता, लोकरंग २९.९.२०१९

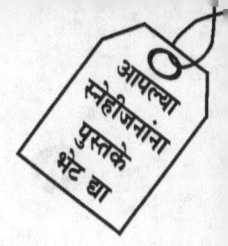

मनोरंजनाबरोबर कुतूहल जागृत करणाऱ्या लक्षवेधक विज्ञानकथा

डॉ. संजय ढोले

मेहता पब्लिशिंग हाऊस

Please contact us at **Mehta Publishing House,** Pune.
Email : production@mehtapublishinghouse.com
Website : www.mehtapublishinghouse.com

- *या पुस्तकातील लेखकाची मते, घटना, वर्णने ही त्या लेखकाची असून त्याच्याशी प्रकाशक सहमत असतीलच असे नाही.*

DIMBHAK by Dr. SANJAY DHOLE

डिंभक : डॉ. संजय ढोले / विज्ञानकथासंग्रह

Email : author@mehtapublishinghouse.com

प्रकाशक : सुनील अनिल मेहता, मेहता पब्लिशिंग हाऊस,
१९४१, सदाशिव पेठ, पुणे ३०.

अक्षरजुळणी : इफेक्ट्स, २१/६ब, आयडिअल कॉलनी, कोथरूड, पुणे ३८

मुखपृष्ठ : सतीश भावसार

प्रथमावृत्ती : फेब्रुवारी, २०१९

P Book ISBN 9789353172039
E Book ISBN 9789353172046
E Books available on : play.google.com/store/books
www.amazon.in

वडिलांच्या निधनानंतर सक्षमपणे शेतीचा भार सांभाळणारी
माझी शिक्षिका आई सौ. गोकुळबाई ढोले.
आमच्यासाठी डोक्यावर टोपलीत चणे, फुटाणे घेऊन गावोगावी विकणारी
व सपाता झिजवीणारी माझी पापभिरू, मायाळू व निगर्वी
मधली काकू सौ. नानकोरबाई ढोले
आणि
जिच्यासमोर स्वतःला मनमोकळं करून, सिद्ध करता येत होते
त्या माझ्या कणखर, प्रेमळ व तेवढीच विज्ञानधिष्ठीत शिक्षिका असणारी
धाकटी काकू कै. सुशीलाबाई ढोले
माझ्या आयुष्यावर प्रभाव टाकणाऱ्या या तिघाही स्त्रियांना
हा विज्ञानकथा संग्रह अर्पण.

प्रस्तावना

विज्ञान, विज्ञाननिष्ठा आणि सामाजिक जाणिवांच्या विज्ञानकथा.
मराठी भाषेतील विज्ञानकथेच्या परंपरेतील डॉ. संजय ढोले हे प्रथितयश लेखक असून, त्यांनी विज्ञानकथा लिहिण्यात भरीव योगदान दिले आहे. विज्ञानकथांचा वारसा गेल्या काही दशकांत विस्तारलेला असून, विस्तृत अनुभवविश्वात संचार करत आहे. प्राधान्याने रहस्य, भविष्याचा वेध आणि अंतराळ या तीन क्षेत्रांशी निगडित असलेल्या विज्ञानकथा आता दैनंदिन जीवनाचा भाग बनू पाहत आहेत. विज्ञानकथांचा हा प्रवास निश्चितच आशादायी आहे. अर्थात जुन्या पिढीतील लोकमान्य लेखक सोडल्यास त्यापुढील पिढीत सकस विज्ञानकथा लिहिणाऱ्यांची वानवा दिसून येते.

डॉ. संजय ढोले हे यामध्ये एकमेव अपवाद आहेत. डॉ. ढोले यांच्या कथा विविध विषय घेऊन आपल्या समोर येतात. त्यामध्ये विज्ञानातील नवीन प्रयोग, त्यामधून डोकावणारे संभाव्य धोके, अमानवी कृतींशी संबंधित अभ्यास करणारे शास्त्रज्ञ, प्राण्यांविषयी न दाखविली जाणारी संवेदना यांसारख्या मुद्द्यांचा परामर्श समर्थपणे घेण्यात ते यशस्वी ठरतात. मुळात त्यांचे कथाबीज सशक्त असल्यामुळे त्यांचा विस्तार करणे त्यांना सहज शक्य होते. त्यासाठी लागणारी पात्ररचना ते अतिशय कुशलपणे तयार करतात. या पात्रांत अतिशय प्रगत संशोधन करणारे संशोधक, पोलीस अधिकारी, पत्रकार, गृहिणी अशा विविध व्यक्तिमत्त्वांचा समावेश असतो. प्रसंग निर्मिती करण्याची त्यांची हातोटी विलक्षण आहे; त्यामुळे त्यांच्या कथा ज्या पार्श्वभूमीवर घडतात तिचा विस्तार खूपच मोठा असतो. त्यांच्या या हातोटीमुळे त्यांच्या कथा रंजक, उद्बोधक, रहस्यमय, खिळवून ठेवणाऱ्या आणि अनपेक्षित शेवट असणाऱ्या असतात. ते कल्पनेची भरारी घेऊन वाचकाला एक

अद्भुत कथा अनुभवू देण्यात यशस्वी होताना दिसतात. अनेक मराठी शब्द आणि संज्ञा यांचा वापर ते चपखलपणे करतात. सहजासहजी न समजणारे शीर्षक देण्यास ते मागेपुढे पाहत नाहीत. याच कथासंग्रहाचे शीर्षक 'डिंभक' असे असून, ते सहजपणे समजण्यासारखे नाही. विशेषतः इंग्रजी भाषेतून पाचवीपासून विज्ञान शिक्षण घेणाऱ्या मराठी माध्यमातील विद्यार्थ्यांना ते कळणार नाही. मात्र, डॉ. संजय ढोले याबद्दल विशेष आग्रही दिसतात. याचे कारण त्यांनी निर्माण केलेला वाचक वर्ग होय. डॉ. संजय ढोले यांची विज्ञानकथा असल्यामुळे ती कथा वाचक निःसंकोचपणे वाचणार याबद्दलचा एक विश्वास प्रकाशकांच्या मनामध्ये निर्माण झालेला आहे. हे डॉ. ढोले यांच्या लेखनाचे यश म्हणावे लागेल.

'प्रेमाचा रेणू' हे शीर्षक देऊन, वाचकाच्या मनामध्ये विशेष कुतूहल निर्माण करण्यात ते यशस्वी होतात. डॉ. संजय ढोले यांच्या कथा निखळ विज्ञानावर आधारित असून, विज्ञानकथांमध्ये ज्या प्रमाणात आणि सशक्तपणे विज्ञान येणे आवश्यक आहे हा निकष डॉ. संजय ढोले यांच्या कथा पूर्ण करतात. विज्ञानविश्वात घडणाऱ्या विज्ञानकथा विज्ञानातील अनेक सक्षम आणि तरल संकल्पना घेऊन येतात. वाचकांना त्या संकल्पनांची ओळख निखळपणे व्हावी म्हणून विज्ञान आणि साहित्यमूल्य यांचा अतिशय प्रभावीपणे समतोल साधण्यात ते यशस्वी होतात.

'डिंभक' या कथासंग्रहात एकूण बारा कथांचा समावेश असून, विज्ञानातील अनेक घडामोडींवर त्याचप्रमाणे शक्यतांवर आधारित या कथा आहेत. या कथांमध्ये वैविध्य आहे; परंतु त्याचबरोबर विज्ञानातील अनेक शाखांचा समावेश त्यात आहे. डॉ. संजय ढोले आपल्या कथांमध्ये भौतिकशास्त्राचा मध्यवर्ती गाभा म्हणून उपयोग करतात. मात्र, अनेक कथांमध्ये त्यांनी जीवशास्त्र आणि रसायनशास्त्राचाही सुंदर उपयोग केलेला आढळतो. किंबहुना सद्यस्थितीत अनेकविध शाखा संकल्पनांबाबत जी चर्चा आहे त्याचे सुंदर प्रतिबिंब या कथांमध्ये पडलेले आढळते. 'अभय' कथेमध्ये मृत व्यक्तीला जिवंत करण्याविषयी तंत्रज्ञान शोधता आल्यास काय होईल? याविषयी सुंदर मांडणी केली आहे. मृत व्यक्तीला जिवंत करण्यात यश आल्यास मानवी भावभावनांमुळे ते कसे फोल ठरू शकते हे या कथेत दिसून येते.

सोन्याविषयी प्रत्येकालाच आकर्षण असते. विज्ञानातील शोधांचा उपयोग करून सोने निर्माण करता आले तर काय होऊ शकेल? या कल्पनेवर आधारित एक कथा आहे. मात्र, मानवी मनातील लोभ माणसाला कशा प्रकारे विनाशाकडे नेऊ शकतात हे या कथेतून दिसून येते. 'डिंभक' या कथेमध्ये मानवी मूलद्रव्ये डीएनए यामध्ये बदल होऊन, कशा प्रकारचे गुणधर्म निर्माण होऊ शकतात याची अफलातून कल्पना आहे. त्यातून समाजाला विनाशाकडे घेऊन जाणाऱ्या घटना घडू शकतात याचे दर्शन या कथेमध्ये होते.

'विळखा' या कथेमध्ये कर्करोगाने मानवी जीवन कसे उद्ध्वस्त होते आणि त्यापासून जर सुटका झाली तर त्यापासून होणारा आनंद वाचकाला या कथेमध्ये अनुभवायला मिळतो.

डॉ. ढोले यांच्या कथा परग्रहावरून किंवा अंतराळातून आलेल्या सजिवांभोवती गुंफलेल्या असतात. मध्यवर्ती कल्पना समान असूनही त्यांनी लिहिलेल्या कथेची गुंफण प्रत्येक वेळी वाचकाला विलक्षण आनंद देणारी असते.

विज्ञानप्रसार हा कथेचा उद्देश असू शकत नाही किंवा तो नसावा असा आक्षेप नेहमी घेतला जातो. तो काही अंशी खरा असला तरी ज्या प्रश्नासंबंधाने कथा लिहिलेली असते, त्या प्रश्नांमुळे समाजावर होणाऱ्या परिणामांचे आकलन वाचकाला आपोआपच होत असते.

ग्रामीण साहित्य, दलित साहित्य, सामाजिक प्रश्नांवरील कथा यामध्ये प्रबोधनाचा भाग असतो. विज्ञानकथांबाबतही असा आक्षेप नोंदवता येईल. मात्र, वैज्ञानिक संकल्पना समाजमनाच्या विचाराचा भाग असणे एकविसाव्या शतकात जरुरीचे आहे. असे होण्यासाठी सर्वसामान्य वाचकाला विज्ञानाची ओळख व्हायला हवी. विज्ञानातील काठिण्य टाळून हे करावयाचे असेल तर त्यासाठी विज्ञानकथांचा चांगला उपयोग होऊ शकतो. विज्ञानाची ओळख रंजक, आनंददायी आणि वाचकाच्या मनावर ओझे न टाकता व्हायची असेल तर विज्ञान सहजतेने लोकांपर्यंत पोहोचणे आवश्यक आहे. साहित्यमूल्यांशी तडजोड न करता डॉ. संजय ढोले यांना अद्याप खूप वाटचाल करावयाची आहे. या वाटचालीत त्यांना कथेचा विविधांगी बाज हाताळण्याची निश्चितच संधी आहे. दिवसेंदिवस त्यांच्या लेखनामध्ये प्रगल्भता, विविधता आणि मांडणी यामध्ये सातत्याने बदल व्हावा ही अपेक्षा! त्यांची साहित्यिक उंची अशीच वाढत राहो. त्यांना पुढील वाटचालीसाठी माझ्या शुभेच्छा!

— डॉ. पंडित विद्यासागर
कुलगुरू
स्वामी रामानंदतीर्थ मराठवाडा विद्यापीठ, नांदेड
आणि
ज्येष्ठ विज्ञान साहित्यिक

मनातील दोन शब्द

'डिंभक' नावाचा माझा हा सहावा विज्ञानकथासंग्रह वाचकांच्या हाती देताना मला विशेष आनंद होतो आहे. याला बहुतांशी वाचकवर्गच कारणीभूत आहे. विज्ञानकथेसंदर्भात त्यांनी दिलेल्या मोलाच्या प्रतिक्रियाच खऱ्या अर्थाने माझी ऊर्जा आहे. त्यांच्या प्रतिक्रिया या मला टॉनिक म्हणून प्रेरित करीत असतात आणि हा वाचकवर्ग महाराष्ट्राच्या कानाकोपऱ्यांतूनच नव्हे तर संपूर्ण भारत व परदेशातही विखुरलेला आहे. वेगवेगळ्या माध्यमांतून येणाऱ्या त्यांच्या प्रतिक्रिया मला नेहमीच लेखनात प्रवाहित ठेवण्याचं काम करीत आल्या आहेत. म्हणूनच कदाचित मी सातत्याने विज्ञानकथा लिहीत राहिलो आणि वाचकांपर्यंत पोहोचण्याचा प्रयत्न करीत आहे, कारण विज्ञानकथा हा माझ्या जीवनाचा अविभाज्य घटक बनून राहिला आहे. जीवनाच्या रहाटगाड्यात नैराश्याचे भरपूर क्षण येतात. त्यातून सकारात्मक दृष्टिकोन आणि विचार करण्याची शक्ती मला या माझ्या विज्ञानकथा देत असतात आणि नैराश्य सहजपणे दूर होते. म्हणूनच माझ्या जीवनामध्ये विज्ञानकथेला अनन्यसाधारण असे महत्त्व आहे. एक विज्ञानकथा मला सतत पुढची विज्ञानकथा लिहिण्याचे बळ देत असते. म्हणूनच नदीच्या प्रवाहासारखा हा नितळ झरा सतत झिरपतो आहे आणि वाचकांमुळे हे नितळपण दिवसेंदिवस अजूनच स्फटिकासारखे पारदर्शक होत आहे.

विज्ञानकथा म्हणजे काय? तिच्या संभाव्य अस्तित्वाचं महत्त्व काय? याविषयी मी पूर्वीच्या प्रकाशित विज्ञानकथासंग्रहातील मनोगतात लिहिले आहे; पण तरीही विज्ञानकथा ही काळानुरूप चिरंतन टिकणारी अशी घटना आहे; त्यामुळे तिच्याविषयीचे विविध पदर उलगडून दाखविण्याचा मोह एक लेखक म्हणून आवरता येत नाही. आधी म्हटल्याप्रमाणे विज्ञानकथा ही नितळ पाण्याचा झरा आहे. तो सतत खळखळता राहून, मानवी जीवन प्रफुल्लित ठेवण्याचा प्रयत्न ती करीत असते. विज्ञानकथा ही

एकाच वेळी बहुउद्देशीय काम करीत असते. त्यात विज्ञान असतं, सामाजिक जीवन असतं, मानवी भावभावनांचे तरंग असतात; शिवाय परिणाम-दुष्परिणामांची सांगड असते तसेच भविष्यातील मानवी जीवनाच्या दिशाही असतात. असे बरेच पैलू विज्ञानकथेत असतात. एखादी विज्ञानकथा तंत्रज्ञानच बदलू शकते आणि मानवी जीवन सुकर करू शकते तर दुसऱ्या एखाद्या कथेतील विज्ञान भविष्यातील तंत्रज्ञानाची मोठीच उलथापालथ करू शकते. वैज्ञानिक किंवा संशोधकांना ती संशोधनासाठी प्रेरित करू शकते. संशोधन व एखाद्या क्षेत्राचा मोठा पट उलगडू शकते. हे खऱ्या अर्थाने विज्ञानकथेचं बलस्थान आहे.

विज्ञानकथेत विज्ञान तर असायलाच हवे; पण त्याच वेळी ते विज्ञान वाचकांपर्यंत न्यायचे झाल्यास, कथाही तेवढी सक्षम व लालित्यपूर्ण असायला हवी; तरच ती कथा वाचकांच्या मनाचा ठाव घेऊ शकते. विज्ञानकथा वाचल्यानंतर बऱ्याच काळापर्यंत कथा आणि त्यातील विज्ञान हे वाचकांच्या मनात रेंगाळत राहायला हवं. ते विज्ञानकथेचं यश मानलं जातं. मी हाच हेतू मनात ठेवून विज्ञानकथा लिहीत आलो आहे आणि वाचकांनी मनोभावे प्रेम केल्यामुळे, मी त्यात सातत्य ठेवू शकलो. मला लिहितं ठेवण्यात वाचकांचा मोठा सहभाग आहे असं मी मानतो. शिवाय विज्ञानकथेतून वाचकांना अचूक आणि तेवढंच सशक्त विज्ञान देण्याचा माझा प्रयत्न असतो. वाचकाला त्यातून विज्ञानाचा काहीतरी अंश समजला पाहिजे हा माझा अट्टाहास असतो. माझ्या बहुसंख्य कथा या प्रामुख्याने हा हेतू साध्य करतात; किंबहुना माझ्या विज्ञानकथा समाजातील घडामोडींसोबत, विज्ञानप्रसाराचंही भान ठेवतात असं म्हणायला हरकत नाही आणि तीच माझी व माझ्या विज्ञानकथांची खरी जातकुळी आहे. एखादा वाचक कथेसोबतच त्यातील विज्ञानाची सखोल चर्चा करतो, तेव्हा मला खूपच समाधान वाटते; कारण ज्या हेतूने प्रेरित होऊन त्या लिहिल्या गेल्या तो हेतू येथे साध्य होताना दिसतो. याव्यतिरिक्त विज्ञानकथा वाचून बहुसंख्य विद्यार्थी विज्ञानशाखा व संशोधनाकडे वळतात, तेव्हा विज्ञानकथेचं यश निश्चितपणे अधोरेखित होतं आणि लिखाणात सातत्य ठेवायला याच गोष्टी मला पुरेशा असतात.

दुसरं म्हणजे 'अश्मजीव' या कथासंग्रहाला शासनाचा 'संत तुकडोजीमहाराज विशेष पुरस्कार' लाभला, तर महाराष्ट्र साहित्य परिषदेने माझे विज्ञानकथेतील योगदान पाहून 'गो. रा. परांजपे' ग्रंथकार पुरस्कार देऊन मला सन्मानित केले. हेच मी विज्ञानकथेचं यश समजतो. मी पुरस्कारासाठी लिहीत नाही; पण नकळत व गुणवत्तेवर दिले जाणारे असे पुरस्कार मिळतात तेव्हा ते महत्त्वाचे ठरतात आणि पुढच्या लेखनासाठी तुम्हाला प्रेरित करतात. याच गोष्टी कदाचित मलाही लिखाणात सातत्य ठेवण्यास प्रेरक ठरत असाव्यात.

मध्यंतरीच्या काळात स्वामी रामानंदतीर्थ मराठवाडा विद्यापीठ, नांदेड आणि

मराठी विज्ञान परिषद, मुंबई यांच्या संयुक्त विद्यमाने 'विज्ञानकथांचे लिखाण' यावर कार्यशाळा आयोजित करण्यात आली होती. मलाही तेथे मार्गदर्शक म्हणून निमंत्रित करण्यात आले होते. निरंजन घाटे, सुबोध जावडेकर व यशवंत देशपांडे ही लेखक मंडळी होती. त्या कार्यशाळेचे उद्घाटक कुलगुरू व विज्ञानलेखक प्रा. डॉ. पंडित विद्यासागर तर बीजभाषक सुबोध जावडेकर होते. उद्घाटनपर भाषणात विद्यासागर सरांनी बहुसंख्य विषयांना हात घातला होता. त्यात महत्त्वाचे म्हणजे विज्ञानकथा ही विज्ञानासाठी असायला हवी असं त्यांनी ठासून सांगितलं होतं आणि लेखन हे मुळात शिकवलं जात नाही; पण दिशा मात्र दिली जाते. लेखक म्हणून तुमच्यात मूळ प्रवाह व पिंड असलाच पाहिजे असं त्यांचं मत होतं. हिरा हा हिराच असतो. त्याचे गुणधर्म अबाधित असतात; पण कारागीर मात्र त्याला विविध पैलू पाडून देखणं करीत असतो. तीच कामगिरी या कार्यशाळेची आहे. तुमच्यातील लेखकाला पैलू पाडण्याचं काम कार्यशाळा व त्यातील मार्गदर्शक करणार आहेत. हे सुंदर उदाहरण विद्यासागर सरांनी दिलं होतं. विज्ञानकथेची स्पष्ट भूमिका त्यांनी मांडली होती. त्याच वेळी सुबोध जावडेकर यांनी विज्ञानकथा लिखाणाचे बहुसंख्य मुद्दे अतिशय परिणामकारकपणे त्यांच्या बीजभाषणात मांडले होते. हार्ड व सॉफ्ट या दोन्ही प्रकारच्या विज्ञानकथांचा ऊहापोह त्यांनी भाषणात प्रभावीपणे केला होता आणि ते विज्ञानकथा विज्ञान समजावून सांगण्यासाठी लिहीत नाहीत हेही त्यांनी स्पष्टपणे नमूद केले होते. हा दृष्टिकोन त्यांचा स्वतःचा व स्वतंत्र आहे. त्याच वेळी विज्ञानकथेचे स्वरूप स्पष्ट करताना ते म्हणाले होते की, कथा दोन प्रकारच्या असतात. चांगली आणि वाईट! आणि त्यांनी त्याचे गुणधर्म स्पष्ट केले होते; पण मला वाटतं, कथा ही वाईट किंवा चांगली असूच शकत नाही. ते प्रत्येकाच्या आपापल्या दृष्टिकोनावर अवलंबून आहे. माझ्या मते साहित्य प्रकार हा वाईट नसतोच तो चांगलाच असतो, कारण लेखकाचा प्रयत्न त्याच्या कृतीतून काही ना काही देण्याचा असतो. फक्त तो कुणी कसा घ्यावा हे ज्याच्या त्याच्या दृष्टिकोनावर अवलंबून आहे. समारोपाच्या वेळी मी यावर थोडं भाष्य केलं होतं. अभ्यासकांनी किंवा लेखकांनी या क्षणी चांगलं, वाईट, विज्ञानकथेत विज्ञान असावे की नाही, ते किती? चूक की बरोबर? याविषयी विचार करूच नये. एखादी कल्पना मनात रुजली तर त्यांनी प्रथम लिहितं व्हावं, प्रवाहित व्हावं. मनात जे येईल ते कागदावर आणावं. जे काही लिहाल ते साहित्यात योगदानच ठरणार आहे. साहित्य वाईट किंवा चांगलं असं ठरवता येत नाही. ते व्यक्ती ठरवत असते आणि व्यक्तीची दृष्टी ही सापेक्ष असू शकते. म्हणून एखाद्याला तुमची कथा वाईट वाटेल तर तीच कथा दुसऱ्याला समाधानकारक व दिशादर्शक वाटू शकेल. म्हणून उमेदवारीच्या काळात कुणीही असा विचार न करता नवलेखकांनी जे रुचेल, भावेल, पटेल ते लिहीत राहावं आणि लिहितं व्हावं. सध्या डोक्यात कुठलेही प्रश्न उपस्थित

करू नयेत. ते सर्व वाचकांना ठरवू द्यावे. या कार्यशाळेत पंधरा प्रशिक्षणार्थी सहभागी झाले होते; पण त्यांच्यातील तळमळ व मेहनत पाहून मनाला खूप समाधान वाटलं.

निघोज येथील एका महाविद्यालयात आयोजित केलेल्या 'मराठी भाषा व इतर शास्त्रे' याविषयीच्या चर्चासत्रात सहभागी होण्याची संधी मला मिळाली. त्यातील 'मराठी भाषा व विज्ञान' या चर्चासत्राचं अध्यक्षपद मी भूषवीत होतो. त्या सत्रात दोन ते तीन निबंधवाचक होते व त्या सर्वांनी छानपणे मराठी भाषा आणि विज्ञान यांची सांगड घालून चर्चा घडवून आणली होती. बहुधा सर्वच निबंधवाचकांनी विज्ञानकथा हा विषय घेऊन भाष्य केले होते. त्यातील अडचणींचे मुद्दे त्यांनी उद्धृत केले होते. मी काटेकोरपणे टिपणे काढली होती. प्रत्येक निबंधवाचकाच्या निबंधात जुन्या जाणत्या लेखकांची नावे येत होती. नवीन प्रवाह कुणाच्याही निबंधात जाणवला नाही आणि हीच बाब मला खटकली होती. माझ्या अध्यक्षीय भाषणात मी त्यावर परखडपणे भाष्य केले. अभ्यासकांनी जुने संदर्भ जरूर द्यावेत; पण त्याच वेळी नावीन्याचाही शोध घ्यावा. तीस वर्षांपूर्वी प्रकाशित झालेल्या साहित्यकृतीवर पुनःपुन्हा अभ्यास करून अभ्यासक काय मिळवणार आहेत? अभ्यासकांनी नावीन्याचा शोध घ्यावा. नवीन काय आलं आहे याचा पाठपुरावा करायला हवा. त्यातील नवीन विज्ञान विषय व सामाजिक वातावरणाचा शोध घ्यायला हवा. त्यासाठी नवीन लेखकांचे लेख वाचले गेले पाहिजेत आणि प्रामुख्याने ते अभ्यासले गेले पाहिजेत. त्याच त्या लेखकांचे साहित्य पुनःपुन्हा उगाळून त्यातून फारसे नवीन निष्पन्न होणार नाही. अभ्यासकांनी नवीन वाटा धुंडाळायला शिकलं पाहिजे... आणि त्याचा दृष्टिकोन अंतर्भूत व्हायला हवा. हे खरे आहे की, जुन्या जाणत्या लेखक मंडळींनी नवीन लेखकाची फळी निर्माण होऊ दिली नाही किंवा त्यांनी तसे प्रयत्नच केले नाहीत; त्यामुळे ठळकपणे गेली ४०-५० वर्षे फक्त पाच ते सहा नावेच वाचकांसमोर येत राहिली. एखाद्याने प्रयत्न केला तर त्याच्या वाटेला हेळसांड जास्त आली आणि त्याला प्रोत्साहन मिळू शकले नाही आणि दर्जेदार लिखाणाला त्यामुळे अवकाश मिळू शकला नाही; हे दुर्दैव आहे. आता काहीजण हिरिरीने लिहिताना दिसत आहेत; पण दर्जेदार आणि सातत्यपूर्ण लिखाणात ते मागे पडत आहेत. वाचकांच्या दृष्टिपथात राहण्यासाठी लिखाणात सतत बदल घडवून, दर्जेदार विज्ञानकथा निर्माण व्हायला हव्यात एवढे मात्र निश्चित! तरीही अभ्यासकांनी या अशा नवीन लेखकांनी लिहिलेल्या साहित्याचाही प्राधान्यपूर्वक विचार करावा ही माफक इच्छा! मला वाटतं, त्यातून निश्चितपणे वेगवेगळे प्रवाह निर्माण होऊ शकतील.

'डिंभक' या विज्ञानकथासंग्रहातील कथा या खऱ्या अर्थाने विज्ञानाच्या आहेत. त्या हार्ड की सॉफ्ट हे ठरविण्याचा अधिकार वाचकांनाच आहे; पण माझ्या मते त्यातील कथासूत्रासोबतच विज्ञानही ठळकपणे पुढे येऊन वाचक दीर्घकाळासाठी

विचारमंथन करतील यात शंका नाही. 'अभय' आणि 'विळखा' या कथा नॅनोशास्त्रातील संशोधनाच्या परिणामांचे प्रमाण दर्शविणाऱ्या आहेत. 'पिंजक' ही कथा वनस्पतीशास्त्रातील वनस्पतींच्या गुणधर्मांवर आधारित आहे तर 'डिंभक' कथा डिंभकाच्या साह्याने मानवी डी.एन.ए.चा वेध कसा घेता येतो हे सांगते. 'द डे आफ्टर' ही विज्ञानकथा अणुऊर्जा विघातकपणे वापरली गेली तर त्याचे काय विदारक परिणाम होऊ शकतात याचं चित्रण करतेच; पण मानवी भावनांचीही दखल घेते. 'भूतदया' ही कथा प्राणी व मानवी मनतरंगांच्या कोलाहलाचे दर्शन घडविते. 'भविष्य' ही कथा अद्‌भुत भौतिकशास्त्राचा नमुना असून राजकीय प्रलोभनावर भाष्य करते. 'सुगावा' ही कथा सूक्ष्म, अतिसूक्ष्म तंत्रज्ञानाचा मागोवा घेत एक वेगळाच आविष्कार पुढे आणते. तसेच 'प्रक्षेपक' ही कथा अगाध असणाऱ्या अंतराळातील प्रगत जीवसृष्टीच्या अस्तित्वाची दखल घेते. 'सोनियाची खाण' या कथेत प्रलोभनाला बळी पडणारा हुशार शास्त्रज्ञ दाखवला आहे. 'रिपोर्टर' ही कथा जीवशास्त्र व जैवतंत्रज्ञानातील परिणामांवर आधारित आहे आणि 'शिकस्त' ही कथा मात्र मानवी शरीरावर होणाऱ्या अतिसूक्ष्म कणांच्या दूरगामी परिणामांची चर्चा करते. या संग्रहातील अशा सर्वच कथा कुठल्या ना कुठल्या वैज्ञानिक संकल्पनेवर आधारित आहेत आणि त्याचे समाजमनावर होणारे बरे-वाईट परिणाम दर्शविले आहेत.

माझ्या लेखन प्रवासात बऱ्याचजणाचं सहकार्य व मार्गदर्शन मला लाभलेलं आहे. यात प्रामुख्याने 'सकाळ' वृत्तपत्राचे मुख्य संपादक व ज्येष्ठ लेखक श्री. उत्तम कांबळे यांचं पाठबळ मिळालेलं आहे. त्यांनी माझ्याकडून विविध प्रकारचं लेखन करून घेतलेलं आहे. शिवाय 'सकाळ'चे महेश बर्दापूरकर, आशिष तागडे, निरंजन आगाशे, विनायक लिमये यांनीही वेळोवेळी विविध प्रकारचं लेखन माझ्याकडून करून घेतलं आहे. तसेच ज्येष्ठ विज्ञान लेखक डॉ. अनिल लचके यांचे प्रोत्साहनपर शब्द खूपच मोलाचे आहेत. ज्येष्ठ विचारवंत व लेखक डॉ. रावसाहेब कसबे यांची विज्ञान व विज्ञानकथाविषयी चर्चा मला मोलाची वाटते.

खानदेशातील प्रतिथयश व प्रतिभावान लेखक मित्र प्रा. संजीव गिरासे हे त्यांच्या कथेत अहिराणीची परिभाषा सहज व सिद्धहस्तपणे आणतात. त्यांनी माझ्या विज्ञानकथेसाठी केलेली धडपड मला निश्चितपणे उभारी देते. शिवाय वाडिया कॉलेजचे प्रा. डॉ. लक्ष्मण चौधरी यांची वेळोवेळी मिळालेली पावती मला प्रोत्साहित करते.

मराठीचे प्रा. डॉ. मनोहर जाधव, प्रा. डॉ. अविनाश आवलगावकर, डॉ. अविनाश सांगोलेकर, डॉ. प्रभाकर देसाई, डॉ. गौरी टिळक यांनीही वेळोवेळी विज्ञानपर लेखन व विज्ञानकथांना मराठी भाषा व परिभाषेच्या साहित्य दृष्टिकोनातून प्रोत्साहन दिले आहे. याव्यतिरिक्त एम.फिल. पदवीसाठी 'प्रेमाचा रेणू' या विज्ञानकथा-संग्रहावर संशोधन करणारी संशोधिका ज्योत्स्ना खंडागळे ही वेळोवेळी कथेवर चर्चा

करून शोधप्रबंध लिहितेय. ही खरे तर खूप मोठी गोष्ट आहे.

माझे पारिवारिक मित्र प्रा. रमाकांत जोशी व त्यांच्या सुविद्य पत्नी सौ. ज्योती जोशी यांनीही वेळोवेळी विज्ञानकथा वाचून मला ऊर्जा देण्याचे काम केले आहे.

स्वामी रामानंदतीर्थ मराठवाडा विद्यापीठ, नांदेडचे कुलगुरू व ज्येष्ठ विज्ञान साहित्यिक प्रा. डॉ. पंडित विद्यासागर यांनी 'डिंभक' विज्ञानकथासंग्रहाला प्रस्तावना लिहिण्याचे मान्य करून, संग्रहाला एक उंची व मौल्य प्राप्त करून दिले. त्यांच्या प्रस्तावनेमुळे निश्चितच विज्ञान क्षेत्रातच नव्हे तर साहित्य क्षेत्रातही या विज्ञानकथासंग्रहाची दखल घेतली जाईल यात शंका नाही.

या संग्रहातील विज्ञानकथा विविध दिवाळी अंकांमध्ये प्रसिद्ध झालेल्या आहेत. त्यात मुख्यत्वे पोलीस टाइम्स, छात्र प्रबोधन, भूमिका, कॉलेज कट्टा, धनंजय, लोकमत इत्यादी दिवाळी अंकांचा समावेश आहे. या अंकांचे संपादक महेंद्र सेठीया, शैलजा देशमुख, शिल्पा कुलकर्णी, नंदकुमार ओतारी, सर्जेराव पाटील, कै. राजेंद्र कुलकर्णी, रूपाली अवचरे, संजय नहार यांनी वेळोवेळी विज्ञानकथांचे लेखन हक्काने करून घेतले व करून घेतात. रुजलेल्या वेगवेगळ्या कल्पनांना वाट करून देण्याचे आणि हक्काचे व्यासपीठ उपलब्ध करून देण्याचे कार्यही संपादक मंडळी जाणीवपूर्वक करतात. त्यांच्यामुळेच मी विज्ञानकथा लिहू शकलो.

माझी पत्नी सिंधू ढोले हिचे आभार मानणे क्रमप्राप्त आहे, कारण कथेवरील तिची प्रथम प्रतिक्रिया मोलाची तर असतेच; पण कथा दर्जेदार होण्यासाठी तिची मदत होते.

चित्रकार सतीश भावसार अतिशय कल्पकतेने व तेवढेच समर्पकपणे विज्ञानकथासंग्रहाचे मुखपृष्ठ तयार करतात; त्यामुळे वाचकवर्ग आकृष्ट व्हायला मदत होते. तसेच माझा संगणक टंकलेखक सुजीत दिगंबर लोळगे व सहकारी बाजीराव मोरे यांचे सहकार्य खूप मोलाचे आहे.

मेहता पब्लिशिंग हाऊसचे सुनील मेहता यांनी 'प्रेमाचा रेणू', 'अश्मजीव', 'संकरित', 'अंतराळातील मृत्यू' हे विज्ञानकथासंग्रह काढून पुढच्या लेखनाला दिशा व प्रोत्साहन दिले. 'डिंभक' हे त्याचेच स्वरूप आहे. श्री. सुनील मेहता हे स्वतः वैज्ञानिक दृष्टिकोन बाळगणारे हरहुन्नरी प्रकाशक आहेत. त्यांचे पाठबळ हे माझ्या विज्ञानकथांना मिळालेलं मोठं योगदान आहे, असं मी समजतो. मेहता पब्लिशिंग हाऊसच्या सतत कार्यमग्न असणाऱ्या सौ. राजश्री देशमुख यांचेही आभार! कारण त्या सतत पाठपुरावा करून काम करवून घेतात आणि संपर्कात असतात.

शेवटी वाचकांच्या हाती हा माझा सहावा विज्ञानकथासंग्रह सोपवताना विशेष आनंद होतो आहे. त्यांच्या कुठल्याही स्वरूपातील प्रतिक्रिया या मोलाच्या तर असतीलच; पण पुढच्या कथा लिहायलाही ऊर्जा देतील, म्हणून मी वाचकांच्या प्रतिक्रियांची वाट पाहीन.

– डॉ. संजय ढोले

अनुक्रमणिका

अभय / १
भूतदया / १३
भविष्य / २३
सोनियाची खाण / ३४
डिंभक / ५०
पिंजक / ६२
द डे आफ्टर / ७५
रिपोर्टर / ८८
विळखा / ९९
शिकस्त / ११७
सुगावा / १२८
प्रक्षेपक / १४४

१

अभय

मृत असलेले शरीर गोठवून ठेवायचे व नंतर कधीतरी विज्ञानाने मृत्यूवर विजय मिळवायचे तंत्रज्ञान आत्मसात करायचे आणि हेच गोठवलेले मृतदेह नॅनोशास्त्र व तंत्रज्ञानाद्वारे उपचार करून जिवंत करायचे, अशी सैद्धान्तिक व प्रायोगिक पातळीवरही शक्यता-प्रतिशक्यता पडताळून पाहिली जात आहे. या तंत्रज्ञानावर विश्वास असणाऱ्या मंडळींनी मृतदेह जपून ठेवण्यास सुरुवातही केलेली आहे. आज जर काही मृतदेह/मृतजीव गोठवून ठेवले आणि जेव्हा-केव्हा नॅनो तंत्रज्ञान उपलब्ध होईल, तेव्हा त्यांना पुन्हा जिवंत केले, तर त्याचा काय परिणाम असू शकेल? निसर्गाची काय प्रतिक्रिया असू शकेल?...

प्रा. सोमादित्य बॅनर्जी. एक बंगाली गृहस्थ; पण आयुष्य महाराष्ट्रात गेल्याने इंग्रजीसोबतच मराठीवर चांगले प्रभुत्व. त्यांनी घड्याळात पाहिले... पाहताच त्यांचा चेहरा कमालीचा त्रासिक झाला. ते स्वत:वरच चिडले. रात्रीचे अकरा वाजून गेले होते. शार्प बारा वाजता त्यांना एके ठिकाणी जायचे होते. अज्ञात स्थळी. अति महत्त्वाच्या कामासाठी. म्हणूनच त्यांनी त्यांच्या घड्याळात असलेल्या अतिसूक्ष्म आकाराच्या कॉम्प्युटरला सूचनाही देऊन ठेवल्या होत्या. हल्ली कामात व्यग्रता वाढल्याने ते असे कॉम्प्युटरला सूचनेचा प्रोग्रॅम फीड करून ठेवत असत... आणि तोही नेहमीच त्यांना वेळेवर सूचना देत असे; पण आज प्रा. सोमादित्यांना ही सूचना मिळालीच नव्हती की सूचना मिळूनही ती त्यांच्यापर्यंत पोहोचलीच नव्हती? डोक्यात असंख्य विचार असल्याने कदाचित असे झाले असावे. तशी सूचना न मिळण्याची त्यांची पहिलीच वेळ होती. जणू काही त्यांच्या दिवसभराच्या व्यग्रतेचाच हा परिणाम असावा.

घड्याळातील सूक्ष्म कॉम्प्युटरला अजून काही आगाऊ सूचना देऊन ते तडकपणे उठले. नेहमीचा ओव्हरकोट घेत बाहेर पडले. चालताना त्यांना किती घाई असावी याची जाणीव होत होती. आउट हाउसमधील कार काढत त्यांनी मुख्य रस्त्यावर आणली आणि वेगाने पुढे नेली.

रस्त्यावर तुरळक रहदारी होती. छोटे-मोठे बंगले ओलांडत ते

शहराबाहेर आले. शहरातील दिव्यांचा प्रकाश व अंधाराचा खेळ संपला होता. शेवटचा म्युन्सिपालिटीचा दिवा ओलांडताच ते ठार अंधाऱ्या वाटेवर आले होते; त्यामुळे त्यांनी लांब पल्ल्याचा हेडलाइट सुरू केला. जशी कार पुढे जात होती, तसे शहर मागे पडत होते. तेथील प्रकाश आसमंतात भिरकताना दिसत होता. वारा संथ गतीने वाहत होता. रात्रीचे वातावरण असल्याने आल्हाददायक वाटत होते. वाऱ्याच्या कमी-अधिक झुळकीने प्रा. सोमादित्य रोमांचित होऊ लागले. तरीही त्यांचा चेहरा गंभीरच होता. पुन:पुन्हा घड्याळात पाहत ते वेळेचा अचूक अंदाज घेत, गाडीचा वेग वाढवू लागले. या वेळी नव्वद ते शंभर एवढा वेग असावा...

गाडी वेगाने चालली होती. आजूबाजूची झाडे सळसळ करत मागे सरत होती. एखादे वेळी प्रकाशझोतात एखादे मानवाकृती झाड खीऽऽखीऽऽ करत हसल्याचा भास प्रा. सोमादित्यांना होई; त्यामुळे दचकून त्यांचा पाय ब्रेकवर जात असे. पर्यायाने वेग कमी होऊन, त्यांना आपल्या अस्तित्वाची जाणीव होत असे. मग पुन्हा ते पाय ॲक्सिलरेटरवर ठेवून वेग वाढवत असत.

अरुंद पूल ओलांडताच एका छोट्या वळणावर त्यांनी वेग कमी केला. पुढे काही मीटर नेत डावीकडे कच्च्या रस्त्याला गाडी नेली. धुरळा उडवत ती हेलकावे खात पुढे जाऊ लागली. कच्चा रस्ता असल्याने तेथे बरेच खड्डे, खडी होती. मागच्या शहराचा आता कुठे लवलेशही नव्हता. फक्त अंधूकसा प्रकाश आसमंतात परावर्तित होताना दिसत होता. तो प्रकाशच त्या शहराच्या अस्तित्वाची खूण होती. साधारण एक किलोमीटर गेल्यानंतर, पुन्हा डावीकडील नदीकाठाच्या रस्त्याने कार नेली. दोन फर्लांग जाताच एका फाटकातून त्यांनी कार आत घातली व घनदाट अरण्यात असलेल्या एका टुमदार घराशेजारी उभी केली.

हेडलाइट व गाडीचा आवाज बंद होताच, प्रथम डोळ्यांपुढे अंधार दाटून आला. वातावरण कमालीचे शांत होते. नदीतल्या पाण्याचा खळखळ आवाज आता स्पष्ट ऐकू येऊ लागला; किंबहुना या शांत वातावरणात तो लयबद्ध वाटला. रात्रीचे १२ वाजल्याची सूचना कॉम्प्युटरने दिली, तसे ते फाटक उघडून बाहेर आले. ते येताच समोर कानटोपी घातलेला, काळेकुट्ट घोंगडे पांघरलेला, पांढरट दाढी, मोठाले डोळे आणि किंचितसे पुढे आलेले दात, काटकुळा, साठीकडे झुकलेला, हातात काठी घेतलेला तो नम्रतेने उभा होता... हात जोडत म्हणाला...

"नमस्कार सायेब!... लई येळेवर आलात बघा." धिम्या पण ऐकू जाईल अशा आवाजात दात विचकत रामोशी म्हणाला.

"काही खबरबात रामोशी?" प्रा. सोमादित्य आजूबाजूचा अंदाज घेत हळूच म्हणाले. रामोशीला ते बऱ्याच वर्षांपासून ओळखत होते.

रामोशी पुन्हा जवळ येत, शक्यतो अजून हळू आवाजात उत्तरला, "एकदम

फ्रेश आहे सायेब... समदी आताच गेल्यात. म्हणूनच घाईघाईनं तुम्हास्नी निरोप धाडला. म्हटलं सायेब येताव का नाय, म्हून म्या काळजीत व्हतो...''

''ठीक आहे रामोशी. बारा वाजून गेलेत. आपल्याला घाई करायला हवी.'' प्रा. सोमादित्य हिरिरीने पुढे म्हणाले, ''कुठं आहे ती जागा...''

रामोशीने साहेबाकडे अर्थपूर्ण पाहून दाढी खाजवली. दाढीचा करकर आवाजही त्या शांत वातावरणात भेसूर लय निर्माण करून गेला. तो निश्चयाने म्हणाला, ''झालं तर मग! या माझ्या मागं...''

रामोशी लांब लांब ढांगा टाकत पुढे झाला. काठीच्या टकटक आवाजासोबत त्याच्या चपलांचा सप्सप् आवाज होत होता. त्याच्यामागे प्रा. सोमादित्य होते. त्यांच्याही बुटांचा आवाज रामोशीच्या काठीच्या आवाजात मिसळून गेला होता. अंधारात हेलकावणारी रामोशीची घोंगडी, त्याच्यासोबत अजून कुणीतरी चालत असल्याचा भास निर्माण करत होती; त्यामुळे प्रा. सोमादित्य मध्ये एकदा उगीचच दचकले होते...

ती स्मशानभूमी होती. गर्द झाडीतून पायऱ्या उतरताना वटवाघळांची फडफड झाली. एक-दोनदा आधी आल्याने प्रा. सोमादित्यांना त्याची सवय झाली होती. तरीही अशा वातावरणात एक अनामिक भीती दाटून येते. ती या वेळीही आली होती. तेवढ्यात एक वटवाघूळ त्यांच्या कानामागून सरकन येऊन पुढे गेले. त्याने ते चांगलेच शहारले. रामोशीने हवेतच काठी मारून शिवी हासडली.

तसेच खाली उतरून ते सपाट जागी आले. नदी स्पष्टपणे दिसत होती. तेथील पांढरे शुभ्र पाणी खळाळत नृत्य करत होते. आजूबाजूला तीन-चार चिता धगधगत होत्या. काही विझून निमूट पडल्या होत्या. धगधगणाऱ्या चितेने दोघांचेही अस्तित्व आता स्पष्ट दिसत होते.

रामोशी थोडा पुढे जात, एका उंचवट्याकडे निर्देश करत म्हणाला, ''सायेब! ही बघा. इथं आहे. एकदम फ्रेश... दुपारच्यालाच गेलेत म्हणं...''

प्रा. सोमादित्यांनी दीर्घ श्वास सोडला. तो अतिशय उष्ण होता. नाही म्हटले तरी हृदयाची गती वाढली होती. ते म्हणाले, ''ठीक आहे, लाग कामाला...''

रामोशीने घोंगडी, काठी बाजूला ठेवत शेजारीच पडलेले फावडे घेऊन उकरायला सुरुवात केली...

खळखळणाऱ्या पाण्यात कुदळीचे व फावड्याचे आवाज विरत होते.

रामोशी काटकुळा, पण काटक होता. दहा-पंधरा मिनिटांतच त्याने शवपेटी उकरून काढली. धगधगत्या चितेच्या उजेडात त्याचे थबथबणारे अंग चमकत होते.

रामोशी व प्रा. सोमादित्य दोघांनी मिळून ती शवपेटी बाहेर काढली. उचकटून पाहताच त्यातील प्रेत निपचित पहुडलेले होते. नुकतेच निद्राधीन झाल्यासारखे.

प्रा. सोमादित्यांनी विचारले, "रामोशी, काय झालं होतं रे याला? काही माहिती मिळवली का?"

नेहमीप्रमाणे त्यांनी हा प्रश्न रामोशीला केला होता. मृतदेहाच्या आजाराची इत्थंभूत माहिती ते रामोशीकडून काढून घेत असत आणि रामोशी प्रेताच्या नातेवाइकांकडून.

रामोशी त्यांच्याकडे पाहत दीर्घ श्वास सोडत म्हणाला, "व्हय!... काढलीया माहिती. ॲटक का कायतरी म्हणत्यात त्यानंच ह्यो गेलाय म्हणं."

"गुडऽऽ रामोशी! तुझी खूप मदत होतेय बघ या कामी." प्रा. सोमादित्य आभारयुक्त बोलते झाले.

रामोशी थोडा चुळबुळला. त्याच्या मनात प्रश्नांचे तरंग उठले होते, नेहमीसारखेच. या वेळीही ते उठले. म्हणूनच मनाचा हिय्या करून तो उत्तरला, "सायेबऽऽ"

"हं..." सोमादित्यांचा नुसताच हुंकार.

"मागं एक-दोन वक्ताला आला व्हता तवा बी अन् आताबी मघाधरनं सारखा एक प्रश्न मनात उठतुया... इचारू का?" रामोशी प्रश्नमुद्रेने विचारता झाला.

प्रा. सोमादित्यांनी त्याच्याकडे अर्थपूर्ण पाहिले. त्याही वातावरणात स्मितहास्य फेकत म्हणाले, "विचार कीऽऽ"

"सायेबऽऽ... हे मुडदे कशापायी घेऊन जात्यात हो तुम्ही?"

प्रा. सोमादित्य त्याच्या सरळ प्रश्नाने खुदूकन हसले आणि म्हणाले, "रामोशी, तुला नाही कळायचं ते..."

"तरी बी!"

"संशोधनासाठी!"

"संशोधनऽऽ?... आन् या मुडद्यांचं?" रामोशीला आश्चर्य वाटलं. त्याची उत्सुकता वाढली. तो पुढे म्हणाला, "नेमकं काय करतासा सायेब याचं तुम्ही?"

प्रा. सोमादित्य क्षणभर स्तब्ध झाले. रामोशीकडे रोखून पाहिले आणि प्रेताकडे निर्देश करत म्हणाले, "जिवंत करायचंय मला यांना!"

"कायऽऽ" रामोशीने आश्चर्याने जवळजवळ टाहोच फोडला. कधी सोमादित्यांकडे, तर कधी प्रेताकडे डोळे फाडून तो पाहू लागला. क्षणभर ते प्रेत जिवंत होत असल्याचा विचित्र भास त्याला झाला. कधी नव्हे तो शहारला. अंगावर सरसरीत काटा उभा राहिला. तसाच अविश्वासाने पाहत तो पुढे म्हणाला, "काय म्हणाला सायेब... आख्खं मुडदंच जिवंत करायचं संशोधन? अरे बापरेऽऽऽ"

"होय रामोशी, मृत्यू थांबवायचाय मला... विजय मिळवायचाय त्याच्यावर. आपल्या मानवासाठी; पण तुला नाही कळायचं ते... मोठं विज्ञान आहे. तुझ्या मदतीनं नेलेल्या या सर्व प्रेतांवरच मला प्रयोग करायचाय आणि तोही लवकरच.

चल, हे प्रेत माझ्या गाडीत नेऊ!...'' प्रा. सोमादित्यांनी त्याला सारांश सांगितला. रामोशी अविश्वासाने त्यांच्याकडे पाहतच राहिला होता... सोमादित्य त्याला देवपुरुष वाटू लागले. त्यांची आज्ञा होताच तो यंत्रवत हलला व सोमादित्यांच्या मदतीने प्रेत उचलले आणि पुढे जाऊ लागला. धगधगत्या चिता आता थंड होऊ लागल्या होत्या.

गाडीजवळ येताच त्यांनी ते प्रेत डिकीत ठेवले व पुढे ड्रायव्हिंग सीटवर बसत प्रा. सोमादित्य रामोशीला म्हणाले, ''ठीक आहे रामोशी...! आजचा हा शेवटचा मृतदेह... माझ्या अंतिम प्रयोगासाठी. तुझा आभारी आहे मी... तुझ्याशिवाय माझा प्रयोग या टप्प्याला येऊच शकला नसता, म्हणून आभारी. येतो मीऽऽ.''

गाडी टर्रर्र करत सुरू झाली व फाटकातून धुराडा उडवत बाहेर पडली. रामोशी यंत्रवत धुराड्यात नाहीशा झालेल्या गाडीकडे पाहतच राहिला. मागचे धूसर लाल लाइट तेवढे दिसत राहिले. ते अदृश्य होईपर्यंत रामोशी तसाच पाहत राहिला. कधी त्या प्रेताचा, तर कधी सोमादित्यांचा चेहरा त्याच्यापुढे तरळून जाऊ लागला. तो दचकून भानावर आला. आजूबाजूला पाहिले, कुणीच नव्हते. पहाटेचे तीन वाजून गेले होते. त्याने आपली घोंगडी सावरली आणि काठी टेकत हळूहळू आपल्या घराकडे निघाला.

कार भरधाव वेगाने जात होती. या वेळी रस्ता अगदीच निर्मनुष्य व रहदारी नसलेला होता... त्यामुळे प्रा. सोमादित्य ताशी १२०-१३० किलोमीटर वेगाने गाडी पळवत होते. त्यांच्यात आता वेगळाच उत्साह संचारला होता. मध्येच स्पीड ब्रेकर आल्याने, वेग नियंत्रित होत नव्हता; त्यामुळे सरळ त्यावरून जाऊन गाडी आदळत होती. त्याने मागील शवपेटीही हिंदकळत होती.

काही मिनिटांतच त्यांनी कार शहरात घुसवली होती. रस्त्यावरची कुत्री तेवढी भुंकताना दिसत होती. बाकी सर्व शांत होते. मध्य रस्त्यावरून त्यांनी कार सरळ 'बायोमॉलिक्युलर रिसर्च इन्स्टिट्यूट'कडे नेण्यास सुरुवात केली. थोड्या वेळातच ते इन्स्टिट्यूटच्या फाटकापाशी होते. त्यांना पाहताच सिक्युरिटीने फाटक उघडून दिले होते. प्रा. सोमादित्यांनी वळसा घालून आपल्या प्रयोगशाळेच्या दारापाशीच कार उभी केली.

लगबगीने उतरून ते प्रयोगशाळेत शिरले होते. त्यांची स्वत:ची प्रयोगशाळा ग्राउंड व बेसमेंटला होती. रात्र असल्याने तिथे कुणीही असण्याची शक्यता नव्हती आणि असे प्रयोग प्रा. सोमादित्य सहसा स्वतंत्रपणेच करत असत. त्यात कुणाचाही समावेश त्यांना रुचत नसे.

पांढरा ओव्हरकोट घालून त्यांनी स्वत:च ट्रॉली ढकलत कारजवळ आणली होती. पुन्हा एकवार त्यांनी घड्याळात पाहिले. सकाळ व्हायला अजून दोन-अडीच

तास होते. त्यातच त्यांना या मृतदेहावर सर्व प्रक्रिया करायच्या होत्या. पूर्वीसारख्याच. त्यात ते आता बऱ्यापैकी निपुण झाले होते. काही दिवसांत ते आता या सर्वांवर प्रयोग करणार होते.

डिकी उघडून त्यांनी शवपेटी ट्रॉलीवर ठेवली. ती ठेवताना त्यांना कमालीची धाप लागली. वय झाल्याचीच ती खूण होती. बेसमेंटला असलेल्या आपल्या प्रयोगशाळेत त्यांनी ती ट्रॉली लिफ्टने नेली. बेसमेंटच्या प्रयोगशाळेत बऱ्यापैकी थंड वातावरण होते. सहसा या प्रयोगशाळेत त्यांच्याव्यतिरिक्त कोणीही येत नसे.

शवपेटीतील मृतदेह काढून त्यांनी टेबलावर ठेवला. वेगाने त्याच्या अंगावरचे कपडे काढून मृतदेहाला नग्न केले. गोरा देह होता. नुकताच झोपल्यासारखा. बरीच उपरकणे त्यांनी जवळ आणून ठेवली. काही नळ्या तोंडावाटे टाकून, असंख्य सिरिंज वेगवेगळ्या धमन्यांमध्ये घातल्या. डावीकडच्या पायात आकाराने मोठी असलेली सिरिंज घालून त्या मृतदेहातील रक्त बाहेर काढले. शिवाय दुसऱ्या एका अतिसूक्ष्म नळीतून, शरीरातील सर्व पाणी बाहेर काढण्याची प्रक्रिया त्यांनी सुरू केली.

त्याच वेळी एक गॅस सिलिंडर व ग्लासचा केमिकल कंटेनर ओढून शेजारी आणला. त्यांना प्रेशर गेज लावून, केमिकल कंटेनरपासून निघालेली सूक्ष्मशी नळी मृतदेहाच्या हृदयाच्या रोहिण्यांमध्ये घातली... जेणेकरून शरीरातील रक्त व पाणी बाहेर पडेल, त्या वेळी शरीरातील सर्व पेशींमध्ये या रसायनाचा संचार होईल; त्यामुळे या पेशी अतिशीत अवस्थेत बाद न होता त्याच स्थितीत राहू शकतील. हे विशिष्ट रसायन व ही पद्धत प्रा. सोमादित्यांनीच शोधून काढली होती.

मृतदेहात रसायन भरून होताच, द्रव नायट्रोजनच्या १९६° सें. या तापमानाला असलेल्या काचेच्या टबबाथमध्ये तो ठेवला. जेणेकरून या तापमानाला शरीरातील जे उपयुक्त रेणू आहेत, ते उणे तापमानाला घनरूपात झालेल्या त्या पेशींमधील रसायनात अडकून बसतील... व त्यांची कोठेही परस्पर प्रक्रिया न होऊन, ते बाद होणार नाहीत, अशी अवस्था त्यांना मिळेल आणि शिवाय पेशींमधील रेणू आपले गुणधर्मही जसेच्या तसे अनंत काळासाठी गोठवून ठेवतील. मानवी शरीर, कुठलीही हानी न होता गोठवून ठेवण्याची पद्धत प्रा. सोमादित्यांनीच शोधून काढली होती. या स्थितीत ते शेकडो वर्षे मृतदेह ठेवू शकत होते... यापूर्वी विविध आजारांचे असलेले मृतदेह त्यांनी याच पद्धतीने गोठवून ठेवले होते... त्यात त्यांच्या स्वत:च्याच एका जिवलग मित्राचाही मृतदेह होता.

काचेच्या टबातला द्रव नायट्रोजनला ठेवलेला मृतदेह त्यांनी तसाच रोलिंग टेबलावर नेऊन, समोरच्या भिंतीलगतच्या रस्त्यातून आत नेला व एका छोट्या; पण अतिशय गार आणि विविध उपकरणांनी सज्ज असलेल्या खोलीत आणला. तेथे

आधीचेच तीन मृतदेह गोठवलेल्या अवस्थेत होते... त्यात एका स्त्रीचाही समावेश होता.

त्याच्या शेजारीच आताचाही मृतदेह ठेवून प्रा. सोमादित्यांनी सर्वांवर एक नजर टाकली. काचेच्या टबातील ते नग्न मृतदेह पाहून, हे कधीतरी आपल्याशी बोलतील, असे त्यांच्या मनात येऊन गेले.

पहिल्या काचेच्या पात्राकडे त्यांचे लक्ष गेले. तो त्यांच्या मित्राचाच मृतदेह होता. त्याच्याकडे त्यांनी पाहिले... अगदी ताजातवानाच दिसत होता... आजच निवर्तल्यासारखा; पण तीस वर्षांपूर्वीच प्रा. सोमादित्यांनी मित्राचा देह या पद्धतीने गोठवून ठेवला होता. तो एकाच आशेने... ती म्हणजे, या दोघांनी मिळून एकाच वेळी संशोधनाच्या कारकिर्दीला सुरुवात करून 'नॅनो सायन्स' क्षेत्राला प्रारंभ केला होता. दोघांचीही प्रचंड भरारी होती. नॅनो सायन्स मानवाला निश्चितच जीवनदान देऊ शकेल, यावर दोघांचाही गाढ विश्वास. त्या वेळचा प्रा. सोमादित्यांचा संशोधनाचा वेग प्रचंड होता. त्या वेळीच त्यांनी नॅनो आकाराचे घटक बनवण्यास सुरुवात केली होती...

...पण त्यांच्या या मित्राने मध्येच आत्महत्या करून त्यांना अस्वस्थ करून टाकले होते. त्याने ते बराच काळ भ्रमिष्ट झाले होते; पण त्यातून बाहेर पडून, पुन्हा एका निश्चयाने त्यांनी संशोधनाला सुरुवात केली होती. स्वत:ची एक पद्धत शोधून काढताच, त्यांनी प्रथम आपल्या मित्राचाच मृतदेह गोठवून ठेवला होता. तो याच आशेवर की, भविष्यात नॅनो तंत्राचा शोध लागला, तर प्रथम त्यावरच प्रयोग करायचा आणि आता, या क्षणाला त्या प्रयोगाची वेळ येऊन ठेपली होती. फक्त काही दिवसांचा अवधी होता.

प्रा. सोमादित्यांना त्या शीतपेटीकडे बघून सहज आठवून गेले होते. त्यांनी प्रदीर्घ श्वास सोडला. एवढ्या थंड वातावरणातही तो उष्ण वाटला. त्यांच्या धमन्यांमधले रक्त बऱ्याच वेगाने वाहत होते... थोडी अस्वस्थता जाणवली. श्रमाने आता त्यांना थकवा जाणवायला लागला. प्रा. सोमादित्य शीतगृहातून बाहेर पडले. पहाटेचे साडेपाच वाजले होते. श्रमाने डोळे तरारून आले होते. आपसूकच त्यांचे पाय आराम कक्षाकडे जाऊ लागले.

मध्ये बरेच दिवस गेले. आता प्रा. सोमादित्यांनी मृतदेह गोळा करण्याचे थांबवले होते. प्रयोगासाठी पुरेसे मृतदेह त्यांच्याजवळ होते. विविध रोगांनी, व्याधींनी मृत झालेली शरीरे आणून त्यांनीच शोधलेल्या पद्धतीने गोठवून ठेवली होती. आतापर्यंत तरी कुठल्याही मृतदेहाची हानी झाली नव्हती. साधारण तीस ते एक महिना या कालावधीतील मृत शरीरे त्यांनी गोठवलेली होती. अधूनमधून ते शीतगृहात जाऊन त्यांच्या शरीरातील बदलांची निश्चितपणे नोंद घेत असत.

समाधानाची बाब म्हणजे ज्या चांगल्या पेशी होत्या, त्या त्याच स्थितीत होत्या. फक्त ज्या कारणांनी त्या व्यक्तींना मृतावस्था आली होती, त्याच पेशी बाद झाल्याची नोंद त्यांना मिळत होती... आणि या बाद झालेल्या पेशीच त्यांना पूर्णत: बदलायच्या होत्या.

गोठवून ठेवलेल्या प्रत्येक मृतदेहाची माहिती प्रा. सोमादित्यांकडे होती. त्यांचा मित्र मानसिक व्याधीने, तर इतर हृदयविकार, किडनीविकार आणि ती स्त्री मात्र बाळंतपणातच मृत पावलेली होती... म्हणजे तिचाही मृत्यू अतिरिक्त दाबामुळेच झाला असावा. प्रा. सोमादित्यांनी प्रत्येकाचा बारकाईने अभ्यास करून त्यांना लागणाऱ्या पेशींचा शोध लावला होता. म्हणूनच मेंदू, हृदय, किडनी या पेशींचा सखोल अभ्यास करून, नॅनो शास्त्राच्या साहाय्याने कृत्रिम प्रतिपेशी तयार केल्या होत्या. यात प्रामुख्याने कार्बन, सिलिकॉन, एअरोजेल, कॅडमिअम यांसारख्या पदार्थांचे छोटे छोटे तुकडे म्हणजेच अणू-रेणूंच्या आकारांची ताक्षणाकृती (Lithography) पद्धतीने छोटी यंत्रे तयार केली होती. त्याचेच पर्यवसान पुढे सक्षम पेशी तयार करण्यात झाले होते. शून्य ते त्रिमितीत या नॅनो पदार्थांची निर्मिती करून, त्यांच्या अनुरूप अशा पेशी बनवण्यात प्रा. सोमादित्यांना यश मिळाले होते.

प्रा. सोमादित्यांनी तीस-चाळीस वर्षांच्या अथक परिश्रमांनी हे सर्व मिळवले होते. मेंदू, हृदय, किडनी यांतील बाद झालेल्या पेशींची जागा घेऊ शकतील अशा कृत्रिम पेशी निर्माण करण्यात त्यांना यश आले होते... त्यांचे गुणधर्म त्यांनी पडताळून पाहिले. नैसर्गिक पेशीपेक्षाही या कृत्रिम पेशींची प्रचंड क्षमता पाहून, तेही आश्चर्यचकित झाले होते. साधारण ज्या प्रमाणात मानवी शरीरात पेशी लागतात, त्याच प्रमाणात अब्जावधी कृत्रिम पेशी त्यांनी प्रयोगशाळेतच निर्माण केल्या होत्या. विज्ञानातील आणि निसर्गातील ही परिसीमाच होती. मानवासाठी वरदान ठरणारे हे संशोधन होते. प्रा. सोमादित्य लवकरच प्रयोग करण्याच्या विचारात होते...

'बायोमॉलिक्युलर रिसर्च' ही इन्स्टिट्यूट आंतरराष्ट्रीय पातळीची होती. तिथे जगद्‌मान्य शास्त्रज्ञ व त्यांचे विभाग होते. प्रत्येकाचेच आपापल्या क्षेत्रातील विज्ञानासाठीचे मोठे योगदान होते. प्रा. सोमादित्य बॅनर्जीही त्यातलेच; पण ते आपल्याच विश्वात वावरणारे, संशोधन करणारे असल्याने त्यांच्या अवतीभोवती फार गराडा नसे. पुढे या नॅनो शास्त्रावरच्या संशोधनाने तर त्यांच्या माथी एकलकोंड्याचाच शिक्का चिकटवला गेला होता. कुणाची त्यांच्याशी फारशी घसट नसली तरी, त्यांच्याविषयी संस्थेत व आंतरराष्ट्रीय पातळीवर प्रचंड आदर होता. त्यांच्या कार्याचा आवाकाच त्याने जाणवत होता. त्यांच्या या एकलकोंड्या स्वभावामुळे, ते कुठलाही प्रयोग करत असले, तरी कुणीही त्यांना मनस्ताप देत नसत. म्हणूनच ते स्वत:ही बिनधास्त असत. आता शेवटचा प्रयोग करत असतानाही ते असेच निर्धास्त होते.

या वेळीही प्रयोगासाठी रात्रीचीच वेळ त्यांनी निवडली होती. रात्रीची वेळ नेहमीच निवांत, शांत असते आणि शिवाय एकाग्रताही साधता येते, असे त्यांचे नेहमीचेच मत होते.

रात्री दहा वाजताच प्रा. सोमादित्यांनी प्रयोगाला सुरुवात केली होती. एका डेस्कवर त्यांनी स्वत: तयार केलेल्या असंख्य, अगणित कृत्रिम पेशी वळवळत होत्या. त्याच आता या मृत शरीराचा कब्जा घेणार होत्या...

चारही मृत गोठवलेली शरीरे त्यांनी एक एक करत रोलिंग टेबलावर ठेवली. या मृतदेहांची त्यांना आता सवय झाली होती... त्यांचे हृदयही आताशी निर्ढावले होते. पूर्वीचे धडधडणे कुठेही नव्हते.

प्रथम त्यांच्या मित्रावर प्रयोग करण्याचे त्यांनी ठरवले. रक्त, रक्ताभिसरण, रक्तदाब, पाण्याचा दाब, दाबयंत्रे, ऑक्सिजन, नायट्रोजन वायू कॉम्प्युटरने नियंत्रित करून मृतदेहातून रक्ताभिसरण सुरू झाले होते. विशिष्ट दाबावर येईपर्यंत ते थांबत होते. ऑक्सिजनचा पुरवठा देण्यात येत होता. कॉम्प्युटरच्याच साहाय्याने बाद झालेल्या पेशी शोधून, त्या काढून एका विशिष्ट यंत्रणेतून नव्या कृत्रिम पेशी रोपण करण्यात आल्या. या नव्या कृत्रिम पेशींनी प्रामुख्याने मेंदू व हृदयाचा कब्जा घेतला होता.

हे करत असताना प्रा. सोमादित्य कमालीचे दबावाखाली होते. हा मृत शरीरावरील प्रयोग होता तरीही... कारण त्या शरीरांना आता जाणिवा प्राप्त होणार, यानेच ते तणावाखाली होते. इतरही चांगल्या पेशींची कार्यक्षमता त्यांनी तपासून घेतली. ती उत्कृष्ट आणि कार्यरत असल्याचे त्यांच्या निदर्शनास आले. रोपण यशस्वी झाले की नाही हे अजून तरी कळणार नव्हते. त्यांच्या मित्राचा तो जागृत होणारा मृतदेह असंख्य औषधांनी वेढलेला होता. त्याकडे बघून प्रा. सोमादित्यांनी प्रथमच समाधानाने नि:श्वास टाकला...

इतर मृतदेहांवरही त्यांनी असेच प्रयोग केले. प्रत्येक ठिकाणच्या बाद झालेल्या मृतपेशी काढून, चांगल्या सक्षम कृत्रिम पेशी त्यांनी रोपण केल्या. आता चारही मृतदेह जागृत होण्याच्या प्रतीक्षेत पडले होते...

या सर्व प्रयोगांत पहाटेचे चार वाजून गेले. आज त्यांना कधी नव्हे एवढा थकवा आला होता... कदाचित तणावमुक्त झाल्याचीच ती पावती असावी. टेबलावर पडलेल्या शरीरांकडे त्यांनी पुन्हा एकवार पाहून चेक केले... सर्व काही व्यवस्थित होते. या शरीरांतील हृदये कधी धडधडायला लागतील हे सांगता येणे कठीण होते... ती धडधडणार होती हे निश्चितच; पण कधी? ती वेळ प्रा. सोमादित्यांनाही माहीत नव्हती.

थोडी विश्रांती म्हणून प्रा. सोमादित्य शेजारच्याच आपल्या विशेष व्यक्तिचित्रण

व गुणवर्णन (Characterization) रूममध्ये गेले. तेथे एका खुर्चीवर रेलून, अंग झोकून दिले. दिवसभराचा शीण बाहेर पडत होता. क्षणातच, थकव्याने कधी त्यांचा डोळा लागला त्यांचे त्यांनाच कळले नव्हते.

कुठलातरी आवाज येताच प्रा. सोमादित्य खाडकन जागे झाले. डोळ्यांवर झापड आली होती. ती त्यांनी घालवली. घड्याळात पाहिले. पहाटेचे पाच वाजले होते. म्हणजे एक तास आपण गाढ झोपेत होतो तर! आवाज कसला झाला म्हणून ते लगबगीने शीतगृहात, जेथे प्रयोगाचे परिणाम मिळणार होते तेथे गेले. आत प्रवेश करताच ते जागच्या जागीच थिजून राहिले. सुन्नपणे समोर पाहतच राहिले. आपले हृदय बंद पडते की काय, असे त्यांना क्षणभर वाटून गेले.

समोर त्यांचा मित्र बसला होता. अवजड डोळे काढून प्रा. सोमादित्यांकडे पाहत होता. रोखून. त्या नजरेने प्रा. सोमादित्य शहारून उठले होते. ते घाबरले होते की आनंद झाला होता?... त्यांना काहीच सुचत नव्हते.

प्रयोग यशस्वी झाला होता. त्याची जाण होताच प्रा. सोमादित्य बेभानपणे ओरडले. त्यांच्या आनंदाचा चीत्कारही बेभान व भयानक होता. ते ओरडले... "येसऽऽ... आय वन धिस बॅटल... आय सॉल्व्ह्ड धिस डिलेमा... ओऽऽ गॉड माझा प्रयोग यशस्वी झाला. निसर्गावरच मी मात केली. बघाऽऽ बघाऽऽ माझा मित्र जगदीश... डॉ. जगदीश खुराणा जिवंत झालाय. आय टुक आउट हिम फ्रॉम द डार्क... ओ गॉडऽऽ आय विल गो मॅड हाऽऽहाऽऽहाऽऽ..."

ते हसत होते बेभानपणे. त्यांचा मित्र नुकताच प्रदीर्घ झोपेतून उठलेला थंडपणे पाहत होता. इतर शरीरे नुसतीच खदखदत होती. उजेडात येण्यासाठी. प्रा. सोमादित्य वर बघून हाताची चुंबने घेत होते... त्यांच्या डोळ्यांत आनंदाश्रू होते. डबडबलेल्या डोळ्यांत त्यांच्या मित्राचा जिवंतपणा ते साठवून घेत होते...

आवेगाने ते पुन्हा ओरडले, "जगदीशऽऽ सी... आय वन धिस बॅटल टू...! तुला जिवंत केलंच मी... नवीन जन्म दिलाय मी तुला... अभय दिलंय तुला... आय ॲम द ग्रेट... हा हा हाऽऽ..." छद्मीपणे हसत ते वेगाने त्याच्याकडे धावले.

पण तेवढ्यात खणखणीत आवाज आला... ते जागच्या जागीच थांबले...

"थांबाऽऽ..." डॉ. जगदीशचा करडा स्वर बाहेर पडला होता. आवाज स्पष्ट, पण अतिशय घोगरा. वातावरणात भयानकता निर्माण करणारा तो आवाज ऐकून प्रा. सोमादित्यांचे काळीज थरथरले. गरागरा डोळे फिरवत डॉ. जगदीश पुढे म्हणाले, "होयऽऽ मला जिवंत करून तू जिंकलास. मला पुन्हा नामुष्की देण्यासाठी. तसा तू नेहमीच जिंकत आलास रे... आणि आजही जिंकलास. माझ्या पाठीत खंजीर खुपसत मनोरे रचत राहिलास, प्रगती करत राहिलास. आजही माझ्या मृत शरीराशी खेळत तूच जिंकलास. प्रत्येक ठिकाणी तुझीच सरशी झाली. संशोधनात, प्रेमात...

सगळीकडे तूच मजल मारलीस, प्रेमभंगानं वेडा होऊन शेवटी मी आत्महत्या केली. तिथेही शेवटी तुझाच विजय झाला; पण आज मात्र तुला ते शक्य नाही. आज विजय माझाच होणार...''

डॉ. जगदीशच्या डोळ्यांत रक्त आले होते. प्रा. सोमादित्य पाहतच राहिले. प्रयोगात कुठे गफलत तर झाली नाही ना, म्हणून विचार करू लागले. शेवटी त्यांच्या लक्षात आले... जगदीश जिवंत झाला होता... पण मरते वेळी त्याच्या मनात जी भावना होती, तीच प्रामुख्याने आता तो घेऊन आला होता. तीच भावना प्रामुख्याने तशीच्या तशी त्याच्या मेंदूत साठून राहिली होती. निर्सगाची परिसीमाच येथे आडवी आली होती.

प्रा. सोमादित्य कावरेबावरे होत म्हणाले, ''जगदीशऽऽ... काय म्हणतोयस तू! अरे, मी तुला जीवनदान दिलं. तीस वर्षांपूर्वी मेलेला तू!... तुला पुन्हा जिवंत करून अभय दिलंय मी. याऽऽ याऽऽ सोमादित्यानं.''

''शट्ऽऽऽ'' आवाज एवढा भयानक होता की, त्याच्यात प्रा. सोमादित्याविषयीचा सगळा राग व्यक्त होऊन गेला...

प्रा. सोमादित्य कमालीचे घाबरले होते... शंकेने पुढे म्हणाले, ''तू नेमकं काय करणार आहेस जगदीशऽऽ?''

''हुंऽऽ'' डॉ. जगदीश भेसूर हसले. पुढे म्हणाले, ''माझी एकमेव इच्छा म्हणजे, तुला ठार करणार. तुझं अस्तित्वच संपवणार.''

''कायऽऽ'' प्रा. सोमादित्यांच्या तोंडातून पुढचे शब्द बाहेरच पडले नाहीत. त्यांचा घसा कोरडा पडला. त्यांचे हात-पाय लटपटू लागले.

''...आणि त्यात माझे हे साथीदारही मला मदत करणार आहेत...'' शेजारी निर्देश करत डॉ. जगदीश उत्तरले.

प्रा. सोमादित्य पाहतच राहिले... शेजारची मृत शरीरेही हळूहळू जिवंत होऊन उठू लागली. प्रा. सोमादित्यांना काय करावे काहीच सुचत नव्हते. त्यांचा प्रयोग यशस्वी झाला होता. शंभर टक्के... पण त्यांच्या जिवावर उठणारा. त्यांच्या तोंडून शब्दही बाहेर पडत नव्हते...

एक एक करत ते चौघेही उठले होते... प्रा. सोमादित्यांचे हृदय गतीने पळत होते... जागच्या जागीच त्यांना धाप लागली. पायही अवजड झाले होते. पळावे म्हटले, तरी पळता येत नव्हते. ओरडून आवाज काढला तरी तो निघत नव्हता...

जे काही शब्द निघत होते ते तेथेच गोठून जात होते. ते चौघेही धिम्या पावलांनी पुढे सरसावत होते. विचकलेले दात काढत खीऽखीऽऽ हसत होते. प्रयोगशाळेत भेसूर हसण्याचा आवाज घुमत होता... प्रा. सोमादित्य कानांवर हात ठेवून ओरडण्याचा प्रयत्न करत होते. आवाजहीन.

तशातच ते भान हरपून कोसळले... त्या चौघांनीही त्यांच्यावर हल्ला केला होता. त्यांच्या पेशी पेशी होईपर्यंत ते सोमादित्यांचे लचके तोडत राहिले...

दुसऱ्या दिवशी प्रसिद्ध जैवभौतिकशास्त्रज्ञ प्रा. सोमादित्य बॅनर्जी यांचे त्यांच्या प्रयोगशाळेत प्रयोग करत असताना निधन... त्यांचा छिन्नविछिन्न देह पाहून हा घातपाताचा संशय वाटत असल्याचे पोलीस सूत्रांनी म्हटले होते... कारण त्यांचे महत्त्वाचे संशोधन एका शेवटच्या व निर्णायक टप्प्यात आले होते, असेही त्यात नमूद केले होते.

...रामोशी 'प्रा. सोमादित्य बॅनर्जींची' ठळक अक्षरांतील निधनाची बातमी वाचून हादरला होता... काही दिवसांपूर्वीच तर त्यांची भेट झाली होती... एक मोठा, समाजासाठी लढणारा माणूस गेल्याने त्याच्या डोळ्यांत अश्रू तरळले...

तेवढ्यात समोरचे दृश्य पाहून रामोशी हादरला. काही दिवसांपूर्वीच मृत झालेल्या व्यक्तींना पाहून त्याच्या अंगावर सरसरून काटा उभा राहिला... नकळत त्याने आकाशाकडे पाहिले होते...

❏

२

भूतदया

रविवारचा दिवस होता. डॉ. शंकर भवाने लगबगीने हातात पिशव्या घेऊन, मुख्य बाजारपेठेतील एका दुकानाच्या पायऱ्या उतरत होते. ते स्वत:च सर्व कामे करत असत. स्वत:चे सर्व काम स्वत:च केल्याने माणूस तंदुरुस्त राहतो, हे त्यामागचे साधे, सरळ मानसशास्त्र होते... आणि ते त्यांनी वयाच्या साठाव्या वर्षापर्यंत पाळले होते; म्हणूनच त्यांची देहयष्टी, देहबोली तरल आणि उत्साही होती.

सामान डिकीत टाकताच डॉ. भवाने ड्रायव्हिंग सीटवर बसले. गाडीचे अतिशय जुने ब्रिटिशकालीन मॉडेल त्यांच्याजवळ होते.

कार सुरू करताच त्यांनी वळण घेण्यासाठी आजूबाजूला पाहिले. भरधाव वेगाने गाड्या जात होत्या. मुख्य रस्त्यावरही कुणाचेच वेगावर नियंत्रण नव्हते. अचानक एक कुत्र्याचे पिल्लू वेगाने जाणाऱ्या एका गाडीखाली आले. वातावरणात एक छोटीशी 'क्यॉंव क्यॉंव' झाली आणि हवेतच विरून गेली. गाडीवाला बेदकारपणे कारचा वेग वाढवून पसार झाला.

या अपघाताने डॉ. भवाने सुन्न झाले. क्षणार्धात ते पांढरे शुभ्र गोंडस पिल्लू रक्ताच्या थारोळ्यात निपचित पडले होते. रहदारी भरपूर होती; पण एकही वाहनचालक थांबत नव्हता. कुणाचेच त्या पिल्लाकडे लक्ष नव्हते.

डॉ. भवाने तत्काळ कारमधून उतरले आणि अस्वस्थपणे त्या रक्ताच्या थारोळ्यात निपचित पडलेल्या पांढऱ्या शुभ्र देहाकडे पाहत राहिले. गाडी अंगावरून गेल्याने त्याचे अंग पूर्णपणे रक्ताळले होते. ते दृश्यच त्यांना हृदयद्रावक वाटत होते; पण या वेळी एकीकडे ते मानवाच्या निष्ठुर मनाचाही प्रत्यय घेत होते. मानवाविषयी प्रचंड राग येत होता. मानव-प्राण्याविषयी त्यांचे मत अतिशय टोकाचे होते. त्या कुत्र्याच्या पिल्लाकडे पाहून एकाही मानवाचे मन भरून येत नव्हते.

तेवढ्यात त्यांचे लक्ष पलीकडच्या रस्त्याच्या टोकाला बसलेल्या एका कुत्रीकडे गेले आणि डॉ. भवाने पुन्हा अस्वस्थ झाले. ती कुत्री निपचित पडलेल्या पिल्लाकडेच आशाळभूत नजरेने पाहत होती. तिच्या डोळ्यांत असंख्य भावना व करुणा दाटून आल्याचे डॉ. भवानेंच्या लक्षात आले. तिच्या डोळ्यांतून अश्रूही ओघळत होते; पण ते मूक जनावर काहीही करू शकत नव्हते. तिला कदाचित

पिल्लाला मदत करायची असेल; पण असाहायता तिच्या चेहऱ्यावर स्पष्ट दिसत होती. तिच्याजवळ अजून एक कुत्रा उभा राहिला आणि अस्वस्थपणे इकडून तिकडे घुटमळू लागला. कधी त्या पिल्लाकडे, तर कधी त्याला टाळून जाणाऱ्या मानवाकडे तो रागाने पाहत होता. त्याचीही काहीतरी करण्याची तीव्र इच्छा होती... पण नैसर्गिक मर्यादेपुढे तो जाऊच शकत नव्हता. या कुत्र्यांच्या भावना डॉ. भवानेंच्या लक्षात आल्या होत्या; कारण डॉ. भवाने प्राण्यांविषयीचा व त्यांच्या भावनांमधील गुंतागुंतीचा विशेष अभ्यास करत होते.

डॉ. भवाने रहदारीची पर्वा न करता पिल्लाजवळ गेले. त्यांनी त्याला हळूच उचलले व मोठ्या हातरुमालात गुंडाळले. खूपच रक्त वाहून गेल्याने, ते छोटेसे पिल्लू मलूलपणे डोळे मिटून पडले होते. त्यांनी त्या दोघा कुत्रा-कुत्रीकडे पुन्हा पाहिले. कुत्रा शांत झाला होता. त्या दोघांच्या डोळ्यांत कमालीची कृतज्ञता डॉ. भवानेंना दिसली; पण त्याच वेळी इतर मानवांकडे पाहून त्यांच्या भावनांचा उद्रेक होत होता. कुत्र्यांच्या मेंदूत चालणाऱ्या या भावनांच्या खेळाने डॉ. भवाने आश्चर्यचकित झाले होते.

पिल्लाला अलगदपणे शेजारच्या सीटवर ठेवून ते स्वत: ड्रायव्हिंग सीटवर बसले आणि मुख्य रस्त्यावर वळण घेत त्यांनी गाडीचा वेग वाढवला. या वेळी त्यांनी सहजपणे मागे वळून पाहिले. कुत्रा-कुत्री अजूनही त्यांच्याच कारचा वेध घेत असलेले, डॉ. भवानेंना दिसले.

सुसाट वेगाने डॉ. भवानेंनी कार शहराबाहेर काढली होती... आणि शहरापासून साधारण सात-आठ किलोमीटर लांब असलेल्या त्यांच्या प्रशस्त बंगल्यात ती कार शिरली होती. तेथे येताच एका कुत्रीने व मांजरीने त्यांचे स्वागत केले होते. खऱ्या अर्थाने तेच त्या बंगल्याचे राखणदार होते. साधारण पाच एकरांत त्यांचा हा प्रशस्त बंगला व त्याच्या शेजारीच एक अत्याधुनिक प्रयोगशाळा उभी होती. गर्द झाडी असल्याने बंगला व प्रयोगशाळेचे अस्तित्व सहजगत्या कुणालाही दिसू शकत नव्हते.

कारमधून उतरताच डॉ. भवानेंनी पिल्लाला प्रयोगशाळेत नेले. प्रयोगशाळेत शिरताच भिंतीच्या असंख्य कप्प्यांमध्ये असलेल्या काचेच्या चंचुपात्रांत ठेवलेले विविध प्राणी, पक्षी किंबहुना मानवी अर्भकाचे नमुने लक्ष वेधून घेत होते. नैसर्गिक अपघाताने निर्माण झालेले काही नमुने तिथे असल्याने, प्रथम येणारा गांगरून जात असे. चित्र-विचित्र नमुने पाहून हृदयात धडधड निर्माण होऊन, धाप लागत असे. तेथील शांततेमुळे वातावरण अजूनच रहस्यमय भासत असे. याव्यतिरिक्त प्रयोगशाळेत काही उपकरणे, विविध रसायनांचा साठा, सूक्ष्मदर्शिका, छोटेसे अत्याधुनिक व वातानुकूल ऑपरेशन थिएटर, काचांची मोठाली चंचुपात्रे अशा बऱ्याच गोष्टी तेथे

होत्या. यावरूनच प्राण्यांविषयीचे डॉ. भवानेंचे प्रेम व भावना समजून येत होत्या.

एव्हाना ते पिल्लू मृत झाले होते. अत्यंत व्यथित अंत:करणाने डॉ. भवानेंनी त्या पिल्लाचे किडनी, मेंदू, हृदय, फुफ्फुसे... असे विविध अवयव काढून उणे ७७° सें. एवढ्या तापमानाला द्रव नायट्रोजन असलेल्या कप्प्यात ठेवले. तेथे आधीच विविध प्राण्यांचे भरपूर अवयव शीत करून ठेवले होते. अपघाताने मृत झालेल्या प्रत्येक प्राण्यांचे अवयव काढून डॉ. भवानेंनी असेच संशोधनासाठी ठेवले होते.

डॉ. भवानेंनी पिल्लाचा देह सावकाशीने पुन्हा शिवून, एका विशिष्ट रसायनांनी भरलेल्या चंचुपात्रात ठेवला व बंद केला... आणि मुख्य खोलीच्या भिंतीतल्या एका रिकाम्या कप्प्यात आणून ठेवला. वेगवेगळ्या नमुन्यांत या पिल्लाचीही भर पडली होती. पिल्लाकडे पाहत असताना त्या दोघा कुत्रा-कुत्रींचे चेहरे आणि त्यांच्या डोळ्यांतील भाव डॉ. भवानेंच्या डोळ्यांपुढे तरळून गेले. मात्र, त्याच वेळी एक जगावेगळा प्रयोग करण्याचे त्यांच्या डोक्यात येऊन गेले.

डॉ. भवाने प्रसिद्ध शल्यविशारदाबरोबरच एक प्राणिशास्त्रज्ञ व पक्षितज्ज्ञही होते. प्राण्यांवर त्यांचे विशेष प्रेम होते. मूक प्राणी, त्याला वेदना होत असल्या तरी व्यक्त करू शकत नव्हता. मानवापेक्षा प्राण्यांना मदतीची जास्त गरज असल्याचे त्यांचे स्पष्ट मत होते. वेळप्रसंगी त्यांनी माणसांऐवजी प्राण्यांचे प्राण वाचवले होते; म्हणून त्यांनी नागरिकांचा रोषही ओढवून घेतला होता. त्यातून त्यांच्यावर काही प्राणघातक हल्लेही झाले होते; पण त्यांनी आपली मते अथवा कृती बदलली नव्हती. मात्र, यातून प्राण्यांविषयीचा त्यांचा जिव्हाळा अधिकच वाढत गेला होता.

शहरात डॉ. भवानेंचे स्वत:चे अद्ययावत हॉस्पिटल होते. त्यांच्या पत्नीही स्वत: स्त्रीरोग तज्ज्ञ होत्या. हॉस्पिटलचा दुसरा मजला संपूर्णत: त्याच सांभाळत होत्या. पुढे हॉस्पिटलचा विस्तारही वाढत गेला होता. डॉ. भवानेंना संशोधनात रुची असल्याने हॉस्पिलटमधला एक मोठा कक्ष त्यासाठीच राखून ठेवण्यात आला होता. काही वर्षांपूर्वी त्यांनी मरणावस्थेत आलेल्या रुग्णांवर, सुदृढ अशा प्राण्यांच्या अवयव रोपणाचे प्रयोग केले होते. किडनी, फुफ्फुस, हृदय... असे विविध अवयव त्यांनी खुबीने वापरून रुग्णांवर शल्यचिकित्सा केली होती. मात्र, याचे गंभीर परिणाम झाले. परिणामी, मरणावस्थेला आलेल्या रुग्णावर प्राण्यांचे अवयव रोपण करतानाच काही तासांतच त्यांचे मृत्यू झाले होते. मानवावरच सरळ असा प्रयोग केल्याने त्यांना जनक्षोभाला सामोरे जावे लागले. विविध संस्थांनी त्यांच्या विरुद्ध जोरदार निदर्शने करून, त्यांना असला जीवघेणा प्रयोग करण्याबद्दल अटक करावी, अशी मागणी केली... आणि काही काळ त्यांना अटकही झाली होती. मानवाच्या कल्याणासाठी केलेला प्रयोग त्यांच्या अंगलट आला होता; पण संशोधनाची ऊर्मी

मात्र गेली नव्हती.

जनक्षोभाला कंटाळून त्यांनी त्यांचे अद्ययावत हॉस्पिटल विकून टाकले होते... आणि शहराच्या पश्चिम भागापासून बारा किलोमीटरवर असलेल्या एका दुर्गम भागात एक बंगला व प्रयोगशाळा बांधून घेतली होती. त्या दुर्गम भागात त्यांची ती बंगली आणि प्रयोगशाळा एकटीच उभी होती. तेथे ते व त्यांची पत्नी संशोधनात मग्न असत.

दोन वर्षांपूर्वीच डॉ. भवानेंच्या पत्नीचे हृदयविकाराने निधन झाल्याने आज ते एकटेच होते. त्यांच्या पत्नीच्या मृतदेहाचे त्यांनी काय केले, हे आजपर्यंत कुणालाही ठाऊक नव्हते; पण प्राण्यांप्रमाणेच त्याच्यावरही एक गुप्त प्रयोग करून, त्यांनी तो देह ऊर्जितावस्थेसाठी ठेवला होता. त्यासाठी त्यांनी एक खास उपकरणांनी सुसज्ज व निर्जंतुक खोली तयार करून घेतली होती. डॉ. भवानेंचे आपल्या पत्नीवर अतिशय प्रेम असल्याने, त्यांनी तिचे बाद झालेले हृदय जपून ठेवले होते. या अवयवसंग्रहाने व त्यावरील विचित्र संशोधनाने ते बदनाम झाले होते. त्यांच्यात विकृती निर्माण झाली असून, ते मानसिकरीत्या पूर्णपणे ढासळले आहेत, असाच त्यांच्याविषयी गैरसमज झाला होता; पण ते पूर्णपणे तंदुरुस्त होते. एक वेडा म्हणून संभावना झाल्याने, हळूहळू ते लोकांच्या स्मृतीतूनही बाद होत गेले. आजचे त्यांचे अस्तित्व हे फक्त त्यांच्या स्वत:पुरते व प्राणी संशोधनापुरते होते.

प्राण्यांसाठीही काहीतरी भरीव आणि उपयोग होईल असे संशोधन त्यांना करायचे होते. आज त्या छोट्या कुत्र्याच्या पिल्लाच्या अपघाताने व कुत्रीच्या डोळ्यांमधील भाव-भावनांनी त्यांना संशोधनाची बाजू सापडली होती. विचारप्रवण होऊन त्यांना एक अद्‌भुत कल्पना सुचून गेली होती... आणि त्याचाच पाठपुरावा आता ते करणार होते.

कुत्रीच्या डोळ्यांतील भावनांचा कल्लोळ डॉ. भवानेंना कळला होता; कारण बरीच वर्षे ते प्राण्यांच्या सान्निध्यात राहत असल्याने, त्यांच्या मनातील भावना ते जाणू शकत असत. कुत्रीच्याही भावना त्यांनी जाणल्या होत्या. रक्ताच्या थारोळ्यात पडलेल्या त्या पांढऱ्या शुभ्र पिल्लाला तिला मदत करायची होती, आधार द्यायचा होता... पण ती ते करू शकली नव्हती, कारण निसर्गत: कुत्र्यांच्या मेंदूत असे संकेत देणारी यंत्रणाच उपलब्ध नव्हती. इथेच डॉ. भवानेंच्या डोक्यात विचार येऊन गेले. अशा काही कुत्र्यांवर प्रयोग करून विचारांनी त्यांना स्वयंपूर्ण केले तर?. ही कल्पनाच अद्‌भुतरम्य होती. असे झाले, तर कुत्री आहे त्यापेक्षाही संयमाने व प्रगल्भतेने वागून आपल्या बांधवांना मदत करू शकतील... आणि मानवाशीही विचारवहन होऊन, जास्त जवळीक निर्माण करू शकतील.

डॉ. भवाने या कल्पनेने चांगलेच पछाडले गेले होते. आता एक महिना तरी

ते बाहेर पडणार नव्हते.

थोडासा नाश्ता करून, डॉ. भवाने आपल्या अभ्यासिकेत आले होते. सोबतीला होते काही प्राणी.

आजही अभ्यासिकेत येताच गॉलीच्या, त्यांच्या आवडत्या कुत्रीच्या पोटावरून हळुवार हात फिरवत त्यांनी स्मित केले. आपल्या खुर्चीत बसून ते काही संदर्भग्रंथ चाळू लागले. मानवी मेंदू आणि कुत्र्याच्या मेंदूतील काही साम्य ते शोधू लागले. त्यांची सांगड घालण्याचे प्रयत्न ते करू लागले. डॉ. भवाने या विचारांनी ध्यानमग्न झाले होते... तर गॉली खाली मान घालून, डोळे मिटून त्यांच्या पायाजवळ निवांतपणे पडून होती.

तेवढ्यात प्रयोगशाळेत काहीतरी पडल्याचा आवाज झाला. डॉ. भवानेंची तंद्री भंग पावली. गॉलीनेही कान टवकारले होते. लगबगीने उठत ते प्रयोगशाळेकडे झेपावले... त्यांच्यामागे गॉलीही धावली. प्रयोगशाळेत शिरताच कुठेही काही पडल्याचे त्यांना दिसले नाही... त्यांनी पुन:पुन्हा पाहिले; पण कुठेही काही दिसत नव्हते. दिसत होते, ते फक्त चंचुपात्रातील काही प्राण्यांचे मृत नमुने... त्या सगळ्यांची मध्येच हालचाल होत असल्याचा भास डॉ. भवानेंना होताच ते चांगलेच शहारले... आवाज नेमका कुठून आला, याचे आकलन त्यांना अजूनही झाले नव्हते. आत शीतगृहात पुन्हा काही हालचाल झाली, त्यांनाच जाणवेल अशी. पुढे सरसावून त्यांनी हळूच दार ढकलले. त्यांच्या पत्नीचा देह निपचित; पण डोळे उघडलेल्या स्थितीत पडला होता. डॉ. भवाने आवेगाने देहाजवळ गेले... आणि डोके मांडीवर घेतले... छाती थोडी वर-खाली होत असलेली त्यांना जाणवली. डॉ. भवानेंनी हर्षभरित होत त्यांच्या पत्नीच्या डोळ्यांत पाहिले. त्या डोळ्यांत त्यांना भावना दिसल्या. पूर्वीच्या कुत्रीसारख्या... व्यक्त करता न येण्यासारख्या. एक वर्षापूर्वी हृदयविकाराने मृत झाल्यानंतर लागलीच त्यांनी पत्नीचे हृदय बदलून एका माकडिणीचे हृदयरोपण करून, देह शीतगृहात ठेवला होता... ऑपरेशन थिएटर अद्ययावत असल्याने, पत्नीच्या देहात त्यांनी उपकरणांच्या साहाय्याने काही सिस्टिम चालू ठेवल्या होत्या... पण ते रोपण केलेले हृदय मात्र ट्रिगर होऊ शकले नव्हते. त्याचीच ते वाट पाहत होते. यात एक वर्ष उलटून गेले होते आणि प्राण्यांच्याच नमुन्यांत त्यांच्या पत्नीचाही देह प्रयोगाधीन झाला होता.

प्रयोग थोडा यशस्वी झाल्याने त्यांना आनंद झाला होता; कारण त्यांच्या पत्नीचा देह पलंगावरून खाली पडला होता आणि त्यामुळेच आवाज झाला होता; मात्र आता उघडे असलेले डोळे काहीतरी भावना व्यक्त करून मिटले होते. छातीची हालचाल बंद झाली होती. डॉ. भवानेंनी तपासले. सर्वच अवयव शिथिल होते. हा प्रयोग अंशत:च यशस्वी झाला होता. आत्ताही त्यांच्या डोक्यात चक्रे फिरू लागली.

मानवी मेंदू व कुत्र्याचा मेंदू यांवर त्यांचा सर्वंकष अभ्यास होता; पण त्या दोघांची सांगड घालण्यासाठी त्यांना आता प्रत्यक्ष मेंदूची गरज होती... आणि त्यासाठी पत्नीच्या व त्या कुत्र्याच्या पिल्लाच्या मेंदूचाच अभ्यास ते करणार होते. या कल्पनेने पुन्हा त्यांच्या अंगात संचार केला होता. वेगळ्याच उत्साहात ते उठले. त्यांनी पुन्हा एकवार पत्नीच्या चेहऱ्याकडे पाहिले. ते अस्वस्थ झाले; पण भावनांवर नियंत्रण ठेवत झटक्यात वळले आणि आपल्या शयनगृहात आले. या वेळी रात्रीचे दोन वाजले होते. पुढच्या प्रयोगाला दिशा सापडल्याने त्यांचे मन स्थिर झाले होते... आणि ते शांतपणे झोपी गेले.

दुसऱ्या दिवशी सकाळी डॉ. भवाने प्रयोगशाळेतील सुसज्ज ऑपरेशन थिएटरमध्ये हजर झाले होते.

त्यांनी ऑपरेशन करून आपल्या पत्नीचा मेंदू काढला. अखंड ऑपरेशन केल्याने त्यांना थकवा आला होता. त्यासाठी त्यांनी थोडी वामकुक्षी घेण्याचे ठरवले; मात्र त्यांच्या डोक्यात विचारांचे काहूरच उठले होते.

आजपर्यंत त्यांना फक्त सैद्धान्तिकरीत्याच मेंदूची माहिती होती. आज मात्र ते प्रत्यक्ष प्रयोगातूनच मेंदूचे कार्य समजून घेणार होते. त्याचा जणू ध्यासच त्यांनी घेतला होता.

जसे दिवस जात होते, तसे ते दोन्ही मेंदूंची माहिती व नोंदी घेत होते. प्रत्येक वेळी त्यांना नवीन व तुलनात्मक अशी माहिती मिळत होती. फक्त निरीक्षण आणि आकलनासाठीच त्यांना कित्येक दिवस लागले होते. यातूनच मेंदूविषयीच्या अभ्यासाची प्रगल्भता वाढली होती... आणि तुलनात्मक अभ्यास करताना त्यांना तो मार्गही सापडला होता. एव्हाना मानवी व कुत्र्याच्या मेंदूची सांगडच त्यांनी घातली होती. त्यातल्या परिसीमा स्पष्ट झाल्या होत्या आणि त्यावर मात कशी करायची, याचाही विचार त्यांनी करून ठेवला होता.

मानवाएवढा प्रगत प्राणी कुठलाही नसल्याने प्रथम त्यांनी मानवी मेंदूचा अभ्यास केला. मानवी मेंदूची, मुख्यत: प्रमस्तिष्क बाह्यक, मस्तिष्क स्तंभ, निमस्तिष्क यात विभागणी झालेली डॉ. भवानेंना आढळली. या प्रमुख भागांतूनच भावना, विचार, स्मृती, अध्ययन व ज्ञानार्जन होते, हे त्यांच्या लक्षात आले. प्रामुख्याने मेंदूच्या प्रमस्तिष्क बाह्यकात प्रेरक, कायिक, सर्वसाधारण अर्थबोधन किंवा ज्ञान, दृष्टी, श्रवण अशी क्षेत्रे असल्याने मानवाची प्रगती होत गेली. मानवाची निर्णय घेण्याची क्षमता याच क्षेत्रातून निर्माण होत असल्याचे डॉ. भवानेंच्या लक्षात आले... आणि त्यातच उजव्या गोलार्धात जटिल दृश्य संरचनांची ओळख पटणे व भावना प्रदर्शित करून ती अमलात आणण्यासंबंधींची प्रमुख केंद्रे होती. तीच नेमकी डॉ. भवानेंना शोधायची होती. भावना उद्दीपित होण्याकरिता एखाद्या ज्ञानेंद्रियाकडून संदेश

किंवा बाह्यकात उत्पन्न होणारा विचार कारणीभूत असतो, हे डॉ. भवानेंना ठाऊक होते. असे निर्माण होणारे आवेग किनारी तंत्रात पोहोचल्यास, त्यास अनुरूप असा भाग उद्दीपित होतो. संदेश सुखावह झाल्यास आल्हाददायक भावना निर्माण होतात आणि तो वेदनामय झाल्यास राग, भीती यांसारख्या भावना उद्दीपित करतो.

नेमका हाच धागा पकडून डॉ. भवानेंनी मानवी मेंदूत हे क्षेत्रच शोधून काढले. कुठल्याही ज्ञानार्जन अथवा भावना व्यक्त करण्यास स्मृतीची गरज असते. स्मृती म्हणजेच या उद्दीपनांच्या परिणामांची नोंद आणि ती कोशिकांतील रिबोन्यूक्लिक आम्ल रेणूत साठवली असल्याने त्यात बदल होतो. हे रेणू कोशिकांच्या प्रथिन संश्लेषणात महत्त्वाचा भाग घेत असल्यामुळे स्मृतिसंचय कोशिकांमध्ये सांकेतिक प्रथिने असल्याचा शोध डॉ. भवानेंनी खुबीने घेतला. भावना व स्मृतिसंचय करणाऱ्या पेशीच त्यांनी शोधून काढल्या. त्यातील रसायन काढून त्यांची प्रक्रिया तपासून पाहिली... आणि भावना व्यक्त करून, त्यासाठी मदत करण्यास याच पेशी कारणीभूत असल्याची त्यांची खात्री झाली. या क्षणी त्यांच्या चेहऱ्यावरचा आनंद लपून राहिला नव्हता. मानवी मेंदूचा हवा तो भाग त्यांना चांगलाच कळला होता.

डॉ. भवाने आता कुत्र्याच्या पिल्लाच्या मेंदूचाही अभ्यास करू लागले होते. मानवी मेंदूपेक्षा तो खूपच अप्रगत असल्याचे त्यांना दिसले. तरीही सस्तन प्राण्यांचा मेंदू त्यातल्या त्यात प्रगत म्हणायला हवा होता. यामध्ये मुख्यत: प्रमस्तिष्क, निमस्तिष्क आणि मस्तिष्क स्तंभ असेच भाग होते. कुत्र्याच्या मेंदूचा बहुतांश भाग नवबाह्य व्याप्त असल्याने, मध्य मस्तिष्कच पुनर्निवेशाचे कार्य करतो... आणि याच क्षेत्रात थोड्याफार भावना उद्दीपित होतात. आपल्या मालकाविषयीचे प्रेम व एकनिष्ठता याच क्षेत्रात असल्याचे डॉ. भवानेंना समजले. मुख्यत: रागाच्या भावना अधिक तीव्र असतात; कारण तेथील प्रथिनांची रचनाच वेगळी असल्याचे डॉ. भवानेंच्या लक्षात आले... आणि ज्ञानार्जनाची क्षमता खूपच कमी असल्याने पशुत्व निर्माण होते. त्याला तेथील कोशिकाच जबाबदार असल्याचे त्यांनी शोधून काढले व तेथेच प्रयोग करण्याचा निश्चय केला. पशुत्व कमी करून दुसऱ्यासंबंधीचा सहानुभूतीने विचार करून, त्यास मदत करण्याची यंत्रणाच त्यांना बसवायची होती... त्यासाठी मानवी मेंदूतील शोधलेल्या पेशी तेथे रोपण करून त्यातील रसायनांची तीव्रता कमी-जास्त करायची. जेणेकरून कुत्रा-कुत्री विचारप्रवण होतील. या विचाराने डॉ. भवाने हर्षभरित झाले होते. विचार शिथिल झाल्याने त्यांना कमालीचा थकवा जाणवू लागला. गेले कित्येक दिवस ते या मेंदूंचा अभ्यास करत होते. शेवटी त्यांनी भावना नियंत्रित करणाऱ्या पेशी शोधून काढल्या होत्या... आणि अंतिमत: प्रयोगाचा निर्णय त्यांनी घेतला होता.

दरम्यान, त्यांची आवडती गॉली प्रसूत झाली होती... आणि तिला अतिशय

गोंडस अशी पाच पिल्ले झाली होती. डॉ. भवानेंच्या कुटुंबात या नव्या सदस्यांनी प्रवेश केला होता. डॉ. भवानेंनी अतिशय प्रेमाने त्या सर्वांची देखभाल केली होती. ते करत असताना त्यांना कमालीचे मानसिक समाधान मिळत होते आणि त्यांचा ताणही कमी होत होता.

काही दिवसांनंतर, अत्याधुनिक उपकरणांच्या साहाय्याने भावना व स्मृती नियंत्रित करत असलेल्या आपल्या पत्नीच्याच मेंदूतील पेशी डॉ. भवानेंनी काढल्या होत्या. संसर्ग होण्याआधीच त्या त्यांनी उणे ७७° सें. तापमान असलेल्या कोशात ठेवल्या होत्या.

त्याच वेळी त्यांच्या डोक्यात कल्पना तरळून गेली. त्यांच्याच आवडत्या गॉलीवर प्रयोग करून या पेशी तिच्या मेंदूत रोपण करण्याचे त्यांनी ठरवले.

शनिवारी अतिशय काळजीपूर्वकपणे डॉ. भवानेंनी त्या पेशी गॉलीच्या मेंदूत रोपित केल्या आणि त्यातील रसायनांची सरमिसळ केली. गॉलीच्या मेंदूतील रसायनातही रिबोन्यूक्लिक आम्लाचे रेणू आढळले होते व त्याचे प्रमाण अत्यल्प होते. मानवी मेंदूच्या पेशींमुळे या रेणूंची संख्या वाढून गॉली निश्चितपणे स्वयंपूर्ण विचार करू शकेल, असा डॉ. भवानेंना आत्मविश्वास वाटत होता.

त्यांनी सूक्ष्मदर्शिकेखाली पाहिले. मानवी पेशी हळूहळू कार्यरत होऊन आपली जाळी विणू लागली होती. डॉ. भवानेंच्या चेहऱ्यावर स्मित झळकून गेले. मानवी पेशी कार्यरत झाल्याने अंशत: तरी त्यांचा प्रयोग यशस्वी झाला होता. गॉलीची कवटी पूर्ववत बसवून, त्यांनी त्वचा शिवली व तिला हळुवारपणे शेजारीच असलेल्या बिछान्यावर टाकले. ती निपचित पडली होती. गॉलीला शुद्धीवर यायला अजून किमान सहा-सात तास तरी होते. म्हणून ते निवांतपणे ते झोपी गेले. या वेळी विचारांचे कुठलेही मोहोळ त्यांच्या डोक्यात नव्हते.

डॉ. भवाने साधारण दहाच्या सुमारास प्रयोगशाळेत आले. गॉलीही शुद्धीवर आली होती. ती उत्साही वाटत होती. डॉ. भवानेंनी पुन्हा काही औषधे व इंजेक्शन्स दिली. त्याने ती पुन्हा ग्लानीत गेली होती.

जसे दिवस जाऊ लागले, तसा गॉलीत कमालीचा फरक पडत गेला होता. तिची प्रकृतीही सुदृढ झाली होती. सर्वसाधारण प्राण्यांची लक्षणे जरी तिच्यात दिसत असली, तरी एक प्रकारची अदृश्य प्रगल्भता तिच्यात डॉ. भवानेंना जाणवत होती. कदाचित हा मानवी पेशींचा परिणाम असावा; पण आता गॉलीकडून त्यांना खऱ्या परिणामाची अपेक्षा होती.

एक महिन्यानंतरच्या पहिल्या गुरुवारी त्यांना तो परिणाम मिळाला. बंगल्याशेजारीच गॉलीचे पिल्लू खोल खड्ड्यात पडले आणि कॅंव कॅंवऽऽ करत ओरडू लागले. त्याचा आवाज ऐकून गॉली धावत आली आणि पिल्लू खड्यात पडलेले पाहून तिचे मन

भरून आले. ज्या पद्धतीने गॉलीने त्या पिल्लाला बाहेर काढले, ती कल्पकता पाहून डॉ. भवाने अवाक झाले होते. प्रयोगाच्या यशस्वितेची खात्री त्यांना पटली होती. अतिशय खोल खड्डा पाहताच गॉलीने प्रथम विचार केला व पळतच जाऊन तिने बंगल्यातून एक भला मोठा पंचा आणला होता... आणि तो पंचा खड्ड्यात टाकताच पिलू त्याला घट्टपणे बिलगले होते. नंतर गॉलीने सहजपणे पिल्लाला ओढून बाहेर काढले आणि मायेने कुरवाळले होते.

या प्रसंगानंतर बरेच प्रसंग, घटना घडत गेल्या. गॉली अडचणीत असलेल्या प्राण्यांच्या मदतीसाठी धावून जाऊ लागली. या प्रयोगाच्या माध्यमातून एका प्राण्याला तरी स्वयंपूर्ण विचारांनी स्वावलंबी केल्याचे समाधान डॉ. भवानेंच्या चेहऱ्यावर दिसत होते. त्या दिवशीच्या कुत्रीच्या डोळ्यांतील हावभाव, गॉलीच्या रूपाने प्रत्यक्षात आले होते.

आताशा डॉ. भवानेंच्या मनात अजून काही प्राण्यांना त्यांच्या स्वभावानुसार स्वयंपूर्ण करण्याचा विचार घोळू लागला होता. त्या दृष्टीने त्यांनी अभ्यासही सुरू केला होता. प्रत्येक ठिकाणी गॉलीची त्यांना मदत होत होती. कुठलीही गोष्ट न सांगता ती स्वयंस्फूर्तीने कामे करून घेऊ लागली; त्यामुळे डॉ. भवानेंचा व्यापही कमी झाला होता. गॉली त्यांच्या जीवनातला एक घटक बनून गेली होती.

एके दिवशी डॉ. भवाने आउट हाउसमधून कार बाहेर काढत होते. त्यांच्या कारखाली गॉलीची दोन पिल्ले आली. रक्ताच्या थारोळ्यात दोन पिल्लांना पाहून क्षणभर ते स्तब्धच राहिले. जागच्या जागी ती कोवळी पिल्ले गतप्राण झाली होती.

पिल्लांचा आर्त आवाज ऐकताच गॉलीही बंगल्यातून धावत येऊन आउट हाउसमध्ये दाखल झाली होती... दोन्ही पिल्लांना रक्ताच्या थारोळ्यात पाहताच, ती त्यांना आवेगाने चाटू लागली आणि त्याच क्षणी तिने डॉ. भवानेंकडे पाहिले. डॉ. भवानेंना तिच्या डोळ्यांत कारुण्य, माया, विरह सर्व काही दिसत होते. तिच्या डोळ्यांतून संतत अश्रूधारा वाहू लागल्या होत्या. डॉ. भवाने तिच्या डोळ्याला डोळा भिडवू शकत नव्हते. तिच्या अपत्यांनाच त्यांनी अनवधानाने ठार केले होते. एक प्रकारची अपराधीपणाची भावना त्यांच्यात निर्माण झाली होती. कमालीची अस्वस्थता त्यांना वाटत होती; कारण समोरची गॉली फक्त प्राणी नव्हती, तर ती भावना व्यक्त करणारी मानवी कृती होती.

रात्रभर डॉ. भवाने तळमळत होते. पिल्लांचे देह त्यांच्या डोळ्यांपुढे येऊन जात होते. गॉलीचा केविलवाणा चेहरा त्यांच्या डोळ्यांपुढे तरळून जाऊ लागला. एरवी त्यांच्याजवळ येणारी गॉली आज त्यांच्या शयनगृहात आली नव्हती. तिच्या पिल्लांचा विरह तिला झाला, असे त्यांच्या मनात येऊन गेले. मध्यरात्र झाली तरी झोप अशी येतच नव्हती. सारखा गॉलीचा चेहराच डोळ्यांपुढे येत होता. शेवटी डॉ. भवानेंचे

डोळे अतिताणामुळे जड होऊ लागले... आणि त्यातच त्यांना ग्लानी आली.

स्वप्नातून दचकून उठावे तसे डॉ. भवाने उठले, भयानक स्वप्नच त्यांनी पाहिले होते. प्रत्यक्षात की अप्रत्यक्षात! स्वप्न आठवताच त्यांचे अंग शहारले होते. संपूर्ण अंग घामाने भिजले होते. धाप लागल्यासारखी छाती वर-खाली होऊ लागली. अस्वस्थपणे त्यांनी आजूबाजूला पाहिले... आणि अंधूक प्रकाशात त्यांना ती दिसली... गॉली... एका वेगळ्याच पवित्र्यात उभी होती. तिचे भेदक डोळे पाहून डॉ. भवानेंचा शक्तिपातच झाला.

पाहिलेले स्वप्नच वास्तवरूपाने त्यांच्या पुढ्यात होते. गॉलीचा क्रूर चेहरा आणि भेदक डोळे पाहून ते जागच्या जागी थिजले. ते काहीतरी सांगू पाहत होते... पण त्यांची जीभच वळत नव्हती. पिल्लांच्या मृत्यूला तिने डॉ. भवानेंना जबाबदार धरले होते... स्वयंस्फूर्तीने... मानवी विचारच तिच्यात घोळत होते... आणि ती जागा आता पशूने घेतली होती.

गॉली हळूहळू पुढे येत होती. डॉ. भवाने मागे सरकू पाहत होते. दुसऱ्याच क्षणी गॉलीने डॉ. भवानेंवर झेप घेतली होती... त्यांच्या मानेत सुळे रुतवत मेंदूचा लचकाच तिने बाहेर काढला होता. डॉ. भवाने धाडकन पलंगावर पडले... आणि क्षणात निश्चल झाले. पुढे गॉली बेभानपणे लचके तोडत राहिली... अगदी मनाचे समाधान होईपर्यंत... आणि जळजळीत दृष्टिक्षेप टाकत ती त्यांच्या देहाजवळच निपचित पडून राहिली... एक शास्त्रज्ञ भूतदयेपोटी, प्राण्यांवर विविध प्रयोग करण्याच्या नादात पशुत्वाची शिकार झाला होता.

काही दिवसांनी वर्तमानपत्राच्या मुख्य पानावर ठळक बातमी होती...

'विजनवासात असणाऱ्या वेड्या शास्त्रज्ञाची हत्या...'

प्राण्यांसाठी कार्य व त्यांच्यावर प्रयोग करणाऱ्या डॉ. भवानेंना एखाद्या प्राण्यानेच ठार केले असण्याची शक्यता त्यात वर्तवली होती. प्रयोगाचा परिणामच त्यांच्यावर उलटला असावा, अशी माहितीही त्यात होती; पण अतिशय गूढ व्यक्तिमत्त्व आणि वलय असलेल्या या शास्त्रज्ञाच्या मृत्यूची जनसामान्यांनी मात्र फारशी दखल घेतली नव्हती... कारण त्यांच्या दृष्टीने डॉ. भवाने मनोविकाराने बाधित असलेला एक वेडा शास्त्रज्ञ होता... त्यांनी केलेल्या प्रयोगाचे शास्त्रीय मूल्य आता फक्त निसर्गालाच ठाऊक होते.

❐

३

भविष्य

भाभा अणुसंशोधन केंद्राच्या एका कॉन्फरस रूममध्ये गुप्त सभा चालली होती. त्यास मोजकेच प्रतिनिधी उपस्थित होते. त्यात संशोधन केंद्राचे संचालक, विज्ञान व तंत्रज्ञान खात्याचे सचिव श्री. दयानंद मिश्रा, विज्ञान व तंत्रज्ञान खात्याचेच उपमंत्री श्री. तात्यासाहेब घाटगे-पाटील – पन्नाशीतील, सावळे किंचितसे स्थूल... शुभ्र पेहराव, जुन्या काळातील असल्याने धोतराचा सोगा नेहमीच हातात, डोळ्यांवर काळा चश्मा, चालताना छाती पुढे करून ऐटबाज चाल, बोलताना ग्रामीण ढंग; पण दिल्लीच्या केंद्रीय मंत्रिमंडळात स्थान मिळाल्यानंतर मध्ये इंग्रजीचे शब्द बेमालूमपणे वापरण्याची सोय, पंतप्रधानांचे प्रतिनिधी व उच्च विज्ञान, तंत्रज्ञान खात्याचे उपमंत्रिपद असल्याने या अशा विज्ञानातील आढावा घेणे, तसेच त्यातील महत्त्वाच्या मीटिंगला हजर राहणे त्यांचे नित्याचेच काम. आजच्या या गुप्त मीटिंगलाही ते उपस्थित होते. चौथे प्रसिद्ध शास्त्रज्ञ डॉ. गजमल तळपुळे... पन्नाशीतलेच गृहस्थ... टक्कल पडलेले... आकर्षक व्यक्तिमत्त्व लाभलेले. त्यांच्याच संशोधनाविषयीची ही गुप्त मीटिंग आयोजित करण्यात आली होती. त्यांच्या एका शोधासंबंधीची माहिती ते इथे देणार होते.

डॉ. तळपुळे उठून उभे राहिले. त्यांनी स्लाइड प्रोजेक्टरचा स्विच 'ऑन' केला... पांढऱ्या भव्य पडद्यावर प्रकाशाचा लोळ उठला. त्याने कॉन्फरस रूमही प्रकाशमय झाली. डॉ. तळपुळे हातांची घडी करत समोर बसलेल्या प्रतिनिधींकडे पाहून बोलू लागले. "रिस्पेक्टेड मेंबर्स, प्रथम मी तात्यासाहेबांचे आभार मानतो; कारण आपला बहुमूल्य वेळ काढून ते इथे हजर झाले. तसंच आमचे संचालक आणि तंत्रज्ञान खात्याचे सचिव या अशा कार्यक्रमांना, प्रकल्पांना प्रोत्साहन देत आलेले आहेत. त्यांचेही मी इथे मन:पूर्वक आभार मानतो. खरं तर मी जे संशोधन केलेलं आहे ते अतिशय महत्त्वाचं आणि तेवढंच गोपनीय असून आपल्या उपस्थितीतच त्याची मान्यता मला हवी आहे. जे यंत्र मी बनवलं आहे, त्याच्या परिणामांचा निष्कर्ष सांगण्याअगोदर त्या संशोधन व यंत्राविषयीची शास्त्रीय माहिती मी विशद करतो."

डॉ. तळपुळेंनी तयार केलेल्या यंत्राविषयी शास्त्रीय माहिती देण्यास सुरुवात केली. एक एक पारदर्शिका पुढे सरकू लागली. मॅक्सवेलचा विद्युतचुंबकीय सिद्धान्त आणि त्यातील अवकाशकाळाची

समन्वयता, प्रकाशाचा वेग आणि त्याची मोजमापे, आईनस्टाईनचा सापेक्षतावाद, स्थळकाळाची उलथापालथ, मिकोंवस्कीचा प्रकाशशंकू व त्यामध्ये ठरावीक अवकाशकाळात घडणाऱ्या घटना, विश्वात असणारे मूलकण व त्यांचे भूत-भविष्याशी जोडणारे गुणधर्म, स्थळ-काळ ओलांडून भविष्यात जाण्यासाठी लागणारी ऊर्जा, गोडेल नावाच्या शास्त्रज्ञाचा भविष्यातून भूतकाळात परतण्याविषयीचा गुरुत्वीय सिद्धान्त अशा विविध बाबींचे व सिद्धान्तांचे सचित्र गणिताद्वारे स्पष्टीकरण देऊन डॉ. तळपुळे विश्वच उलगडू लागले; सिद्ध करू लागले. केंद्राचे संचालक शास्त्राचेच पदवीधर असल्याने त्यांना डॉ. तळपुळेंच्या व्याख्यानातील गम्य कळत होते. सचिव श्री. मिश्रा प्रशासकीय अधिकारी असल्याने गणिते जरी कळत नसली, तरी संभाषणाचे सार त्यांना कळत होते. त्याचा हेतू त्यांना कळत होता. तात्यासाहेबांचे शिक्षणच मुळी मॅट्रिकपर्यंत झाल्याने समोर चालू असलेले संभाषण त्यांच्या आकलनापलीकडचे होते. आपले दोन्ही हात दोन बाजूंना पसरवून ते निवांतपणे बसले होते. मध्येच डुलकी घेऊन पडद्याकडे पाहत आणि चुळबुळत ते पुन्हा सावरून बसत. बसून बसून वातावरण चांगलेच तापल्याची जाणीव त्यांना झाली. त्यांनी एक दीर्घ जांभई देताच शांत वातावरणात प्रतिध्वनी निर्माण झाला. ते पुन्हा खुर्चीवर रेलून बसले. समोरचे व्याख्यान त्यांना कंटाळवाणे वाटत होते. मुळात तात्यासाहेबांना या खात्याचे मंत्रिपद नकोच होते; त्यांना गृहमंत्रिपद हवे होते. दुसऱ्या नंबरचे; पण राजकीय खेळी अपूर्ण पडली आणि हे पद आपल्या गळ्यात मारल्याची तात्यासाहेबांची भावना झाली होती. त्यांच्या मनात अजूनही गृहमंत्रिपद मिळवण्याची अतीव इच्छा होती. ती कधी उफाळून येईल, सांगता येत नव्हते. तात्यासाहेब एक धूर्त व तेवढेच कावेबाज राजकारणी होते. समोरच्याला त्यांच्या मनात काय चाललेय याचा मुळीच थांगपत्ता लागत नसे. चेहऱ्यावर एक, तर मनात दुसरेच आयोजन सुरू असे; त्यामुळेच पंतप्रधानांनी त्यांना हाताशी धरून ठेवले होते. तेवढ्यात तात्यासाहेब डॉ. तळपुळेंच्या शेवटच्या वाक्याने विचारतंद्रीतून बाहेर आले. डॉ. तळपुळे म्हणाले होते, ''शेवटी या सिद्धान्तांच्या आधारावर मी जे यंत्र तयार केले आहे त्याचा निष्कर्ष मी आपणांस सांगणार आहे.''

कॉन्फरन्स रूममध्ये क्षणभर शांतता पसरली. अखंडपणे एक तास बोलून डॉ. तळपुळेंच्या घशाला कोरड पडली होती. समोरच्या टेबलावरील पाण्याने भरलेला ग्लास उचलून दोन घोट पाणी घेऊन त्यांनी ग्लास तसाच ठेवला. एक दीर्घ श्वास घेत ते म्हणाले, ''मी जे यंत्र तयार केलं आहे, त्यास 'काळ-यंत्र' असं म्हणतात. याद्वारे आपणास भविष्यात प्रवास करता येणे शक्य होईल. प्राथमिक निष्कर्ष मला मिळालेले आहेत; पण अजून मानवावर त्याचा प्रयोग करावयाचा असल्यानं त्याला मान्यता प्राप्त होण्यास थोडा अवधी लागेल. मला यशस्वितेची

खात्री आहे. या यंत्राची एक खुबी म्हणजे सिद्धान्तानुसार खरंतर भविष्यातच जाणं शक्य होतं. ती परिसीमाही मी ओलांडली. माझ्या यंत्राच्या साहाय्यानं भूतकाळातही परत येणं शक्य आहे. त्यासाठी मी त्यात गुरुत्वाकर्षणाचा खुबीनं समावेश करून घेतला. त्याच्याच साह्यानं भविष्यातून भूतकाळात परत येणं शक्य आहे.'' डॉ. तळपुळे पुनश्च आभार मानून थांबले होते. संशोधनाचा निष्कर्ष ऐकून उपस्थित संचालक, सचिव अंतर्मुख झाले होते. तात्यासाहेबांनाही या निष्कर्षाने पछाडले होते. आतापर्यंतचा कंटाळा या निष्कर्षाने कुठल्या कुठे पळाला होता. त्यांच्या राजकीय डोक्यात आता वेगळीच चक्रे फिरू लागली होती.

संचालक व सचिवांसोबतच तात्यासाहेबांनी डॉ. तळपुळेंनी बनवलेले यंत्र पाहण्याची इच्छा व्यक्त करताच डॉ. तळपुळे आनंदाने तयार झाले होते. सर्वांना त्यांनी आपल्या तळमजल्यावरील गुप्त प्रयोगशाळेत नेले होते.

असंख्य जिने उतरून, वेगवेगळ्या पॅसेजमधून सर्वजण अखेर डॉ. तळपुळेंच्या त्या गुप्त प्रयोगशाळेत आले होते. तेथील अवाढव्य यंत्र पाहताच सारेच स्तिमित झाले. तात्यासाहेबही विस्फारलेल्या डोळ्यांनी पाहतच राहिले. भव्य यंत्रामध्ये गाभ्यात काच तावदानातून एक फायबरसारख्या धातूने बनवलेली प्रकाशीय खुर्ची दिसत होती. तिच्याकडे बोट करून डॉ. तळपुळे तात्यासाहेबांना म्हणाले, ''तात्यासाहेब, ती जी खुर्ची दिसतेय ना, त्यात बसूनच भविष्याकडे जाणं शक्य आहे. या खुर्चीचा वेग हळूहळू वाढत जाऊन शेवटी प्रकाशाचा वेग प्राप्त होतो.''

डॉ. तळपुळे चपळाईने यंत्राच्या नियंत्रण कक्षेत घुसले. त्यांनी विशिष्ट प्रकारची बटणे दाबली. ती खुर्ची गोलाकार फिरण्यास सुरुवात झाली. हळूहळू वेग वाढत जाऊन, तिला प्रचंड वेग प्राप्त झाला. प्रकाशाचा वेग एवढा झाला की, शेवटी ती दिसेनाशी झाली. तिचे अस्तित्वच नाहीसे झाले. सारेच आश्चर्यचकित झाले. क्षणात डॉ. तळपुळेंनी पुन्हा काही बटणे दाबली. त्याच वेळेस खोलीत सर्वांनाच एखाद्या अदृश्य प्रेरणेने खेचल्याचा भास झाला. काही सेकंदच तो टिकला. वातावरणातील ताण सैल होताच खुर्चीचे अस्तित्व पुन्हा दिसू लागले. डॉ. तळपुळे यंत्रातून बाहेर येताच संचालक म्हणाले, ''छातीवर दाब पडावा, तसं या खोलीतील वातावरण पाहून आम्ही घाबरलोच!''

डॉ. तळपुळे तत्काळ उतरले, ''मघाशी व्याख्यानात सांगितल्याप्रमाणे भूतकाळात परत येण्यासाठी मी गुरुत्वाकर्षणाचा उपयोग खुबीनं केलेला आहे. त्यानंच काही काळ वातावरणात तो दाब, ताण निर्माण झाला.''

तात्यासाहेबांनी मूकपणेच होकारार्थी मान हलवली. सर्वांनीच डॉ. तळपुळेंचे अभिनंदन करून पुढील प्रयोगास शुभेच्छा दिल्या. तात्यासाहेबांच्या डोक्यात मात्र आता वेगाने विचार सुरू झाले होते.

राजभवनात येताच तात्यासाहेबांनी विश्रामासाठी अंग टाकले. दौऱ्यानिमित्त आले की, मुंबईत राजभवनातच त्यांची सोय होत असे. सगळ्या सुविधा त्यांना पुरवल्या जात असत. दुपारचा विषय अजूनही त्यांच्या डोक्यात भुणभुणतच होता. डॉ. तळपुळेंच्या काळ-यंत्राने ते झपाटले गेले होते. हे खाते सांभाळून त्यांना वर्ष लोटले होते. त्यानिमित्त विज्ञानातील विविध कार्यशाळा, परिषदांच्या उद्घाटनाच्या निमित्ताने ते हजर राहिले होते. एरवी त्यांना विज्ञानातील काहीच कळत नसल्याने ते नेहमीच कंटाळवाणे वाटत असे; पण डॉ. तळपुळेंचे संशोधन वेगळे होते. त्यांच्या शेवटच्या वाक्याने तात्यासाहेब बेचैन झाले होते. भविष्य-भविष्य!! तात्यासाहेबांच्या डोक्यात भविष्याचाच अंमल चढला होता. गृहमंत्री होण्याची त्यांची एक अतीव इच्छा व स्वप्न होते. डॉ. तळपुळेंच्या काळ-यंत्राने आपल्याला भविष्यात जाता येईल का? त्यांच्या मनाची घालमेल झाली. तात्यासाहेब तडकपणे उठले. फोनचा रिसीव्हर कानाला लावत त्यांनी नंबर डायल केला.

"हॅलूऽऽ हं मी तात्यासाहेब बोलतूय!"

"नमस्कार! बोला साहेब... काय सेवा?" पलीकडून डॉ. तळपुळेंचा शांत आवाज आला.

"डॉक्टरसायेबऽऽ हाये तसंच निघा आन् राजभवनावर या. मी वाट पाहतूय तुमची."

तात्यासाहेबांनी आदेश दिला. पलीकडे क्षणभर शांतता. त्यातच चिंतित स्वर उमटला.

"काही काम तात्यासाहेब?"

"तुम्ही फकस्त इकडं निघा. कामाचं नंतर बघू." तात्यासाहेबांचा पुनश्च आदेश.

"बरं. मी निघालोच!" पलीकडून फोन ठेवल्याचा आवाज.

रात्री नऊ वाजता तात्यासाहेबांचे बोलावणे आलेले पाहून डॉ. तळपुळे चिंतित झाले. माझ्यासारख्या शास्त्रज्ञाकडे त्यांचे काय काम असेल म्हणून विचार करू लागले. तसेच उठले. त्यांनी तत्काळ कपडे चढवले. आउट हाउसमधून कार काढून स्वत: ड्राइव्ह करत ते राजभवनाकडे निघाले.

राजभवनाच्या रूम नंबर ३०२ मध्ये तात्यासाहेब उतरले होते. दारावरची बेल वाजताच तात्यासाहेबांनी स्वत: दार उघडले होते.

"याऽऽ याऽऽ डॉक्टरसायेब" तात्यासाहेब डॉ. तळपुळेंना आत घेत पुढे म्हणाले, "बसा," डॉ. तळपुळे प्रशस्त दिवाणावर बसले... त्यांच्या शेजारीच तात्यासाहेब पाय पसरून बसले. डॉ. तळपुळेंनी प्रश्नार्थक मुद्रेने विचारले.

"तात्यासाहेब आपण मला बोलावलंत?"

तात्यासाहेब रिसीव्हर उचलत असलेले पाहून डॉ. तळपुळे अडवत म्हणाले, "असू द्या, तात्यासाहेब! माझं जेवण आत्ताच झालं. फक्त आपलं काम सांगा."

त्यावर हसत तात्यासाहेब उत्तरले.

"बराय! डॉक्टरसायेब!" रिसीव्हर क्रेडलवर ठेवत दीर्घ श्वास सोडत पुढे म्हणाले, "दुपारचा तुमचा विषय आपल्या डोक्यात शिरता शिरला नाही बघा! पण ते तुमचं यंत्र आणि भविष्य चांगलंच डोस्क्यात बसलंय. निघता निघतच नाही. त्यासाठी म्हणून तुमास्नी फोन केला. तुमचं ते काळ-यंत्र की काय म्हणताय त्यानं एवढा धडधाकट माणूस भविष्यात कसा जाईल हो? आपल्याला ते काही कळलं नाय बुवा."

डॉ. तळपुळेंनी तात्यासाहेबांचा रोख ओळखला. त्यांनी स्पष्टीकरणास सुरुवात केली, "त्याचं काय आहे तात्यासाहेब, ते गणित असल्यामुळे थोडं समजायला कठीण आहे; पण मी सोप्या भाषेत तुम्हाला सांगतो. तुम्ही आता दिल्लीहून मुंबईला विमानाने प्रवास केला अन् अवघ्या दोन तासांत तुम्ही इथे पोहोचलात; पण तोच प्रवास रेल्वेने केला असता, तर पंचवीस तास आणि बसने केला असता, तर पन्नास तास लागले असते. याशिवाय असंच ज्या विमानाने आलात, त्याच विमानाला जर का प्रकाशाचा वेग प्राप्त झाला असता तर?... म्हणजेच सेकंदाला तीन लक्ष किलोमीटर एवढा वेग. मग मुंबईच काय; पण जगाच्या कुठल्याही ठिकाणी तुम्ही डोळ्यांचं पातं लवतं ना लवतं एवढ्या कालावधीत पोहोचला असता. याचाच अर्थ विश्वात घडलेल्या कुठल्याही घटनेचे, मग ते पृथ्वीवरील असो अथवा ग्रहांवरील, त्या क्षणांचे फक्त तुम्हीच एकमेव साक्षीदार राहाल; किंबहुना काही मिनिटे, तास, दिवस पुढे होऊ पाहणाऱ्या घटनांचंही आकलन तुम्हाला आधीच होणं शक्य होईल. पृथ्वीवर मात्र स्थळ-काळ यांचा समन्वय असल्याने आणि त्या सापेक्ष तुम्हाला प्रचंड वेग प्राप्त झाल्याने कालावधीत प्रचंड फरक पडेल. म्हणजेच वर्तमानाला बाजूस सारून तुम्ही भविष्यात प्रवेश कराल. याच वेगाने जर तुम्ही दहा वर्षं अवकाशात प्रवास करून आलात, तर आपल्या आयुर्मान कालावधीत फरक दिसेल. तुम्ही आहात तसेच राहाल. मी मात्र दहा वर्षांनी पोक्त झालेला असेन. असंच काहीसं गणित काळ-यंत्रालाही लागू होतं."

तात्यासाहेबांनी दीर्घ श्वास सोडला आणि ते डॉ. तळपुळेंना म्हणाले, "हे बघा डॉक्टरसायेबऽऽ हे बी आमच्या टकुऱ्यात काही घुसत नाही बघा... आमास्नी एवढंच कळतंय की, तुमचं हे यंत्र आमच्यासारख्या माणसांस्नी भविष्यात नेतंय..."

"एकदम बरोबर... तात्यासाहेब!" डॉ. तळपुळेंनी पुष्टी जोडली.

"अहो... मग बसवा की आमास्नी तुमच्या त्या यंत्रात... आन् कळू देत भविष्य..."

डॉ. तळपुळे मिश्कीलपणे हसत म्हणाले, "काय? तुम्ही तात्यासाहेब... पण हा प्रयोग आहे. यशस्वी आणि अयशस्वी होण्याबरोबर जोखीमही तेवढीच आहे." डॉ. तळपुळेंनी आश्चर्योद्गार काढून सतर्कता दर्शवली.

"असू देत! आमच्यावरच करा की प्रयोग. काय बी फरक पडत नाई आन् जोखीम आणि यश-अपेशाचंच इचाराल, तर ते आम्हा राजकारणी माणसांस्नी चांगलं ठाव आहे."

डॉ. तळपुळे विचारात पडले. ही जोखीमच असल्याची जाणीव त्यांना होती; पण प्रयोगाला चालना मिळत असल्याचे पाहून ते म्हणाले, "तात्यासाहेब... पण एक करावं लागेल."

"काय ते?" तात्यासाहेब अधीरतेनं म्हणाले.

"हा गुप्त प्रयोग असल्याने हे गुपितच ठेवावं लागेल."

"हात् तिच्या! फकस्त एवढंच? ते आपल्या दोघांतच राहील, अशीच व्यवस्था करतो." तात्यासाहेब उत्तरले.

डॉ. तळपुळे निश्चयाने म्हणाले, "ठीक आहे. मग आपल्याला कधी वेळ आहे?"

"वेळेचं काय घेऊन बसलात डॉक्टरसायेब... चांगल्या कामासाठी आपल्याजवळ वेळच वेळ हाये... आत्ताच आपण निघू."

"माझी काहीच हरकत नाही... चला निघू या!"

रात्रीचे साडेबारा वाजून गेले होते... डॉ. तळपुळेंनी तात्यासाहेबांसोबत तळघरातील त्यांच्या प्रयोगशाळेत प्रवेश केला होता. तात्यासाहेबांसमोर ते अजस्त्र यंत्र होतं. डॉ. तळपुळे यंत्रवत कामाला लागले. मनातून तेही खूश होते. प्रयोगासाठी त्यांना मानव मिळाला होता. शंभर टक्के निष्कर्ष मिळतील याविषयी त्यांचे दुमत नव्हते. फक्त तात्यासाहेबांसारख्या एका मंत्र्याशी तारा जुळवून प्रयोग यशस्वी करून घेणे आवश्यक होते. डॉ. तळपुळे यंत्राच्या नियंत्रण कक्षेत जाऊन उपकरणांवर सफाईदारपणे हात फिरवू लागले. खोलीत एखाद्या अवकाशात असल्यासारखे वातावरण निर्माण झाले. पुढे बराच वेळ डॉ. तळपुळे वेगवेगळी सेटिंग्ज करण्यात गुंतले.

डॉ. तळपुळे कामात असल्याने तात्यासाहेब निवांतपणे एका आरक्षण कक्षात बसले होते. काळ-यंत्र पूर्ण सज्ज होताच, डॉ. तळपुळे त्यांना बोलावणार होते. दरम्यान, काही वेळातच आपण भविष्यात फिरणार आहोत, भविष्यच आपल्यापुढे लोळण घेणार आहे म्हटल्यावर तात्यासाहेबांचे मन प्रफुल्लित झाले होते. मनात भावी आराखडे आखण्यास त्यांनी सुरुवात केली. भविष्यातील राजकारणच आपल्याला कळणार असल्याने, आपण त्याप्रमाणे आपली प्यादी हलवू. असे बराच वेळ ते स्वप्नातच होते. डॉ. तळपुळेंच्या आवाजाने त्यांची स्वप्नशृंखला तुटली...

"तात्यासाहेबऽऽ सगळं तयार आहे."

"मीपण तयार आहे..." तात्यासाहेब उतावीळपणे बोलले. डॉ. तळपुळे तात्यासाहेबांना सूचना देऊ लागले.

"तात्यासाहेब... तुम्ही त्या खुर्चीत बसल्यानंतर मी माझ्या नियंत्रण कक्षात जाईन. कक्षातून मी प्रथम सेकंद, मिनिटं, तास व काही दिवसांचा प्रवास घडवून आणेन; पण हा प्रयोग असल्याने सेकंद व काही मिनिटांनंतर मी नियंत्रण खंडित करून तुम्हाला विचारेन त्याचं तुम्ही फक्त उत्तर द्या."

"ठीक आहे डॉक्टरसायेब..." तात्यासाहेब म्हणाले.

तात्यासाहेब खुर्चीत बसले. तेथे मंदसा लालसर प्रकाश होता. खुर्चीवर बसताच त्यांना एका वेगळ्याच विश्वात असल्याचा भास झाला. डॉ. तळपुळेंनी नियंत्रण कक्षात जाऊन काळ-यंत्र सुरू केले होते. खुर्ची स्वत:भोवती फिरू लागली. प्रथम हळू असणारा वेग नंतर काही क्षणांतच वाढला. प्रचंड वेग झाल्याने तात्यासाहेबांचे अस्तित्वच नाहीसे झाले. तात्यासाहेब काही क्षणांसाठी भविष्यकाळात गेल्याचेच ते चिन्ह होते. डॉ. तळपुळेंनी तत्काळ भूतकाळात परत येण्याचे यंत्र सुरू केले. प्रयोगशाळेतील वातावरणात विलक्षण बदल होऊन, वादळात धुळीचे लोट उठावेत व असंख्य मूलकण गोलाकार चक्रात फिरावेत, तसे रंगीबेरंगी कण भोवऱ्यासारखे फिरू लागले. हळूहळू त्या मूलकणांचा पदार्थ तयार होऊन, मानवी प्रतिकृती तयार झाली. तात्यासाहेबांकडून त्यांना अपेक्षित उत्तर मिळाले होते. डॉ. तळपुळे क्षणभर आनंदाने निश्चल झाले. त्यांचा प्रयोग यशस्वी झाला होता. तात्यासाहेब नुसतेच भविष्यात न जाता ते पुनश्च भूतकाळात परत आले होते.

डॉ. तळपुळेंना प्रयोगाची यशस्विता पटताच, त्यांनी तात्यासाहेबांना पंधरा दिवस भविष्यात नेण्याचा विचार केला. तसे त्यांनी भविष्यात नेणारी यंत्रणा सुरू केली. काही क्षणांतच तात्यासाहेब दिसेनासे झाले.

तात्यासाहेब भविष्यातून भूतकाळाकडे येताच, त्यांना डोके जड झाल्यासारखे वाटले. क्षणभर ते तसेच डोळे मिटून पडून राहिले. थोड्या वेळानंतर डोळे उघडताच त्यांना ताजेतवाने व उत्साही वाटू लागले. शरीरातही विलक्षण बदल झाल्यासारखे त्यांना वाटले.

डॉ. तळपुळे तात्यासाहेबांना उद्देशून म्हणाले, "तात्यासाहेब उठा. प्रयोग शंभर टक्के यशस्वी झाला माझ्याकडून; पण खरे परिणाम तुमच्याकडूनच मिळायचेत, कारण तुम्हीच वर्तमानातून भविष्याकडे व पुनश्च भूतकाळाकडे प्रवास केलेला आहे. पंधरा दिवस अगोदर तुम्ही भविष्यात जाऊन आल्याने त्या स्मृती, घटना तुम्हाला एव्हाना आठवू लागल्या असतील. निष्कर्षासाठी या वेळेस तुम्ही फक्त अवलोकन करत राहा. तसंच घडत जातं का? ते पाहत राहा..."

तात्यासाहेब पूर्वीपेक्षा उत्साहाने म्हणाले, “तेच मी करणार आहे डॉक्टरसायेब... बघत राहणार... बास.”

तात्यासाहेब आताच्या वर्तमानातील जसा काळ क्षणाक्षणाला सरकू लागला, तसे प्रत्येक क्षण ते अनुभवू लागले. याच काळात काही दिवसांनी त्यांनी परदेश दौरा केला. विमानामध्ये नशेत हवाईसुंदरीचा हात पकडून त्यांनी छेडछाडही केली. त्यामुळे त्यांची राजकीय प्रतिमा मलिन झाली. त्यांच्यावर अग्रलेख लिहिले गेले. विरोधी पक्षांनी त्यांना मंत्रिपदापासून पदत्याग करण्यास आंदोलन केले. हे असे अनुभव तंतोतंत तात्यासाहेबांना माहीत होते; पण हे खरेच असे होतेय का, हे त्यांना तपासून घ्यायचे होते. डॉ. तळपुळेंचा प्रयोग यशस्वी झाल्याचीच ही पावती होती. या प्रकरणानंतर मात्र तात्यासाहेब सतर्क झाले. यापुढे घडणाऱ्या गोष्टी त्यांना ठाऊक होत्या. आता तेच त्यांना बदलायचे होते; कारण मलिन झालेली प्रतिमा तात्यासाहेबांना पुन्हा मिळवायची होती. पुढील एक-दोन दिवसांत लोकसभेतील विरोधकांची चाल तात्यासाहेबांनी नकळत हाणून पाडली. सरकार कोसळता कोसळता बचावले. पंतप्रधानांचा तात्यासाहेबांवरील विश्वास द्विगुणित झाला. यामुळे पाच-सहा दिवसांपूर्वीच मलिन झालेली त्यांची प्रतिमा पुन्हा उजळून निघाली.

पंधरा दिवस संपताच तात्यासाहेब डॉ. तळपुळेंकडे गेले. प्रयोग पूर्णपणे यशस्वी झाला होता. या निष्कर्षआधारेच तात्यासाहेबांना डॉ. तळपुळेंनी पुन्हा एक वर्ष भविष्याचा प्रवास घडवून आणला होता.

त्यानंतर मात्र गेल्या वर्षात तात्यासाहेबांचा डॉ. तळपुळेंशी दुरान्वयानेही संबंध आला नव्हता. प्रत्येक आघाडीवर तात्यासाहेब यशस्वी होत गेले. पंतप्रधानांचे ते एक महत्त्वाचे विश्वासू सहकारी बनले; त्यामुळे पंतप्रधानांनी त्यांच्यावर बऱ्याच जबाबदाऱ्या टाकल्या होत्या.

वर्षअखेरीस दिल्लीत काश्मिरी अतिरेक्यांनी ठिकठिकाणी प्रचंड बॉम्बस्फोट घडवून आणले; त्यामुळे नुसते दिल्ली शहरच नव्हे, तर या अमानुष कृत्याने सारे जगच हादरले होते. यात लाखो निष्पाप लोकांचे बळी गेले होते. तत्कालीन गृहमंत्र्यांना यासाठी जबाबदार धरण्यात आले. विरोधी पक्षांची राजीनाम्याची मागणी जोर धरू लागली; त्यामुळे पंतप्रधानांनी नैतिक आधारावर गृहमंत्र्यांना राजीनामा देण्यास भाग पाडले. त्याच क्षणाला पंतप्रधानांनी तात्यासाहेब घाटगे-पाटील यांची भारताच्या गृहमंत्रिपदी नियुक्ती केली. तात्यासाहेबांचे स्वप्न साकार झाले होते.

डॉ. तळपुळे सकाळचा चहा घेत, पेपर वाचत बसले होते. तेवढ्यात तात्यासाहेबांची गृहमंत्रिपदी नियुक्ती झालेली ठळक अक्षरांतील बातमी वाचताच ते हादरले. बॉम्बस्फोटाने जेवढे हादरले नाहीत, तेवढे तात्यासाहेबांच्या गृहमंत्रिपदाने डॉ. तळपुळे हादरले. बेचैन झाले. घालमेल होऊन क्षणभर त्यांना काहीच सुचले नाही. आपण

काय करून बसलो. एका स्वार्थी माणसाला प्रयोगाची दिशा दिली. मानवासाठी घातक असणारी. आपल्या हे लक्षात कसे आले नाही म्हणून डॉ. तळपुळे स्वत:लाच दोष देऊ लागले. भविष्य खिशात घालून, भूतकाळात पुनश्च येऊन, वर्तमान आपल्याला हवे तसे निर्माण करणारा माणूसच आपण निर्माण केलाय. तात्यासाहेब हे त्याचेच एक मूर्तिमंत उदाहरण होते.

डॉ. तळपुळे तडकपणे उठले. गाडी काढून प्रयोगशाळेत निघून गेले. यावर काय करता येईल, हा विचार करत असतानाच त्यांच्या केबिनमध्ये भारताचे गृहमंत्री तात्यासाहेब घाटगे-पाटील यांनी प्रवेश केला.

"नमस्कार डॉक्टरसायेबऽऽ बरं आहे ना?"

"ठीक आहे." डॉ. तळपुळे कपाळावर किंचित आठी घालत म्हणाले.

"तुम्ही खूप मोठं संशोधन केलंय डॉक्टर... यासाठी भारत सरकारकडे तुमास्नी पद्मश्री देण्याची शिफारस मी केलीय." तात्यासाहेब म्हणाले.

डॉ. तळपुळेंना तात्यासाहेबांचा प्रचंड राग आला; पण चेहऱ्यावर न दाखवता ते म्हणाले, "नको मला असला पद्मश्री किताब!"

"रागावलात का काय डॉक्टरसायेब?" तात्यासाहेब शांतपणे म्हणाले.

"मी कोण तुमच्यावर रागावणार?" डॉ. तळपुळे न पाहताच बोलले.

तात्यासाहेब पुन्हा गोड, लोभीपणाने बोलते झाले. "डॉक्टरसायेब, मला वाटलं, तुमच्या आशीर्वादानं यावं म्हटलं पुन्हा दहा-बारा वर्षं भटकून भविष्यात."

डॉ. तळपुळे चरकले. दहा-बारा वर्षे, या नुसत्या विचारानेच ते नखशिखांत शहारले. नकारार्थी मान हलवीत ते म्हणाले, "नाहीऽऽ ते आता शक्य नाही!"

त्यांनी 'नाही' म्हणताच तात्यासाहेबांचा राग अनिवार झाला. त्यांचा स्वाभिमान डिवचला गेला. तरी शक्य तेवढं स्वत:ला शांत ठेवत म्हणाले, "याचा अर्थ काय डॉक्टरसायेब?"

"अर्थ एकच. मी निसर्गाविरुद्ध काहीही करणार नाही." डॉ. तळपुळेंचा ठाम स्वर.

"निसर्गाविरुद्ध?"

"होय..."

"आन् ते कशापायी?"

"तेच वर्तमानाकडून भविष्याकडे आणि परत भूतकाळाकडे." डॉ. तळपुळेंनी माहिती दिली.

"अहो, डॉक्टरसायेब मग त्यासाठी निसर्गाचं काय घेऊन बसलात हो... निसर्ग काय आपल्यापुढे जातो होय?..." तात्यासाहेबांचा अहंभाव डोकावला.

"तेच तुम्ही केलं तात्यासाहेब!" डॉ. तळपुळे तिरस्कारानं म्हणाले.

"काय? काय केलं आम्ही...?" तात्यासाहेबांचा प्रश्न.

"भविष्य तुमच्या हातात आल्यानं वर्तमान तुम्ही तुमच्या स्वार्थासाठी वापरला. नैसर्गिक नियमांचं उल्लंघन केलं तुम्ही." डॉ. तळपुळे रागातच म्हणाले.

तात्यासाहेबांनी प्रतिउत्तरादाखल रागातच विचारलं, "विचार करून बोला डॉक्टर... गृहमंत्र्यांशी बोलताय तुम्ही. कुठला स्वार्थ म्हणताय?"

"बॉम्बस्फोट होणार हे तुम्हाला माहीत होतं. असं असताना तुम्ही ते घडू दिलं. केवळ गृहमंत्रिपद मिळावं म्हणून? हे हत्याकांड तुम्ही टाळू शकला असता तात्यासाहेब..." डॉ. तळपुळे गरजून म्हणाले.

मनातीलच वेध घेतलेला पाहून तात्यासाहेब वरमले. हळू आवाजात बेरकीपणे डोळे बारीक करत म्हणाले, "राजकीय खेळी डॉक्टरसायेब, दुसरं काय?"

डॉ. तळपुळे ओरडत असलेले पाहून तात्यासाहेबांचा संयम सुटला. ते लालबुंद झाले. डोळे मोठे करत गरजले... "ओरडू नका तळपुळे. तळपुळ्यांसारखे राहा. वाघ बनून डरकाळी फोडू नका. केलं मी निसर्गाविरुद्ध! काय म्हणणं आहे तुमचं? मला जास्त वेळ नाही अन् तुमच्या व्याख्यानांसाठी तर मुळीच नाही. आता बास झालं. मला १५ वर्षं भविष्यात प्रवास करून यायचाय... तेवढा तुम्ही करून देताय की नाय ते बोला. करता ना?" तात्यासाहेबांचा निर्वाणीचा स्वर.

"नाही. त्रिवार नाही तात्यासाहेब!" डॉ. तळपुळेंचा ठाम स्वर!!

"ठीक आहे! इथं दुसरं कुणीही नाही. तुम्ही जिवंत जायचे नाही." तात्यासाहेब खुनशी नजरेने पाहत उत्तरले.

तात्यासाहेबांचा एकूण अवतार पाहून डॉ. तळपुळे घाबरले. हृदयात धडकी भरून त्यांना दरदरून घाम सुटला. या माणसाचे काहीच सांगता येत नाही म्हणून डॉ. तळपुळे मुकाटपणे उठले. न बोलता कामाला लागले. मनाविरुद्ध!!

तात्यासाहेब मात्र विजयी मुद्रेने, छद्मीपणाने हसत डॉ. तळपुळेंकडे पाहत होते.

डॉ. तळपुळेंनी अखेर निर्णय घेतलाच होता.

दुसऱ्याच दिवशी वर्तमानपत्रांमध्ये ठळक बातमी होती –

'भारताचे गृहमंत्री तात्यासाहेब घाटगे-पाटील मानसिक संतुलन बिघडल्याने दवाखान्यात दाखल. त्यांच्या मेंदूतील चेतापेशी संपूर्ण बाद झाल्याने ते दुरुस्त होणे अशक्य. त्यांच्यावर उपचार करणारे डॉक्टर अशा पद्धतीने मेंदूतील चेतापेशी बाद झालेला रुग्ण प्रथमच पाहत असल्याने आश्चर्य व्यक्त करत होते. हा संशोधनाचा एक स्वतंत्र विषय होऊ शकेल, असे वैद्यकीय क्षेत्रातील तज्ज्ञांचे मत आहे.'

डॉ. तळपुळे समाधानाने ती बातमी व त्यातील प्रतिक्रिया पाहत होते. निसर्गानेही आपले काम चोख बजावले होते.

गुरुत्वाकर्षणाच्या असह्य ताणाने तात्यासाहेबांच्या मेंदूतील चेतापेशी संपूर्ण

ढासळल्या होत्या. प्रयोगाची ही सीमा निसर्गानेच डॉ. तळपुळेंच्या लक्षात आणून दिली होती. भविष्यातील प्रयोगाविषयी आता फक्त त्यांनाच माहिती होती. ते स्वत:च एकमेव साक्षीदार होते. स्वत:वरही त्यांचा विश्वास नव्हता. कदाचित उद्या स्वार्थापोटी तेही निसर्गाविरुद्ध जाण्याची शक्यता होती; त्यामुळे त्यांनी तो निर्णय घेतला.

डॉ. तळपुळेंनी भविष्यात कायमचीच उडी घेऊन, स्वत: तयार केलेले काळ-यंत्र नेस्तनाबूत केले होते. कधीही परत न येण्यासाठी, निसर्ग नियमाचे उल्लंघन न करण्यासाठी...

◻

४

सोनियाची खाण

सुहास बोडकेने राष्ट्रीय पात्रता परीक्षा पास होताच, भौतिकशास्त्र विभागात डॉ. शिवराम मानशिंदे यांच्यासोबत काम करण्याचा व त्यांच्याच मार्गदर्शनाखाली पीएच.डी. करण्याचा निर्णय घेतला, तेव्हा विभागात बऱ्याचजणांच्या भुवया उंचावल्या गेल्या, कारण सुहास बोडके तसा बऱ्यापैकी स्कॉलर विद्यार्थी होता आणि स्कॉलर विद्यार्थी फक्त काही प्रस्थापित, प्रचलित व तथाकथित हुशार प्राध्यापकांकडेच जॉईन होण्याची प्रथा असल्याने सुहास बोडकेच्या निर्णयाने अनेकजणांना आश्चर्याचा धक्का बसला होता. तरीही सारी समीकरणे खोडून काढत अखेर सुहास बोडके मानशिंद्यांकडे जॉईन झालाच. आजपर्यंत इतरांनी डॉ. शिवराम मानशिदेंकडे कुठल्याही विद्यार्थ्याला फिरकू न देण्याचा विडाच उचलला होता. उघडपणे असे काही तट विभागात पडले होते. नव्याने रुजू होणाऱ्यांना न जाणवणारे; पण काही काळ रुळल्यानंतर माणसामाणसांतील मतभेद स्पष्ट होणारे. यातील एक शेवटचा प्रयत्न म्हणून, विभागप्रमुख प्रा. भोगे यांनी सुहास बोडकेला खास बोलावणे पाठवले.

तो येताच प्रा. भोगे म्हणाले, "सुहास! मी ऐकलंय, तू डॉ. मानशिंदेंकडे जॉईन होतो आहेस?"

डॉ. भोगे शरीराने स्थूल, गोरा वर्ण, थोडेसे पिंगुटलेले केस, जाड भिंगाचा चश्मा व त्यामागचे धूर्त घारे डोळे, मिठास वाणी, गोड बोलून समोरच्याचा काटा काढण्याचे कसब... आणि जो कुणी समोर येईल त्याच्याविषयी चांगले बोलून दुसऱ्याची मानहानी करण्याची प्रवृत्ती. डॉ. भोगेंचा हा विचित्र स्वभाव सोडला, तर ते एक हुशार भौतिकशास्त्रज्ञ होते यात वाद नाही.

सुहास बोडके आपली थंड नजर त्यांच्यावर टाकत म्हणाला, "होय, सर!"

"अरे, तुझ्यासारख्या विद्यार्थ्याला आपलं करिअर चांगल्या ठिकाणी व्हावं असं नाही का वाटत?" डॉ. भोगेंच्या चेहऱ्यावर सुहासच्या करिअरची खूपच काळजी असल्याचा आविर्भाव होता.

"हो तर! वाटतंय ना सर." सुहास आपल्या बोलण्याने विचलित झाला नव्हता, कारण त्याचे पदव्युत्तर शिक्षण इथेच झाल्याने प्रत्येकाचेच स्वभाव, गुण-दोष त्याला माहिती होते.

मग चश्म्याच्या वरच्या फटीतून डोळे रोखत प्रा. भोगे पुढे म्हणाले, "मी असं म्हणत नाही की, तू माझ्याकडे जॉईन हो; पण

आपल्याकडे बापट, करमरकर, शेजवलकर, जोशी, कुलकर्णी इ. भरपूर हुशार मंडळी आहेत. त्यांच्याकडे तू का जॉईन होत नाहीस?'' प्रा. भोगे त्याला अप्रत्यक्षपणे सुचवत होते.

''सर! पण माझी खरी रुची ही न्यूक्लिअर फिजिक्समध्ये असल्यानेच, मी डॉ. मानशिंदेंकडे जॉईन झालोय... आणि ते सध्या ज्या प्रॉब्लेम्सवर काम करत आहेत, त्यात मला विशेष रुची आहे!''

''काय डोंबलाचं काम चाललंय तिथे! बऱ्याच वर्षांत त्याचं काहीच आउटपुट नाहीये. जर न्यूक्लिअरमध्ये तुला रुची असेल, तर मग इथेच का? बार्क (BARC) मध्ये जा, कलपक्कमला जा. नाहीतर कुठल्याही आय.आय.टी.मध्ये जा. तुला सहज प्रवेश मिळेल. हवं तर मी तुला रेकमेंड करतो,'' प्रा. भोगे पुन्हा म्हणाले.

त्यांनी डॉ. मानशिंदेंविषयी सरळसरळ केलेले ते विरोधी वक्तव्य सुहासला खटकले होते. त्याच्या चेहऱ्यावर नापसंतीचे हावभाव येताच प्रा. भोगे पुढे तत्काळ उत्तरले, ''शेवटी हा तुझा वैयक्तिक प्रश्न आहे बघ! फक्त तू स्कॉलर व हुशार असल्यानं मला तुझ्या करिअरची काळजी आहे, एवढंच! इथे राहून तुझी बौद्धिक संपदा वाया जाऊ नये, अशी माझी प्रामाणिक इच्छा आहे. अर्थात, शेवटी निर्णय तुझाच राहील; पण एक विभागप्रमुख या नात्यानं तुला प्रांजळपणे मार्गदर्शन करणं हे मी माझं कर्तव्य समजतो.'' आणि त्यांनी मिश्कीलपणे पुन्हा आपले घारे डोळे त्याच्यावर रोखले होते.

सुहास बोडके त्यावर कुठलेही हावभाव न दर्शवता थंड प्रतिसाद देत म्हणाला, ''माझ्याविषयीच्या आस्थेबद्दल धन्यवाद सर! मी जरूर विचार करीन.'' आणि तो उद्विग्न मन:स्थितीत बाहेर पडला. प्रा. भोगेंच्या असल्या बोलण्याचा त्याला राग आला होता. सरळ कुणाविरुद्ध असे बोलणे त्याला मुळीच रुचले नव्हते आणि इथे तर खुद्द त्याच्या मार्गदर्शकावरच सारा रोख होता.

डॉ. शिवराम मानशिंदे पंचेचाळिशीचे बांधेसूद आणि बुटकेसे गृहस्थ होते. डोळ्यांवर सतत चश्मा. चेहऱ्यावर नियमित गंभीरता. किंबहुना विभागातील वातावरणामुळे वर्षानुगणिक जास्तच अंतर्मुख होत गेलेले. दहा वर्षांपूर्वी डॉ.मानशिंदेंनी बुद्धीच्या जोरावर या विभागाची अभेद्य व्यूहरचना मोडीत काढून प्रवेश केला होता. हा प्रवेश अनपेक्षित असल्याने त्या वेळी फॅकल्टीमध्ये कमालीची अस्वस्थता पसरली होती. त्यांच्या प्रवेशाला कारणीभूत होते, त्या वेळचे विभागप्रमुख डॉ. स्वामीनाथन. कारण त्यांचा सामाजिक दृष्टिकोन व्यापक असल्याने, डॉ. मानशिंदेंचा तिथे प्रवेश होऊ शकला होता. डॉ. स्वामीनाथन निवृत्त झाल्यानंतर मात्र मानशिंदेंविरुद्ध असहकारच पुकारला गेला. यातून त्यांच्या प्रगतीला आपोआपच खिंडार पडले होते. पावलोपावली अडथळे निर्माण होऊ लागल्याने, संशोधनाला हवी तशी गती मिळत

नव्हती; त्यामुळे ते नाराज होऊन, हळूहळू त्यांचे मानसिक खच्चीकरण होऊ लागले. शिवाय ते स्वत: उत्कृष्ट शिक्षक असूनही त्यांच्याविरुद्ध चांगले शिकवत नसल्याच्या तक्रारी होऊ लागल्या. क्वांटम मेकॅनिक्स, क्लासिकल मेकॅनिक्स, स्टॅटिस्टिकल मेकॅनिक्स यांसारख्या मूलभूत विषयांचे ज्ञान त्यांना नसल्याची कुजबूज काही प्रतिभावंतांनी सुरू केली होती. तरीही ते शांत होते. गेली दहा वर्षे कुणी त्यांच्याकडे संशोधनासाठी विद्यार्थी फिरकू दिला नव्हता; पण या सर्वांना एकटा सुहास बोडके अपवाद ठरला होता. त्याने कुणालाही न जुमानता डॉ. मानशिंदेंसोबत काम करण्याचा निर्णय घेतला होता. त्यांच्या शैक्षणिक व संशोधन कारकिर्दीतला तो एकमेव विद्यार्थी होता.

एवढे असूनदेखील डॉ. मानशिंदेंनी चिकाटीने आपले संशोधनकार्य सुरू ठेवले होते. विभागातील पूर्वग्रहदूषित वातावरणामुळे त्यांच्या स्वभावात मात्र कमालीचा फरक झाला होता. एकलकोंडे व सतत आपल्याच विश्वात वावरणारे असे; त्यामुळे त्यांच्यावर कुणी टीका अथवा कोटी केली, तरी ते कुणाशी जास्त संबंधही ठेवत नसत. घरातून निघून ते सरळ प्रयोगशाळेतच शिरत असत. आतापर्यंत ते स्वत: एकट्यानेच प्रयोग करत. सर्वसाधारण माणसाच्या आवाक्याबाहेरचे प्रयोग त्यांच्या डोक्यात घोळत असत. आता मात्र मदतीला सुहास बोडके आला होता. तरीही काही महत्त्वाचे प्रयोग ते स्वत:च रात्री-बेरात्री एकट्यानेच येऊन करत असत.

प्रायोगिक न्यूक्लिअर भौतिकशास्त्रामध्ये त्यांचे राष्ट्रीय पातळीवर बऱ्यापैकी काम होते. स्वत: त्यांनी विभागात न्यूट्रॉन जनित्र बांधून, विद्यापीठ पातळीवर भारतातील एकमेव सुविधा निर्माण केली होती. न्यूट्रॉन कार्यप्रवण करून माहीत नसलेल्या पदार्थांमध्ये मूलद्रव्ये शोधणे, समस्थानिके (Isotopes), किरणोत्सारिता (Radioactivity), न्यूट्रॉन्सनी तयार केलेल्या विविध पदार्थांतील समस्थानिके व किरणोत्सारिता, त्यातून निघणारे विविध मूलकण, स्फोटकांचे पृथक्करण, अणुगर्भीय प्रक्रिया इत्यादी महत्त्वाच्या विविध विषयांवर ते संशोधन करत होते; पण ते करत असलेले हे व्यापक संशोधन, विभागात कुणालाच ठाऊक नव्हते. किंबहुना ते सादर करण्याची संधी त्यांना तेथे दिलीच गेली नव्हती. कारण विद्यमान विभागप्रमुखांनी त्यांना या बाबतीत एन्टरटेनच केले नव्हते आणि डॉ. मानशिंदेंनीही त्याची कधी फिकीर केली नव्हती. नुकताच त्यांना बोर्ड ऑफ रिसर्च फॉर न्यूक्लिअर सायन्स (BRNS)च्या वतीने, न्यूट्रॉन्सच्या साहाय्याने स्फोटकांचे पृथक्करणांसंबंधी एक कोटीचा प्रकल्प मंजूर झाला होता. विभागात एवढा मोठा आर्थिक प्रकल्प प्रथमच आला होता; पण तरीही विभागप्रमुख प्रा. भोगेंनी प्रोत्साहनपर थाप तर नाहीच; पण प्रकल्पाविषयी साधी चौकशीही केली नव्हती. डॉ. मानशिंदेंना हे राजकारण ठाऊक असल्याने त्यांनी ती अपेक्षाही ठेवली नव्हती.

नेहमीप्रमाणे डॉ. मानशिंदे आपल्या प्रयोगशाळेतील एका कोपऱ्यातील छोटेखानी केबिनमध्ये कुठलातरी संशोधन पेपर गंभीरपणे वाचत बसले होते. तेवढ्यात सुहास बोडके आत येत म्हणाला, "आत येऊ का सर?"

त्यांनी त्याच्याकडे मख्खपणे चश्म्यातूनच पाहिले व म्हणाले, "ये ना! सुहास बैस."

समोरची खुर्ची ओढत सुहास बोडके बसत म्हणाला, "मी तुमच्याबरोबरच संशोधन करण्याचा निर्णय घेतला आहे."

"अजून एकदा विचार करून बघ! हवं तर दुसऱ्यांनाही भेटून बघ." त्याच्याकडे थंड नजरेने पाहत डॉ. मानशिंदे म्हणाले.

सुहास पुन्हा ठामपणे म्हणाला, "माझा निर्णय पक्का आहे सर!"

"माझी काहीच हरकत नाहीये सुहास. उद्या उठून माझ्याविरुद्ध तुला कुणी काहीही सांगू शकेल!" डॉ. मानशिंदे त्याच्या मनाचा अंदाज घेत म्हणाले होते.

"त्याची कल्पना आहे सर मला," तो आत्मविश्वासाने बोलला होता.

"ठीक आहे सुहास! तू कामाला सुरुवात करू शकतोस," आणि पुढ्यात असलेला एक कोरा कागद घेत ते पुढे सांगू लागले, "मला नुकताच न्यूट्रॉन्सच्या साहाय्याने स्फोटकांच्या पृथक्करणांसंबंधीचा एक प्रकल्प मंजूर झाला आहे. त्यावरच तू काम कर. इंटरेस्टिंग प्रॉब्लेम आहे. साधारण स्फोटकांमध्ये कार्बन, ऑक्सिजन व नायट्रोजन ही मूलद्रव्यं असतात. त्यांच्याशी जर न्यूट्रॉन्सची अणुगर्भीय प्रक्रिया झाली, तर त्यातून ठरावीक ऊर्जेची गॅमा किरणे बाहेर पडतात आणि तेच जर आपण डिटेक्ट केले, तर स्फोटकांत ऑक्सिजन, नायट्रोजन व कार्बन यांचं समप्रमाण किती असतं, हे तत्काळ शोधता येऊ शकतं. मला वाटतं, यावरच तू संशोधन करावंस. त्याआधी न्यूट्रॉन जनित्रासंबंधी अभ्यास करून तो पाहून घे आणि संदर्भ संशोधन पेपरही चाळ."

सुहास बोडके ऐकतच राहिला. स्फोटकांवरच्या विषयाने त्याच्यात अधिक रुची निर्माण झाली होती. संशोधनाचा प्रॉब्लेम त्याला मनापासून आवडला होता. कारण आज देशाला अशाच उपयुक्त संशोधन प्रकल्पाची गरज होती. तो हर्षभरित होत म्हणाला, "सर! मला यात संशोधन करायला आवडेल. मी संदर्भ पेपर्स व लवकरच न्यूट्रॉन जनित्रावर काम करायला सुरुवात करीन, थँक्यू सर!" सुहास उठला व डॉ. मानशिंदे पुन्हा संशोधन पेपर वाचण्यात गढून गेले.

सुहासला स्फोटकांवरचा विषय दिला असला, तरी डॉ. मानशिंदे यांची स्वतःची रुची एका वेगळ्याच संशोधनामध्ये होती आणि त्यावर ते स्वतःच काम करणार होते. प्रत्येक मूलद्रव्यावर न्यूट्रॉन्सची अणुगर्भीय प्रक्रिया होत असल्याने, त्यापासून समस्थानिके व स्थिर अशी वेगवेगळी मूलद्रव्ये मिळतात, असे त्यांनी शोधले होते.

जर का सिलिकॉन धातू घेतला आणि त्याच्या अणुगर्भाशी न्यूट्रॉनची प्रक्रिया घडवून आणली, तर संपूर्ण सिलिकॉन धातू फॉस्फरस या मूलद्रव्यात रूपांतरित करण्याची क्षमता होती. याचाच अर्थ एका मूलद्रव्याचे रूपांतर दुसऱ्या एका स्थिर मूलद्रव्यामध्ये होत असल्याने मूळ मूलद्रव्ये आपले सर्वच गुणधर्म विसरून, दुसऱ्याच मूलद्रव्याचे गुणधर्म घेतात. कॉपर, ॲल्युमिनिअम, कार्बन, सिल्व्हर ही सर्वच मूलद्रव्ये न्यूट्रॉनशी परस्पर क्रियाशील झाल्यानंतर, दुसऱ्या मूलद्रव्यांमध्ये रूपांतरित होणार होती आणि यातच डॉ. मानशिंदेंना रुची निर्माण झाली होती. गेले सहा महिने ते याच संशोधनाचा पाठलाग करत होते. पाठलाग करत असतानाच एक सुखद कल्पना त्यांच्या डोक्यात तरळून गेली. न्यूट्रॉन्सची प्रक्रिया करून सोनेच निर्माण करता आले तर? ही कल्पना मनात येताच त्यांनी तशी मूलद्रव्ये आणि त्यांच्या न्यूट्रॉनशी अणुगर्भीय प्रक्रियेच्या शक्यतेचा शोध घेतला. त्यातून प्लॅटिनम, इरिडिअमसारख्या मूलद्रव्यांच्या अणुगर्भीय प्रक्रियेची शक्यता जास्त आढळत असल्याचे दिसले; पण ही मूलद्रव्ये तशी महागडीच असल्याने त्याचा फारसा उपयोग होणार नव्हता.

पुन्हा काही दिवस त्यांनी वेगवेगळे संदर्भ चाळून, गणिते मांडून मूलद्रव्ये व प्रक्रियेची शक्यता शोधण्याचा प्रयत्न केला. शेवटी शिसे (Lead) या मूलद्रव्याशी होणाऱ्या उच्च ऊर्जा असलेल्या न्यूट्रॉन्सच्या प्रक्रियेची शक्यता त्यांना आढळून आली आणि ते कमालीचे हर्षभरित झाले. शिसे पृथ्वीवर मुबलक प्रमाणात उपलब्ध होते आणि स्वस्तही! शिशाच्या अणुगर्भावर न्यूट्रॉन्सचा मारा केला, तर त्याच्या अणुगर्भातून दोन न्यूट्रॉन्स आणि दोन प्रोटॉन्स बाहेर पडून, प्लॅटिनम समस्थानिक तयार होत होता. हाच समस्थानिक साधारण एक मिनिटाच्या अर्धायनात (Half Life) दोन बीटा कण बाहेर टाकून, सोन्याच्या प्रकारची प्रक्रिया प्रथम सैद्धान्तिकरीत्या मांडण्यात डॉ. मानशिंदेंना यश आले होते. अर्थात प्रायोगिक तत्त्वावर त्याची सिद्धता करणे हे त्यांच्या दृष्टीने महत्त्वाचे होते आणि आव्हानही!

या पुढचा त्यांचा ध्यास शिसे या धातूवर प्रयोग करण्याचा होता. सैद्धान्तिक प्रक्रिया तयार होती. न्यूट्रॉन्स जनित्र तयार होते. गॅमा डिटेक्टर्स तयार होते आणि पदार्थही सहजगत्या उपलब्ध होता. प्रयोगाला लागणाऱ्या जवळजवळ सर्वच गोष्टी तयार असल्याने उद्याच त्यांनी प्रयोग करण्याचे ठरवले आणि तोही दिवसाच. नेहमीच्या सर्वसाधारण प्रयोगासारखाच.

***

डॉ. मानशिंद्यांशी चर्चा झाल्यापासून सुहास बोडके झपाटल्यासारखा कामाला लागला होता. न्यूट्रॉन्स, न्यूट्रॉन्स जनित्रे, त्यांचे कार्य, न्यूट्रॉन कार्यप्रवण पृथक्करण, समस्थानिके, पदार्थातील विविध मूलद्रव्ये, स्फोटके व त्यांचे कार्य या संदर्भात तो वाचू लागला. त्यात त्याला प्रचंड रुची निर्माण होऊ लागली. वेगवेगळी विश्वे

त्याच्यासाठी खुली होऊ पाहत होती. प्रत्येक वेळी डॉक्टरांशी त्याची चर्चा होऊ लागली. या चर्चेतूनच त्याला डॉ. मानशिंदेंचे विविध पैलू दिसू लागले. प्रथम ते प्रचंड हुशार असल्याचे त्याच्या लक्षात आले. शिवाय ते स्वत: प्रयोगशाळेत सतत कार्यमग्न असतात, हे त्याच्या लक्षात आल्याने त्यांच्याविषयी त्याचा आदर द्विगुणित झाला. विभागातील एकही प्राध्यापक असा रात्रंदिवस त्यांच्या तोडीचे काम करत नव्हता. अशा डॉ. मानशिंदेंविषयी विभागाचे कलुषित मत ही खरे तर दुर्दैवी घटना होती. भौतिक, विशेषत: न्यूक्लिअर शास्त्राला वाहून घेणारा एकमेव शास्त्रज्ञ तो या विभागात पाहत होता.

सुहासच्या हेही लक्षात आले होते की, डॉ. मानशिंदे हे मितभाषी व आपल्याच विश्वात रमणारे शास्त्रज्ञ आहेत. ते सतत कुठल्या ना कुठल्या प्रयोगात स्वत:ला गुंतवून ठेवत असत. त्यांच्या या वर्तनाचा सुहास हा एकमेव साक्षीदार होता. त्यांच्या काही प्रयोगांच्या वेळी तो स्वत: हजर असायचा. एरवी मितभाषी असणारे डॉ. मानशिंदे, काही शंका विचारताच खुलत आणि पुढे तासन्तास त्यावर चर्चा करत असत, शिवाय आताशी चेहऱ्याआड दडलेले त्यांचे गूढ व्यक्तिमत्त्वही त्याला जाणवू लागले होते.

दुसऱ्या दिवशी सकाळी लवकरच सुहास बोडके प्रयोगशाळेत आला. हल्ली तोही लवकर येऊन, न्यूट्रॉन जनित्राची माहिती घेऊ लागला होता. त्याच्या आधीच डॉ. मानशिंद्यांना आलेले पाहून त्याला आश्चर्य वाटले. कारण सहसा डॉक्टरांची रात्री उशिरापर्यंत काम करण्याची सवय त्याला माहीत झाली होती. न्यूट्रॉन जनरेटरचा लाल दिवा चालू होता. याचाच अर्थ डॉ. मानशिंद्यांनी न्यूट्रॉन जनित्र सुरू केलेले होते. लाल दिवा चालू म्हणजे कुणीही आत प्रवेश करू नये, याचा तो संकेत असायचा. कारण न्यूट्रॉन हे मानवी शरीरावर विपरीत परिणाम करत असत; त्यामुळे ही काळजी घेण्यात आली होती; पण तेवढ्यात आपल्याच तंद्रीत, हवेत हातवारे करत डॉ. मानशिंदे लाल दिव्याच्या दारातून जनित्र प्रयोगशाळेत घुसले होते. ते पाहून सुहास बोडकेला आश्चर्य वाटले. सर न्यूट्रॉन जनित्र सुरू असताना आत का गेले, हे त्याला कोडेच पडले. त्याच्या संशोधनाची वृत्ती त्याला आता स्वस्थ बसू देईना. सर चुकून तर आत गेले नाहीत ना? मनात आलेल्या या शंकेमुळे त्यानेही न्यूट्रॉन जनित्र प्रयोगशाळेत शिरण्याचा निर्णय घेतला.

दाराचा हळूच किर्रर आवाज करत त्याने आत प्रवेश करताच, आतले वातावरण भारावल्यासारखे जाणवले. तरी सुहास निकराने पुढे गेला आणि डावीकडे वळताच त्याला भव्य न्यूट्रॉन जनित्र दृष्टीस पडले आणि तो चांगलाच हादरला. कारण तेथे त्याला डॉ. मानशिंदे दिसलेच नाहीत. त्याने न्यूट्रॉन जनित्राच्या खोलीचा कोपरा न कोपरा डोळ्यांखालून घातला; पण तिथे कुठेही डॉक्टरांचा पत्ता नव्हता. त्याने पुन्हा

आठवण्याचा प्रयत्न केला. पाच मिनिटांपूर्वीच डॉ. मानशिंदे त्याच्यासमोरच न्यूट्रॉन जनित्राच्या खोलीत शिरले होते. त्याने पुन:पुन्हा स्मरणशक्तीला ताण दिला. सर याच खोलीत शिरले, याची त्याला खात्री झाली होती. मग ते गेले कुठे? असे कसे नाहीसे झाले? मला दृष्टिसातत्यता तर नाही ना, म्हणून त्याने पुन्हा खात्री करून घेतली; पण तसे काहीच नव्हते.

आता मात्र तो घाबरला, कारण डॉ. मानशिंदे अदृश्य झाले होते. तेथील वातावरण कमालीचे जड झाले होते. तो अजून पुढे गेला आणि शहारला. त्याच्या अंगावर रोमांच उभे राहिले. डोक्यावरचे व शरीरावरचे केस सरळ उभे राहिले. असे वातावरण तो प्रथमच अनुभवत होता. काहीतरी विचित्र घडत असल्याची जाणीव त्याला झाली. डॉक्टरांचे काही बरे-वाईट तर झाले नाही ना, अशी शंकाही त्याच्या मनात येऊन गेली... आणि त्याच्या अंगावर काटा उभा राहिला. पुन्हा एकवार त्याने नजर फिरवली; पण मानशिंदे त्याला कुठेही दिसले नाहीत. तो अस्वस्थ झाला आणि झटक्यात परत फिरला. बाहेर आला तेव्हा त्याचे अंग घामाने थबथबलेले होते. धाप लागावी तशी छाती वर-खाली होत होती, हृदय धडधडत होते. नाही म्हणायला आताशा त्याला डॉ. मानशिंद्यांचे व्यक्तिमत्त्व गूढ आणि रहस्यमय वाटायला लागले होते. तो आपल्या खुर्चीत येऊन धाडकन बसला... आणि एका वेगळ्याच दिशेने विचार करू लागला.

सुहास थोडा शांत झाला; पण त्याचे मन शांत झाले नव्हते. सरांचे प्रयोगादरम्यान नेमके काय झाले? या प्रश्नाने तो अस्वस्थ झाला. त्यांचे नाहीसे होणे म्हणजे प्रयोगाचा काही दुष्परिणाम असावा का?... आपण अदृश्य झालो याची जाणीव त्यांना असेल का? अशी प्रश्नमाला त्याला छळत होती. त्यांची उत्तरे सापडल्याशिवाय त्याचे मन शांत होणार नव्हते. त्याने सरळ डॉ. मानशिंद्यांनाच स्पष्ट विचारण्याचे ठरवले, पण सर तिथे होतेच कुठे?

तेवढ्यात डॉ. मानशिंद्यांचेच त्याला बोलावणे आले. तो आश्चर्याने, मोहिनी पडावी तसा त्यांच्या केबिनकडे झेपावला. डॉक्टरांना सुस्थितीत पाहून त्याला हायसे वाटले. त्यांच्या शांत व काहीशा गूढ होत चाललेल्या मुद्रेकडे पाहत सुहास म्हणाला... "सर!.."

"हं. सुहास...ये." त्यांचा आवाज घोगरा झाला होता. आपला गंभीर चेहरा व थंड डोळे त्याच्यावर रोखत, हातातील एक नमुना पुढे करत ते म्हणाले, "हा शिशाचा नमुना आहे. त्याला न्यूट्रॉन्सची काही मात्रा (dose) देऊन प्रज्वलित केलेला आहे. तरी मला या नमुन्याचा इंडेक्स (मूलद्रव्यांची माहिती देणारी सारणी) काढून आणून देतोस का?"

शिशाचा नमुना डॉ. मानशिंदेंनी सुहासच्या हातात दिला. त्याने तो थोडा

चाचरतच हातात घेतला. ते पाहून डॉ. मानशिंदे म्हणाले, "घाबरू नको. या धातूशी होणाऱ्या अणुगर्भीय प्रक्रियेचा अर्धायन खूपच कमी म्हणजे एकच मिनिट असल्याने, त्याच्यातील किरणोत्सारिता संपूर्ण नष्ट झालेली आहे. आता त्यातून कुठल्याही प्रकारची प्रारणं बाहेर पडत नाहीयेत. या प्रक्रियेतून निघणारे ठरावीक ऊर्जेचे गॅमा किरण डिटेक्ट करून, मी त्यांची पडताळणी करून घेतली आहे. यावर अणुगर्भीय प्रक्रिया तर घडलीच आहे. फक्त शिशाच्या समस्थानिकांपासून कुठली आणि किती स्थिर मूलद्रव्यं तयार झालेली आहेत ते मला हवंय, म्हणून इंडेक्स करून आण. मी इथेच आहे."

डॉक्टरांनी सर्व काही स्पष्टीकरण दिले होते. तरीही सुहास तिथेच घुटमळत असलेला पाहून त्यांना आश्चर्य वाटले.

सुहासचे मन अजूनही अस्वस्थ होते. मघाचा प्रसंग त्याच्या मनातून जात नव्हता. सरांना त्याविषयी आताच विचारावे का, या द्विधावस्थेत त्याचे मन दोलायमान होत होते. म्हणून तो तिथेच घुटमळत राहिला. त्याच्या मनाची घालमेल पाहून डॉ. मानशिंद्यांनी त्याला विचारले, "सुहास, एनी प्रॉब्लेम?"

पुन्हा अस्वस्थ हालचाल करत तो उच्चारला, "सर! एक विचारू का?"

"विचार ना."

"मघाशी तुम्ही न्यूट्रॉन जनित्र सुरू असताना त्या प्रयोगशाळेत शिरलात. तेव्हा तुमच्या मागे मीही अनवधानानं आलो; पण मला तुम्ही तिथे दिसला नाहीत आणि शिवाय माझ्या अंगावरचा केसन् केस उभा राहिला होता. तुमच्या परवानगीशिवाय मी आत गेल्याबद्दल मला क्षमा करा, सर!"

डॉक्टर आश्चर्याने पाहतच राहिले. चालू न्यूट्रॉन जनित्रामध्ये परवानगीशिवाय शिरल्याबद्दल त्यांना थोडासा राग आला होता; पण त्याने जे वास्तव वक्तव्य केले होते, त्यावर ते अविश्वासाने क्षणभर स्तब्ध राहिले. पुन्हा खात्री करून घेत ते म्हणाले, "सुहास, आर यू शुअर? मी तिथे तुला दिसलो नाही?"

"होय सर! शंभर टक्के. तुम्ही तिथे नव्हताच. शिवाय ते वातावरण भारावल्यासारखं वाटून, माझ्या अंगावर रोमांचदेखील उभे राहिले होते. त्याचं नेमकं काय कारण असावं?"

या प्रश्नावर डॉ. मानशिंदे सावरून बसले. चेहरा कमालीचा गंभीर झाला होता. सुहासकडे पाहत ते म्हणाले, "सुहास! न्यूट्रॉन जनित्राच्या उच्च दाबामुळे आजूबाजूचा किमान दहा फूट परिसर हा भारांकित झाला असावा. कारण जनित्राच्या उच्च दाबाच्या क्षेत्रामुळे तेथील हवेचं आयनिभवन होऊन, ऋण आणि धन भारित वातावरणात माणसानं प्रवेश केला, तर विद्युत भारातील फरकामुळे आपल्या शरीरावरचे केस उभे राहणं शक्य आहे. यामुळेच तुझ्या अंगावर रोमांच उभे राहून,

तुला एक वेगळ्या प्रकारचं फीलिंग आलं असेल. शिवाय मी तुला दिसलो नाही यालाही वातावरणातील ऋण व धन कण कारणीभूत असावेत. मी त्यांच्या पलीकडे असल्यानं, माझ्यापासून परावर्तित होणारा प्रकाश तुझ्यापर्यंत न पोहोचल्याने मी तुला दिसू शकलो नाही आणि शिवाय मी तिथेच असून, तुझंही अस्तित्व मला जाणवलं नाही.''

सुहास डॉक्टरांच्या स्पष्टीकरणाने सुखावला होता. मनाला पटेल असेच शास्त्रीय कारण त्यांनी सांगितले होते; त्यामुळे त्यांच्या बुद्धीची झळाळी पाहून तो अधिकच प्रभावित झाला. सुहास समाधानाने शिशाचा नमुना घेऊन गेला.

मात्र सुहास जाताच डॉक्टर हादरले होते. आपण प्रयोगशाळेत नाहीसे झालो या सुहासच्या वक्तव्याने त्यांना धक्काच बसला होता. याची कल्पना त्यांना स्वत:लाही नव्हती. त्याला तात्पुरते शास्त्रीय स्पष्टीकरण देऊन त्यांनी वेळ निभावून नेली; पण ते योग्य नव्हे, याची जाणीव त्यांना झाली. वातावरणातील विद्युतभारित ऋण व धन कणांमुळे शरीरावरचे बदल घडणे शक्य होते; पण संपूर्ण माणूसच अदृश्य होण्याचे कारण काय असावे? ते विचार करू लागले. आपल्या शरीरावर न्यूट्रॉन्सची काही प्रक्रिया तर झाली नाही? त्यामुळे कदाचित तिथे समस्थानिके निर्माण होऊन अदृश्य किरणे बाहेर पडत असतील? किंवा आपल्या शरीरावर होणारा तो न्यूट्रॉन्सचा परिणाम असू शकेल? पण या क्षणी न्यूट्रॉन्सचा काय परिणाम झाला, यापेक्षा न्यूट्रॉन्समुळे शिशाच्या अणूचे सोन्याच्या अणूमध्ये रूपांतर झाले की नाही, याविषयी त्यांना जास्त उत्सुकता होती. क्षणभर सुहासला आपण का दिसू शकलो नाही याची कारणमीमांसा शोधण्यापेक्षा, आताच्या चालू असलेल्या प्रयोगावर त्यांनी लक्ष केंद्रित केले आणि ते त्या संदर्भात विचार करत सुहासची वाट पाहू लागले. तेवढ्यात तो इंडेक्सचे परिणाम घेऊन आला. त्याच्या हातात न्यूट्रॉन्सनी (irradication) प्रज्वलित केलेला शिशाचा स्पेक्ट्रम होता, तो देत सुहास म्हणाला, ''घ्या सर!''

तो आलेख हातात घेत डॉक्टर हसत म्हणाले, ''थँक्स सुहास! ओके, आय विल कॉल यू लेटर.''

''ओके सर!''

सुहास वळणार तेवढ्यात, त्याला अडवत ते म्हणाले, ''एक मिनिट.'' सुहासने मागे वळून पाहिले. डॉ. मानशिंदे त्याच्याकडे पाहत म्हणाले, ''यापुढे असं उच्च दाबाच्या न्यूट्रॉन्स जनित्रात तो सुरू असताना शिरण्याचं धाडस करू नको, कारण ती फार मोठी जोखीम आहे. कदाचित अपघातही होऊ शकतो, सो टेक केअर.''

''ठीक आहे सर! यापुढे मी काळजी घेईन.'' त्याने स्मित करत सांगितले व

केबिनबाहेर पडला.

डॉक्टर क्षणभर सुहास गेलेल्या दिशेने शून्यात पाहत राहिले. पुन्हा डोक्यात इतर असंख्य प्रश्न गोंधळ घालण्याआधी त्यांनी समोरच्या शिशाच्या आलेखावर लक्ष केंद्रित केले आणि आश्चर्याने त्यातील एक पीक (peak) पाहून ते त्यांच्या चेहऱ्यावरचा आनंद लपवू शकले नाहीत.

बारकाईने आलेखाचे पृथक्करण करता, त्यांच्या असे लक्षात आले की, जो मोठा पीक होता तो शिशाच्या अणूंचा होता व छोटा पीक होता तो सोन्याच्या अणूंचा होता. याचाच अर्थ न्यूट्रॉन्सच्या प्रक्रियेतून शिशाच्या अणूचे सोन्यात रूपांतर झाले होते. त्याचे प्रमाण अत्यल्प असले, तरी ही प्रक्रिया निश्चितपणे घडली होती; त्यामुळे त्यांना वेगळाच हुरूप आला. त्यांनी प्रयोगाच्या काही आवश्यक अटी घेऊन शिशाच्या प्रमाणात सोन्याच्या अणूंची किती निर्मिती झाली, याची आकडेमोड करून पाहिली. त्यातून त्यांना साधारण दोनशे मिलिग्रॅम जस्ताच्या प्रमाणात, दहा नॅनो ग्रॅम सोने तयार झाल्याचे आढळले.

डॉ. मानशिंदे हर्षभरित झाले होते. एक सुखद परिणाम त्यांना मिळाला होता. बऱ्याच वर्षांचे परिश्रम त्यासाठी कामी आले होते. या परिणामाने त्यांचा उत्साह द्विगुणित झाला होता आणि या संशोधनाने त्यांच्याविषयी बडबड करणारी तोंडेही बंद होणार होती.

या संशोधनामध्ये अजून बरीच मजल मारायची आहे, याची जाणीव मात्र डॉ. मानशिंद्यांना होती. कारण शिशाच्या प्रमाणात सोन्याची निर्मिती ही अत्यल्प होती. व्यवहारात त्याचा उपयोग करता येणार नव्हता. याला कारण म्हणजे न्यूट्रॉन्सची मात्रा (Dose), ती फारच कमी होती. अधिक वेळ शिसे न्यूट्रॉन्सनी प्रज्वलित केले, तरी मायक्रोग्रॅमपेक्षा जास्त सोने निर्माण करणे प्राप्त परिस्थितीत अवघड होते आणि शिवाय त्यांच्यावर इतर काही प्रायोगिक बंधनेही होती.

हाच विचार करत असताना त्यांच्या असे लक्षात आले की, जर न्यूट्रॉन्सची मात्रा वाढवली, तर सोन्याचे प्रमाण शिशाच्या समप्रमाणात वाढू शकणार होते. आताची न्यूट्रॉन्सची मात्रा ही सेकंदाला एका सें.मी. स्क्वेअर परिक्षेत्रात $१०^{८}$ एवढी होती. हीच जर दुप्पट केली, तर ते प्रमाण निश्चितच वाढणार होते. त्यासाठी आयन स्रोताचीच मात्रा वाढवणे गरजेचे होते आणि सद्य:स्थितीत एवढी मात्रा मिळवणे हे मोठेच आव्हान होते. डॉक्टरांनी मात्र आयन स्रोताची मात्रा वाढवण्याचा निश्चय केला होता.

डॉ. मानशिंदे पुन्हा एकट्यानेच कामाला लागले. त्या संदर्भातील संदर्भ ग्रंथ रात्रंदिवस चाळू लागले. स्वत: आकडेमोड करून आयन स्रोताची मात्रा मिळवण्याचे प्रयत्न करू लागले. सुहास स्वतंत्रपणे वेगळ्या विषयावर काम करत असल्याने,

डॉ. मानशिंद्यांनी त्याला यात सहभागी करून घेतले नव्हते. तरीही तो डॉक्टरांचे परिश्रम त्रयस्थपणे पाहत होता, निरीक्षण करत होता.

दरम्यान, सुहासच्या असे लक्षात आले की, डॉ. मानशिंदे हे काहीसे घुमे, एकलकोंडे, रहस्यमय आणि गूढ होत चाललेत. कदाचित हा त्याचा भ्रम असू शकेल, असेही त्याला वाटले; पण त्यांच्यात बदल होतोय ही नोंद मात्र त्याने घेतली होती.

मध्यंतरीच्या काळात डॉक्टर कित्येक दिवसचे दिवस नाहीसे होत... आणि जेव्हा प्रयोगशाळेत येत, तेव्हा एक प्रकारचे वेगळे गूढ वलय घेऊनच आत शिरत असत. सुहासला त्यांचे हे वागणे थोडे विचित्र वाटत होते. विभागातही त्यांच्या या अनियमित व विचित्र वागण्यामुळे पुन्हा कुरबुरी सुरू झाल्या. त्यांच्याविषयीच्या चर्चेला नवेच उधाण आले. सुहासला त्याचा चांगलाच मनस्ताप होऊ लागला.

साधारण सहा महिन्यांनंतर, डॉ. मानशिंद्यांना आयन स्रोताची पर्यायाने न्यूट्रॉन जनित्राची मात्रा वाढवण्यात यश आले होते. विशेषत: एका सेकंदात, एक सें.मी. स्क्वेअर क्षेत्रात $१०^{१६}$ एवढे न्यूट्रॉन्स पडू शकतील, असा स्रोत तयार करून त्यांनी परिणाम मिळवले होते; त्यामुळे शिशापासून सोने मिळवण्याचा वेग निश्चितपणे वाढणार होता, याची त्यांना खात्री वाटत होती.

***

मध्यंतरी दोन दिवस त्यांनी पुन्हा या नवीन स्रोताबरोबरच्या प्रयोगाची तयारी सुरू केली. सर्व व्यवस्था पूर्ववत असल्याने त्यांना फारसे परिश्रम पडले नव्हते... आणि आज रात्री त्यांनी पुन्हा प्रयोग करायचे ठरवले.

मध्यरात्र उलटून गेली. वातावरणात कमालीचा गारठा होता. डॉ. मानशिंदे विभागातल्या प्रयोगशाळेत हजर झाले. या वेळी तिथे कुणीही नव्हते. फक्त विभागाच्या प्रवेशद्वाराजवळ एक कुत्रे शरीराचे मुटकुळे करून झोपले होते. कदाचित ते थंडीने गारठले असावे, म्हणूनच त्याने डॉक्टरांच्या येण्याची दखल घेतली नसावी. पूर्वीचे बहुतेक सारे प्रयोग त्यांनी अशाच एकांतात केले होते. आजचा प्रयोगही त्याला अपवाद नव्हता.

नियंत्रण कक्षात जाऊन त्यांनी न्यूट्रॉन जनित्र सुरू करण्यासाठी लागणाऱ्या उच्चदाब, गॅस, आयन स्रोत इत्यादी यंत्रणा सुरू केल्या आणि न्यूट्रॉन जनित्राच्या खोलीत जाऊन दहा ग्रॅम शिशाचा नमुना, जिथून न्यूट्रॉन झोत बाहेर येतो त्या ठिकाणी लावला. तिथून निघणाऱ्या तारा व्यवस्थित जोडलेल्या आहेत की नाही, याची खात्री केली. जनित्रातील निर्वात पातळी हवी तशीच होती. हीच अणुगर्भीय प्रक्रिया नीटपणे घडते की नाही हे पाहण्यासाठी डिटेक्टरचे आउटपुट थेट नियंत्रण कक्षातील यंत्रणेशी जोडण्यात आले होते. तिथून निघणाऱ्या ठरावीक गॅमा किरणांच्या

आधारे तीच प्रक्रिया घडते आहे अथवा नाही हे डॉक्टरांना नियंत्रण कक्षात कळणार होते. त्यांनी त्यासाठीचा संगणक सुरू केला. प्रयोगाची सुसज्जता झालीच होती. पुन्हा नियंत्रण कक्षात येऊन आयन स्त्रोत सुरू करत, त्यांनी न्यूट्रॉन जनित्र चालू केले.

न्यूट्रॉन जनित्रातून न्यूट्रॉन्स बाहेर पडून, शिशावर आदळून त्यातून निघणाऱ्या गॅमा किरणांचा आलेख संगणकावर आकार घेत होता. डॉक्टरांचा चेहरा एकदम प्रफुल्लित झाला. त्यांनी लगेच गॅमा किरणांची ऊर्जा पडताळून पाहिली आणि ठरलेल्या अणुगर्भीय प्रक्रियेत गॅमा किरणे असल्याची त्यांची खात्री झाली. एका सेकंदागणिक गॅमा किरणांची प्रखरता प्रचंड प्रमाणात वाढत होती. याचाच अर्थ, शिशाच्या अणूंचे, समस्थानिके प्रस्थापित होऊन, त्यांचे वेगाने सोन्याच्या स्थिर अणूंमध्ये रूपांतर होत होते आणि हा कालावधी निश्चितच कमी होता. मानशिंद्यांनी साधारणपणे एक तास, शिसे न्यूट्रॉन्सनी प्रज्वलित केले होते. त्यांच्या मनात कमालीची उत्सुकता दाटून आली.

न्यूट्रॉन जनित्राच्या झोताजवळ येताच, ते शिशाच्या नमुन्याकडे पाहतच राहिले. तेथे शिशाच्या काळ्याऐवजी सोन्याचा पिवळाधमक नमुना तयार झाला. त्यातील शिशाचा एकूण एक अणू सोन्यात रूपांतरित झाला होता. डॉक्टर डोळे विस्फारून त्या नमुन्याकडे पाहत होते. ते हर्षोल्लासित झाले. तो आनंद व्यक्त करण्याकरिता त्यांच्याकडे शब्दच नव्हते. या अणुगर्भीय प्रक्रियेचे अर्धायन एक मिनिट असल्याने, तो वेळ तर कधीच निघून गेला होता. याचा अर्थ आता त्यात कुठलीही किरणोत्सारिता उरली नव्हती. मानशिंद्यांनी तो सोन्याचा नमुना अलगद हातात घेतला आणि मनोभावे त्याला अधरस्पर्श केला. त्या वेळच्या त्यांच्या भावना फारच तीव्र झाल्या होत्या, कारण संशोधनातले एक फार मोठे पर्व त्यांनी गाठले होते.

प्रयोग संपेपर्यंत पहाटेचे पाच वाजून गेले होते. समाधानाने ते घरी परतले. या संशोधनाची वाच्यता करण्याआधी त्यांना प्रयोगातून तयार केलेल्या सोन्याच्या अस्सलपणाची पारख करून घ्यायची होती; त्यामुळे त्यांनी सोनाराकडे धाव घेतली.

सोनाराच्या हातात तो सोन्याचा नमुना देताच, सोनार त्यांच्या चेहऱ्याकडे पाहतच राहिला. ते अस्सल सोने असल्याची खात्री होताच त्याने डॉक्टरांच्या हातात चक्क पन्नास हजार रुपये ठेवले. त्या नोटांकडे ते अवाक्‌पणे पाहत राहिले. त्यांच्या हाती नकळत सोन्याची खाणच आली होती आणि तिथूनच त्यांच्या विचारसरणीला वेगळे वळण लागले.

***

सुहास बोडकेला या प्रयोगातले काहीच माहीत नव्हते; पण डॉक्टरांच्या बाह्य व्यक्तिमत्त्वात क्षणोक्षणी बराच बदल होत होता. त्यांची विचारसरणीही पूर्वीसारखी राहिली नव्हती. हा नेमका कसला परिणाम, याचे कोडे त्याला पडले होते.

डॉक्टरांच्या बाह्य व्यक्तिमत्त्वात पडलेल्या फरकाची नोंद विभागातील तथाकथित प्राध्यापकांनीही घेतली होती. त्यात विभागप्रमुख डॉ. भोगे अग्रस्थानी होते. अत्यंत छद्मीपणाने ते याची नोंद घेत होते. दरम्यानच्या काळात डॉक्टरांनी स्वत:ला प्रयोगात झोकून दिले.

...आणि हळूहळू त्यांच्या बाह्य रूपातच नव्हे, तर त्यांच्या एकूणच राहणीमानातही फरक पडला. जेव्हा विभागात त्यांनी महागडी कार आणली, तेव्हा सारा स्टाफच थक्क झाला. सगळ्यांच्या भुवया उंचावल्या गेल्या. त्यांच्या वर्तमान राहणीमानात मोठीच तफावत दिसत होती, याचे सुहास बोडकेलाही आश्चर्य वाटले. साधीसुधी राहणी असलेल्या मानशिंद्यांची वर्तमान प्रगती सुहासलाही थक्क करत होती. या गोष्टीचे जेवढे कोडे होते, तेवढेच त्याला अप्रूपही वाटू लागले होते. या निमित्ताने त्यांचे टीकाकार जागे होऊन वेगळ्या दिशेने विचार करू लागले होते.

अल्प काळातच डॉ. मानशिंदे यांच्या नावावर मोठा बंगला व इतर गडगंज संपत्ती जमा झाली. एका प्राध्यापकाच्या नावावर एवढी संपत्ती म्हणजे त्या सुमारास आश्चर्याची बाब होती. यामुळे विभाग खदखदायला लागला. डॉ. भोग्यांनी तातडीने त्यांच्याच समर्थकांची एक मीटिंग बोलावून, यात काहीतरी पाणी मुरते आहे अशी शंका व्यक्त करत, यावर लवकरात लवकर कारवाई आवश्यक असल्याचे नमूद केले. त्याला सर्व सहकाऱ्यांनी एकदिलाने सहमती दर्शवली. शेवटी हा विभागाच्या इभ्रतीचा प्रश्न होता, असेच सर्वांचे मत झाले. त्याशिवाय विभागातील सर्वांच्या नजरेत डॉक्टरांचे संशोधन आणि आर्थिक प्रगती खुपत होती, हे त्यामागचे मुख्य कारण होते.

विभागातील खुसफुस आता खूपच उफाळून आली. डॉ. भोगेंना तर अधिकच संशय येऊ लागला. कारण डॉ. मानशिंदेंनी मंजूर झालेल्या प्रकल्पातून एक कोटीची अफरातफर केल्याचा आरोप कुणीतरी केला आणि विभागातच एक समिती नेमून चौकशीचे आदेश दिले होते; त्यामुळे अकाउंट सेक्शन ढवळून निघाला. डॉ. मानशिंदे यांना विश्वासात न घेताच विभागप्रमुखांनी त्यांच्याविरुद्धच्या हालचाली गतिमान केल्या. डॉक्टरांच्या पश्चात अतिशय गुप्तपणे त्यांना आर्थिक अपहारात गुंतवण्याचे प्रयत्न चालले होते. त्याव्यतिरिक्त डॉ. भोगेंनी कुलगुरूंकडे तक्रार करून चौकशीची मागणी केली होती. डॉ. मानशिंदे मात्र आपल्याच विश्वात होते. कुलगुरूंनी त्यांना बोलावले, तेव्हा ते भलतेच व्यथित झाले. कुलगुरूंनीही चौकशी समिती नेमून त्यांना समितीपुढे आपले निरपराधित्व सिद्ध करण्यास सांगितले.

पण त्यात काहीही तथ्य नसल्याची कुणकुण लागताच डॉ. भोगेंनी डॉ. मानशिंद्यांविरुद्ध पोलिसात तक्रार नोंदवली आणि त्यांच्या गडगंज संपत्तीची चौकशी करण्याची मागणी केली. त्यासाठी ते स्वत: व त्यांच्या विभागातील इतर सहकारी

काय वाट्टेल ते करायला तयार होते.

पोलिसांचे लचांड मागे लागताच मात्र डॉ. मानशिंदे दुखावले गेले. ते स्वच्छ व निरपराध होते; पण ते जगाला ठाऊक नसल्याने कसे पटवून देणार, हा गहन प्रश्न त्यांच्यापुढे होता. पोलिसांनी त्यांची दहा वेळा चौकशी केली; पण एवढ्या गडगंज संपत्तीचे विश्लेषणात्मक उत्तर मात्र डॉ. मानशिंदे देऊ शकले नाहीत. पोलिसांनी त्यांचा बऱ्यापैकी मानसिक छळ आरंभला. कारण त्यांचीही आता पक्की खात्री पटली की, त्यांची संपत्ती ही सरकारी अफरातफरीतूनच उभारलेली असणार. या सर्व चौकशीला डॉ. मानशिंदे कंटाळले. त्यांना जीवनाचाच उबग आला. मग त्यांनी ठरवले की, पोलिसांना त्यांच्या प्रयोगाचे प्रात्यक्षिक दाखवून द्यायचे; पण एक शास्त्रज्ञ म्हणून इथे त्यांची नैसर्गिक परिसीमा आडवी आली. नेमकी तीच त्यांना ओलांडायची नव्हती. आता त्यांना अटक झाली अथवा प्राण गेले तरी बेहत्तर; पण हा शोध ते जगजाहीर करणार नव्हते, हे निश्चित.

विभागात मात्र उत्साही वातावरण होते. डॉ. मानशिंदेंना लवकरच भ्रष्टाचाराच्या आरोपाखाली अटक केली जाईल, अशी कुजबूज सुरू झाली. आपसूकच एक घाण विभागातून चाललीय म्हणून डॉ. भोगे खूश. फक्त ते वाट बघत होते डॉ. मानशिंदेंना अटक होण्याची; त्यामुळे सुहास बोडके मात्र व्यथित होता. सर असे काहीही करणार नाहीत, याची त्याला ठाम खात्री होती.

***

दुसऱ्या दिवशी दुपारीच ती बातमी वाऱ्यासारखी त्या परिसरात व शहरात पसरली. डॉ. मानशिंदेंचे प्रयोगशाळेत अपघाती निधन. अनपेक्षित बातमी ऐकून सारेच अवाक् झाले. उच्च दाबाच्या विद्युत प्रवाहामुळे त्यांना मृत्यू येऊन, न्यूट्रॉन जनित्राच्या खोलीतच ते मृतावस्थेत सापडल्याचे दुपारच्या दैनिकात म्हटले होते. त्यांच्या कार्याचा गौरव करून, हल्ली ते अतिशय गूढ व रहस्यमय प्रयोगात गुंतल्याचेही त्यामध्ये म्हटले होते आणि त्यांच्यावर आर्थिक गैरव्यवहाराचे आरोप असल्याने ते मानसिकरीत्याही खचले होते. काही तासांतच पोलीस त्यांना अटक करणार होते, असे नमूद करून त्यांच्या मृत्यूच्या बऱ्याच शक्यता वर्तवण्यात आल्या होत्या.

कुलगुरूंनी लागलीच सभा बोलावून या अपघाती मृत्यूची दखल घेतली आणि विभागप्रमुख डॉ. भोगेंनीही बेमालूमपणे अभिनय केला. एक होतकरू आणि सच्चा शास्त्रज्ञ आम्ही गमावला असून, विभागाचे भरून न येणारे असे नुकसान झाल्याची तीव्र भावना त्यांनी व्यक्त केली. याचा मात्र सुहास बोडकेला अतिशय राग आला.

डॉ. मानशिंदेंचा मृत्यू म्हणजे सुहास बोडकेला धक्काच होता. त्याचे छत्रच नाहीसे झाले. हा अपघात असूच शकत नाही, याची त्याला खात्री होती, कारण डॉ.

मानशिंदे हे न्यूक्लिअर फिजिक्समध्ये तज्ज्ञ होते. एवढ्या क्षुल्लक कारणाने त्यांचा मृत्यू होणे हे केवळ अशक्य असल्याचे त्याचे मन म्हणत होते. नेमके काय कारण असेल, म्हणून ते शोधण्याचा प्रयत्न तो करू लागला.

***

दुसऱ्या दिवशी त्याला त्या मृत्यूचे कारण सापडले आणि तो चांगलाच हादरला. मृत मानशिंदेंच्या केबिनमध्ये कागदपत्रांची आवराआवर करत असतानाच त्याला एक छोटी नोंदवही सापडली. त्याने सहज ती चाळली, तर त्यात त्यांच्या आयुष्यातील प्रमुख नोंदी लिहिल्या होत्या, म्हणून सुहासने भराभरा पाने उलटून शेवटचे पान काढले. त्यावर कालचीच तारीख होती. ते वाचून मात्र तो अंतर्मुख झाला. एका महान शास्त्रज्ञाचे ते शब्द होते. त्यात लिहिले होते,

'एका गरीब कुटुंबातून मी हलाखीचे दिवस काढत शिकलो आणि विद्यापीठाच्या विभागात लागलो. माझं एक स्वप्न साकार झालं; पण इथे बऱ्याचजणांना मी नकोसा होतो, हे नंतर कळलं. तरीही मी स्वत:ला संशोधनात गुंतवून घेतलं. सुहास बोडके या गुणी विद्यार्थ्यानं माझ्यावर विश्वास दाखवल्यानंतर मला फार बरं वाटलं. संशोधनाचा पाठलाग करत असतानाच मला तो शोध लागला. मी शिशाच्या अणूंचं न्यूट्रॉन्सच्या साहाय्यानं सोन्याच्या अणूंत रूपांतर केलं. माझ्या संशोधनाचा तो अत्युच्च बिंदू होता; पण त्याच वेळी माझ्यात काही शारीरिक बदल होत होते. मनोविकार आणि मनोविचारात फरक पडत होता. कदाचित हा न्यूट्रॉन्सचा परिणाम असावा, कारण सुहासनं मला एकदा प्रयोगशाळेत नाहीसं झालेलं पाहिलं होतं. त्या वेळी मी त्याला काहीबाही कारण सांगितलं होतं; पण आज वाटतं, ते योग्य नसावं; कारण सोनं निर्माण करण्याच्या नादात माझ्याही शरीरात समस्थानिकं निर्माण होऊन, शरीरातून अदृश्य प्रारणं बाहेर पडत असतील आणि त्यामुळे प्रकाशाला अटकाव होऊन मी अदृश्य होत असेन. हा फक्त माझा अंदाज होता. मला यात जास्त खोलात जायचं नव्हतं. कारण माझ्या विचारात बदल झाल्यामुळे आणि 'सोनियाची खाण'च हाती लागल्यामुळे माझ्या मनावर त्याचा जास्त परिणाम झाला आणि मी वाहवत जाऊन गडगंज संपत्ती जमा केली. माझ्यात पैशाचा हव्यास व लोभ कसा उतरला? माहीत नाही; पण मी संपत्ती गोळा करत गेलो. नंतर पोलिसांचं लचांड मागे लागताच माझ्या लक्षात आलं की, आपण जे केलं ते चुकीचं होतं. हा पैसा कसा मिळाला, हेही मी पोलिसांना सांगू शकत नव्हतो. शास्त्रज्ञ असलो, तरी मीही शेवटी माणूसच होतो. आपण लावलेल्या शोधातून सोनं निर्माण करून संपत्ती मिळवावी, असं मला वाटू लागलं. ते का? हे मी आजही सांगू शकत नाही. मात्र, एकीकडे माझी सदसद्विवेकबुद्धी मला खात होती. मानसिकरीत्या मी पूर्णपणे ढासळलो होतो. सोनं निर्माण करण्याचा शोध मीच लावला, हे मी कुणालाही सांगू

शकत नव्हतो. निसर्गातील हे सुवर्ण गुपित उघड करण्यास निसर्गच मला परवानगी देत नव्हता. अशी सोनियाची खाण सापडली, तर त्याचं महत्त्व कमी होणारच! पण उद्या उठून कुणीही सोनं निर्माण करू शकणार होतं. कुठलेही धातू हे निसर्गातच तयार व्हायला हवेत आणि तेही सप्रमाणात. तरच निसर्गाचा समतोल राखला जातो आणि इथेच मी हरलो. एका बाजूला मोह आणि दुसऱ्या बाजूला निसर्ग. मध्ये कुठलाही मार्ग नव्हता. होता तो फक्त एकच... आत्महत्येचा! बदनाम झालो तरी चालेल; पण निसर्गाच्याच वाटेनं जाण्याचा निर्णय मी घेतला. हे संशोधन मी माझ्यासोबतच घेऊन जाणार, निसर्ग अबाधित राखण्यासाठी आणि ते शास्त्रज्ञाचं कर्तव्यच आहे. म्हणून गुडबाय!'

आणि त्या परिच्छेदाखाली त्यांची सही होती...

ते वाचून सुहास बोडके सुन्न झाला. काय करावे तेच त्याला सुचत नव्हते. त्याच्या डोळ्यांतून अश्रू वाहू लागले. बराच वेळ तो रडत होता. डॉ. मानशिंदे खरोखरच महान शास्त्रज्ञ होते. तो नतमस्तक झाला. त्यांचे हे संशोधन व माहिती उजेडात आणून, त्यांच्याविषयीचा समाजातील गैरसमज दूर करण्याचा प्रयत्न तो यापुढे करणार होता आणि तीच त्यांना खरी श्रद्धांजली ठरणार होती.

५

डिंभक

"सर, आत येऊ का?" केबिनचे दार हळूच ढकलत सुशांतने विचारले. समोर डॉ. देवेंद्र नाथ बसलेले होते.

"अरे, सुशांत... ये ना... एनी प्रोग्रेस?"

"होय सर, तेच सांगण्यासाठी आलो होतो. तुम्ही काल सांगितलेल्या पद्धतीनुसार मधमाशी, फुलपाखरू व काही इन्सेक्ट्स यांचे डिंभक (Larva) तयार केले. आपण येऊन बघता का?" सुशांत आत येत उत्तरला.

डॉ. नाथ उत्साहाने लागलीच उठत म्हणाले, "चल!"

प्रयोगशाळेतील वातावरण थंड होते. ठिकठिकाणी काचांची तावदाने होती. एका तावदानात विविध प्रकारच्या रसायनांनी भरलेली शेल्फ होती, तर दुसऱ्या एका तावदानात अद्ययावत उपकरणे होती. कुणी एक-दोघे विद्यार्थी काहीतरी मॅपिंग घेण्याचा प्रयत्न करत होते. शेजारीच इन्क्युबेटर होता. त्यात वेगवेगळे तापमान नियंत्रित करता येत असे. संशोधनासाठी लागणाऱ्या सर्व अद्ययावत सुविधा त्यांच्याकडे उपलब्ध होत्या.

एका टेस्ट ट्यूबवर प्रकाश फोकस करण्यात आला होता. त्या टेस्ट ट्यूबकडे निर्देश करत सुशांत म्हणाला, "बघा सर! गेल्या आठ दिवसांच्या अथक प्रयत्नांनंतर ही डिंभके मिळाली."

डॉ. नाथ हळूच खाली वाकले आणि चमकणाऱ्या टेस्ट ट्यूबवर लक्ष केंद्रित केले. तेथे त्यांना दहा ते बारा डिंभके वळवळताना दिसत होती. त्यांचा रंग लालसर व तांबडा होता. त्यातील एक डिंभक मात्र संपूर्ण पारदर्शक दिसत होते व त्याची हालचाल इतरांपेक्षा वेगाने होत होती. इतरांपेक्षा तो कमालीचा ॲक्टिव्ह वाटत होता. डॉ. नाथांचा चेहरा उजळला आणि ते उत्स्फूर्तपणे म्हणाले, "फॅन्टॅस्टिक सुशांत... छान काम केलंस तू... हे सगळे एकाच प्रकारचे डिंभक आहेत का?"

"नाही सर! दोन-चार प्रकारचे आहेत. एकत्रित फलित केलेले आहेत." सुशांतने माहिती दिली.

"मग हा... चपळ डिंभक आहे तो नेमका कुणाचा?"

"आत्ता सांगणं कठीण आहे सर!... बहुधा तो मधमाशीचा असावा. बट आय ॲम नॉट शुअर."

"गुड सुशांत... डिंभके तर तू छान फलित केलीस. आता यांचा डी.एन.ए. आराखडा घे. प्रत्येकाच्या डी.एन.ए. संरचनेचा

५० । डिंभक

अभ्यास करून, त्यांच्या साखळीतील समन्वय आपल्याला बघायचा आहे.''

डॉ. नाथांनी माहिती व कामाचे स्वरूप थोडक्यात स्पष्ट केले.

सुशांत तत्काळ उत्तरला, ''सर, एका तासाच्या आत मी या सगळ्यांचे डी.एन.ए. आराखडे तुमच्याकडे आणतो.''

''ठीक आहे! मी केबिनमध्येच थांबलो आहे,''

डॉ. नाथ वळले. सुशांतही डावीकडच्या काचतावदानात शिरला होता. तेथेच डी.एन.ए. मॅपिंगची यंत्रणा सज्ज होती. सुशांत स्वत:च ती ऑपरेट करत होता.

सुशांत हा डॉ. नाथांचा विद्यार्थी. अतिशय कष्टाळू व मेहनती. खोलात जाऊन प्रश्नाच्या मुळावर आघात करण्याची त्याची सवय डॉ. नाथांना आवडत असे. त्याची मूळ शास्त्रावरील पकडही बऱ्यापैकी होती.

डॉ. नाथ विद्यार्थिदशेपासूनच अतिशय हुशार असल्याने, काही वर्षांतच प्राणिशास्त्रज्ञ म्हणून नावारूपास आले होते. डी.एन.ए. संरचनेचा अभ्यास, प्रत्येक डी.एन.ए.चे गुणधर्म व कार्य यांच्या अभ्यासामुळे त्यांचे नाव राष्ट्रीय व आंतरराष्ट्रीय पातळीवर गेले होते. मानव व प्राणी यांच्या डी.एन.ए. संरचनेची सांगड घालणे व गुणधर्मांचा पडताळा करून पाहणे, हा त्यांच्या संशोधनाचा मुख्य हेतू होता. डी.एन.ए.शी खेळ म्हणजेच निसर्गातील ढवळाढवळ, याची जाणीव असूनही केवळ मानवी उत्क्रांतीसाठी त्यांनी या संशोधनाला हात घातला होता.

एका तासातच विविध डिंभकांचे डी.एन.ए. आराखडे डॉ. नाथांच्या टेबलावर ठेवत सुशांत म्हणाला, ''सर, हा जो आराखडा आहे तो थोडा वेगळा वाटतो... आय डोन्ट नो... बट आय फील धिस.''

डॉ. नाथांनी सर्वच प्रिंट्स बारकाईने न्याहाळल्या. पुन:पुन्हा पडताळून पाहिल्या. सुशांतने म्हटल्याप्रमाणे एक डी.एन.ए. आराखडा वेगळा होता, हे निश्चित. ते सहजतेने उद्गारले, ''खरंच की! इट् लुक्स् डिफरंट. हा तोच तर नाही... जो पारदर्शक डिंभक होता?''

''होय सर! त्याचाच हा आराखडा आहे.'' सुशांत लगेचच उत्तरला.

''तुला आठवतो हा कुणाचा होता?''

''नाही ना सर! बहुधा मधमाशीचा असावा... पण मधमाशीचा डी.एन.ए. आराखडा असा नाहीच,'' सुशांतचा गोंधळ झाला होता.

''शक्य आहे. पिढ्यान्‌पिढ्या त्यांच्या आनुवंशिकतेत बदल झाला असावा किंवा हा दुसराच कुठलातरी इन्सेक्ट असावा. आपल्याला माहीत नसलेला. इट इज इंटरेस्टिंग; पण तू तुला निश्चित माहीत असलेलेच अंडकोश वापरलेस ना?'' डॉ. नाथांनी संशयाने विचारले.

''होय सर, मला तरी तसं वाटतं.'' सुशांतने अधांतरीच सांगितले.

"एनी वे! लेट अस फोकस ऑन धिस पर्टिक्युलर फेलो. इट्स इंटरेस्टिंग. बघू या." थोडे थांबून ते पुढे म्हणाले, "आता यांच्या डी.एन.ए. साखळ्या आपण हेतूपूर्वक तोडायला हव्यात. जेणेकरून त्यांच्या स्वभावातील गुणदोष व त्यांची कार्यक्षमता कळून येईल."

"पण त्या तोडणार कशा?" सुशांतचा प्रश्न.

"शक्तिशाली इलेक्ट्रॉन कणांचा मारा करून डी.एन.ए. साखळ्या तोडता येतात. शिवाय यामुळे डी.एन.ए.ची कार्यक्षमताही कळून येईल," डॉ. नाथ विचार करत म्हणाले.

"हे शक्तिशाली इलेक्ट्रॉन आणायचे कुठून?" सुशांतचा प्रश्न.

भौतिकशास्त्र विभागातील डॉ. शेंडे यांना डॉ. नाथांनी फोन लावला.

"हॅलो, डॉ. शेंडे! तुमची इलेक्ट्रॉन प्रवेगकाची (electron accelerator) सुविधा वापरावी असं वाटतंय. माझा एक विद्यार्थी सुशांत यानं काही डिंभके तयार केलीत. तीच इलेक्ट्रॉन प्रज्वलित (electron irradiation) करून पाहायची आहेत. मागे एकदा आपण दोघांनी तसा प्रयोग केला आहे. त्यापैकीच हाही. डी.एन.ए.च्या अंतरंगाचा शोध घ्यायचा आहे." डॉ. नाथांनी स्पष्टीकरण केलं.

"शुअर सर! उद्याच करू या! ओके? बाकी कसं काय?"

"बाकी ठीक! उद्या भेटू तेव्हा सविस्तर बोलूच."

पलीकडून फोन ठेवला गेला. डॉ. नाथ सुशांतकडे पाहत म्हणाले, "सुशांत... उद्या दुपारी दोन वाजता आपण भौतिकशास्त्र विभागात जायचं. बी रेडी विथ युवर सॅम्पल्स."

"यस सर!" असे म्हणून सुशांत उठला व निरोप घेऊन केबिनबाहेर पडला.

***

दुसऱ्या दिवशी दोन वाजता डॉ. नाथ व सुशांत भौतिकशास्त्र विभागात हजर झाले. इलेक्ट्रॉन प्रवेगक प्रयोगशाळेत शिरताच, डॉ. शेंडे नियंत्रण कक्षेत प्रवेगक सुरू करण्याच्या गडबडीत दिसले. ते इलेक्ट्रॉन बीमचा झोत ॲडजस्ट करण्याच्या प्रयत्नांत होते. थोडा वेळ प्रवेगक खोलीत शिरून ते पुन्हा बाहेर आले. समोर डॉ. नाथना पाहताच म्हणाले, "बोला नाथ सर! तुमच्यासाठीच इलेक्ट्रॉन बीम ॲडजस्ट करत होतो."

सुशांतकडे पाहत डॉ. नाथ म्हणाले, "बाय द वे, हा माझा विद्यार्थी, सुशांत. हाच त्या डिंभकांवर काम करतो. त्यानं स्वतःच ती फलित केलीत. सुशांत दाखव ते सॅम्पल्स."

सुशांतने स्मित करत नमस्कार केला. बॅगेतून एक बाटली बाहेर काढली व त्यांच्या पुढ्यात ठेवत म्हणाला, "हे बघा सर! हीच ती डिंभके. आम्ही याचाच

अभ्यास करतोय.''

डॉ. शेंड्यांनी बाटली हातात घेतली. त्यात वळवळणारे डिंभक पाहून त्यांना गंमत वाटली. पारदर्शक डिंभकाकडे पाहत ते म्हणाले, ''धिस फेलो लुक्स टू बी व्हेरी स्मार्ट. ठीक आहे. आत्ताच इलेक्ट्रॉन प्रज्वलित करू या.'' ते तसेच उठले आणि कपाटातून पावडरची बाटली काढली. ती झिंक सल्फाईडची पावडर होती. डिंभके असलेल्या बाटलीच्या आजूबाजूने ती पावडर लावली. त्यावरून इलेक्ट्रॉनचा झोत बरोबर त्याच ठिकाणी पडतो का, हे कळणार होते... आणि त्यातून निळा प्रकाश बाहेर पडणार होता.

तिघेही उठले व प्रवेगक खोलीत शिरले. इलेक्ट्रॉन प्रवेगक भव्य होता. व्हॅक्यूम पंपचा घर्ऽऽ घर्ऽऽ आवाज येत होता. प्रवेगकाचा नियंत्रण कक्ष बाहेर होता. डॉ. शेंड्यांनी डॉ. नाथ व सुशांतला काही गोष्टी समजावून सांगितल्या. इलेक्ट्रॉन बीम जेथून बाहेर येतो तेथे डिंभकाची बाटली ठेवण्यात आली. तिघेही नियंत्रण कक्षात येताच डॉ. शेंड्यांनी बीम सुरू केला. डॉ. शेंडे डॉ. नाथकडे पाहत म्हणाले, ''या नाथ सर. मी दाखवतो तुम्हाला बीम कसा पडतो ते.''

तिघेही आत आले, तेव्हा खोलीत ज्या ठिकाणाहून बीम बाहेर येतो त्या ठिकाणी निळसर प्रकाश दिसत होता. डिंभकांची हालचाल इलेक्ट्रॉनच्या माऱ्यामुळे कमालीची वाढली होती; पण तो पारदर्शक डिंभक मात्र स्थिर होता. इलेक्ट्रॉन अंगावर घेण्यात त्याला गंमत वाटत होती. थोड्या वेळानंतर मात्र एक एक डिंभक शिथिल होऊन तळावर पडत होता. त्यांची हालचाल पूर्णपणे बंद झालेली होती. डॉ. नाथ म्हणाले, ''डॉ. शेंडे, मला वाटतं, आपण प्रज्वलन थांबवावं. एवढी मात्रा पुरेशी आहे; कारण इतर डिंभकांचा वेग जवळजवळ शून्यवत झाला आहे.''

प्रवेगक लागलीच बंद करून डॉ. शेंडे पुन्हा बीमजवळ आले. बाटली हातात घेऊन त्यांनी पाहिले.

''खरंच की! हा पारदर्शक डिंभक सोडला, तर इतर सर्वच भुईसपाट झालेत. इज इट ओके डॉ. नाथ?''

''मला वाटतं, हे पुरेसं आहे. बघू या काय होतं ते. त्यांच्या डी.एन.ए.च्या संरचेनत काही बदल झाला का शोधायला हवं; पण हा पारदर्शक डिंभक इलेक्ट्रॉनला न जुमानताही उभा आहे पठ्ठ्या. इट्स इंटरेस्टिंग.''

डॉ. नाथ आपला हात पुढे करत म्हणाले, ''डॉ. शेंडे... थँक यू. याचे परिणाम मिळताच मी तुमच्याशी बोलतो. मला आशा आहे काहीतरी चांगला परिणाम मिळेल.''

डॉ. नाथ व सुशांत प्रयोगशाळेतून बाहेर पडले.

सुशांतने लागलीच डी.एन.ए. मॅपिंग उपकरणांचा ताबा घेतला होता, तर

डॉ. नाथ आपल्या केबिनकडे निघाले होते. त्यांच्या डोक्यात अजूनही पारदर्शक डिंभकाचे विचार घोळत होते. तो त्यांना एखाद्या स्थितप्रज्ञासारखाच भासत होता.

थोड्याच वेळात सुशांत आश्चर्यचकित चेहरा घेऊन डॉ. नाथांच्या पुढ्यात येऊन दाखल झाला होता. त्याचा गोंधळमिश्रित चेहरा पाहून डॉ. नाथ म्हणाले, "काय रे? असं आश्चर्यानं काय पाहतोस? काही परिणाम मिळाले का?"

"होय सर! परिणामच म्हणायला हवं." टेबलावर डिंभकांचे डी.एन.ए. आराखडे ठेवत तो पुढे म्हणाला, "हे बघा, इतरांचं ठीक आहे. अपेक्षेनुसार त्यांच्या डी.एन.ए. साखळ्या तुटल्या आहेत. कदाचित त्या नैसर्गिकरीत्या पूर्ववत जुळून त्यांच्या हालचाली वाढतीलही; पण या पारदर्शक डिंभकाच्या बाबतीत हे घडलेलं नाही. उलटपक्षी त्यात वेगळ्या डी.एन.ए. साखळ्या निर्माण झाल्या आहेत."

डॉ. नाथांनी बारकाईने परिणामांकडे पाहिले. त्यांनाही आश्चर्य वाटले. पारदर्शक डिंभकात वेगळ्याच डी.एन.ए. साखळ्या दिसत होत्या. न पाहिलेल्या आणि न अनुभवलेल्या अशा. त्या उपलब्ध डी.एन.ए.पेक्षा वेगळ्याच साखळ्या होत्या.

नवीन परिणामामुळे डॉ. नाथांचा उत्साह वाढला होता; पण त्याच वेळी एक वेगळे आव्हानही त्यांच्यासमोर उभे ठाकले होते. डॉ. नाथ विचार करत म्हणाले, "सुशांत, मला वाटतं, ही डिंभके रात्रभर आपण अशीच ठेवावीत. कदाचित हा तात्पुरता प्रवर्तित (Induced) परिणाम असावा. ते बघायला हवं. तसं असेल, तर या साखळ्या पुन्हा पूर्ववत व्हायला हव्यात. कारण नैसर्गिक प्रकृतीनुसार तसं होणं अपेक्षित आहे. जर का तसं झालं नाही, तर आपणाला वेगळ्या जातीचा (species) शोध लागला असावा; ज्याची डी.एन.ए.ची संरचनाच वेगळी आहे... किंवा इलेक्ट्रॉन्समुळे त्याची अदलाबदल झाली असावी. या क्षणी काहीही सांगणं कठीण आहे. लेट द टाइम गो."

"ठीक आहे सर! आपण उद्यापर्यंत वाट बघू. तोपर्यंत मी पुन्हा एकदा या सर्वांचा डी.एन.ए. आराखडा पडताळून घेतो, म्हणजे संशयाला जागा नको."

"गो अहेड, सुशांत. मीही विचार करतो."

डी.एन.ए. आराखड्यावरून तो डिंभक मधमाशीचा नाही, हे एव्हाना सुशांतला समजले होते.

***

सकाळी सुशांत धावतपळत डॉ. नाथांच्या केबिनमध्ये आला. हातातील डिंभकाची बाटली टेबलावर ठेवत म्हणाला, "सर! हे बघा काय आहे ते!"

डॉ. नाथांनी बाटली न्याहाळली. कालच्यासारखाच तो पारदर्शक डिंभक तिथे होता. न समजून ते उत्तरले, "कुठं काय आहे सुशांत? मला समजलं नाही."

"सर! कालची बाटली जशीच्या तशी मी इन्क्युबेटरमध्ये ठेवली होती. सकाळी

आलो आणि पाहतो तर त्यात इतर डिंभके नाहीतच.''

''मग? या डिंभकानं खाल्ली की काय?''

''कायऽऽऽय?'' आश्चर्याने ओरडतच सुशांत पुढे म्हणाला, ''सर! तुम्ही गंमत तर करत नाही ना?''

''आय ॲम सिरिअस सुशांत. अरे, मग ती जातील कुठे? सर्वच डिंभके मरणावस्थेत होती. शिवाय या पारदर्शक डिंभकाभोवती कुणीही तिथं नव्हतं. तोच त्यामागे कारणीभूत असावा.'' डॉ. नाथ आनंदाने म्हणत होते.

''पण असं शक्य आहे?''

''का नाही? कारण किरणांमुळे डी.एन.ए.वर काहीही परिणाम होणं शक्य आहे. कदाचित हा डिंभक इलेक्ट्रॉनच्या माऱ्यामुळे जास्त सशक्त झाला असावा.''

डॉ. नाथ अनुभवाने असे म्हणाले खरे; पण या अशा परिणामांमुळे तेही हादरले होते. बाटलीतील डिंभकाला त्यांनी पुन्हा क्षणभर न्याहाळले. त्याच्या आकारात तसा काहीच फरक जाणवत नव्हता. त्याची चपळता मात्र वाढली होती. बाटलीतून तो बाहेर पडतो की काय, असा भासही डॉ. नाथांना झाला. त्याच्यात काहीतरी विलक्षण बदल होतोय याची जाणीवही त्यांना झाली. बाटली सुशांतच्या हातात देत ते म्हणाले, ''सुशांत! या बाटलीत पुन्हा काही डिंभके टाक आणि इन्क्युबेटरमध्ये ठेवून दे. लेट्स सी व्हॉट हॅपन्स.''

''सर पुन्हा?''

''होय! पुन्हा एकदा खात्री करून घ्यावी लागेल.''

''...आणि समजा, पुन्हा तसं घडलं तर?''

''तर मग आपल्याला निर्णय घ्यावा लागेल.''

''कुठला?''

''या डिंभकाला ठार करावं लागेल. फक्त तोच उपाय आपल्याजवळ असेल!'' डॉ. नाथ विचाराअंती बोलत होते.

''काऽऽय? सर... ठार?'' सुशांत अविश्वासाने ओरडला.

''होय! ठारच... कारण तो भक्षक झालेला असेल... आणि अशी भक्षक डिंभके धोकादायक असतात. त्यांना जास्त काळ जिवंत ठेवू नये.''

''ठीक आहे सर! मी तत्काळ कामाला लागतो.''

सुशांत उठला व माघारी वळला. या वेळी बाटली धरलेला त्याचा हात मात्र कमालीचा थरथरत होता.

डॉ. नाथांनी सांगितल्याप्रमाणे सुशांतने अजून काही डिंभके त्यात टाकली आणि बाटली एका काचकप्प्यात नेऊन ठेवली. काही तास तरी हा प्रयोग त्याला करावा लागणार होता.

पारदर्शक डिंभकाचा प्रश्न डोक्यात ठेवून, तो त्याच्या इतर कामाला लागला.

सायंकाळी घरी जाता जाता सुशांत सहजपणे बाटली ठेवली होती त्या काचकप्प्यात डोकावला... आणि तिथे रिकामी बाटली पाहून तो चांगलाच हादरला. इतर जिवंत डिंभके व इन्सेक्ट्स त्याने पाहिले. तेही जागेवर नसल्याचे पाहून मात्र तो शहारला... प्रयोगशाळेत एकही सजीव शिल्लक नव्हता. इतर विद्यार्थीही आश्चर्यचकित झाले होते. त्यांनी कल्चर केलेल्या काही प्रजातीही जागेवर नव्हत्या.

सुशांत पळतच डॉ. नाथांकडे गेला.

सुशांतकडून ही धक्कादायक बातमी ऐकून डॉ. नाथ स्तंभित झाले. उठले व त्याच्यासोबत प्रयोगशाळेचा कप्पा न कप्पा त्यांनी धुंडाळला; पण काहीही सापडले नाही. आता मात्र डॉ. नाथ हवालदिल झाले होते. शंकेने त्यांचे मन व्यापून गेले होते.

सर्व शक्यता पडताळून पाहिल्या; पण डिंभकाचा कुठेच पत्ता नव्हता. कुणी नेला का, याचीही चौकशी केली; पण तशी शक्यताही नव्हती. उलट काही विद्यार्थ्यांच्या स्पिशीजही गायब होत्या.

डॉ. नाथ विमनस्कपणे पुनश्च आपल्या केबिनमध्ये येऊन बसले. या प्रयोगासंदर्भात काहीतरी वेगळे घडतेय, याची जाणीव त्यांना झाली. हा नैसर्गिक अपघात तर नाही? डी.एन.ए.शी खेळ करताना अनैसर्गिक बदलांमुळे तर हा प्रसंग ओढवला नसेल? असंख्य प्रश्न त्यांच्या डोक्यात रुंजी घालत होते. बाहेर अंधारून आले होते. डिंभक कुठे गेला होता, ते कळत नव्हते.

***

रात्रीचे साडेदहा वाजले होते. डॉ. शेंडे नोट्स घ्यायला म्हणून प्रयोगशाळेत आले होते. प्रयोगशाळा बाहेरून बंद होती; पण आतून मात्र प्रवेगकाचा आवाज येत होता. कुणीही विद्यार्थी नव्हते. मग प्रवेगक चालू कसा? डॉ. शेंड्यांना आश्चर्यच वाटले. त्यांनी प्रयोगशाळा उघडली. सगळे लाइट बंद होते. प्रवेगकाच्या खोलीत निळसर प्रकाश चमकत होता; तर कंट्रोल पॅनलवरील प्रकाशाचे बिंदू ठिकठिकाणी चालू होते. प्रवेगक कुणी सुरू केला याचे डॉ. शेंड्यांना आश्चर्य वाटत होते. डॉ. शेंडे लाइट चालू न करताच अंधारात अंदाज घेत लगबगीने प्रवेगकाच्या खोलीत आले आणि जेथून इलेक्ट्रॉन बीम बाहेर येतो तेथे लक्ष जाताच ते विस्मयाने पाहतच राहिले. समोरची संपूर्ण खोली निळ्याशार प्रकाशाने चमकत होती. इलेक्ट्रॉन बीमसमोर तो डिंभक वलयांकृत नृत्य करत होता. आपल्याच धुंदीत. इलेक्ट्रॉनपासून कदाचित त्याला ऊर्जा मिळत असावी.

डॉ. शेंड्यांची मती गुंग झाली व त्यांना क्षणभर काहीच सुचले नाही. याचा अर्थ डिंभकानेच प्रवेगक सुरू केला होता. मग हा डिंभकच होता का? की अजून कुणी? डॉ. शेंडे सुन्न झाले. आवाज न करता ते दोन पावले मागे आले. या क्षणी त्यांना

डिंभकाला डिस्टर्ब करायचे नव्हते. त्यांनी लगबगीने मोबाईल काढला आणि डॉ. नाथांचा नंबर काढून प्रेस केला.

"हॅलोऽऽ डॉ. नाथ?"

"यस...!"

"मी डॉ. शेंडे बोलतोय."

"हं! बोला सर. खरं तर मी तुम्हाला फोन करणारच होतो. मला काही गोष्टी तुमच्याशी चर्चा करायच्या आहेत."

"ते आपण करूच! पण तुम्ही या क्षणी माझ्या प्रयोगशाळेत या. इट्स ॲन अर्जंट; तुम्हाला काहीतरी दाखवायचं आहे."

डॉ. शेंड्यांच्या स्वरात काळजी व घाबरलेपणा होता. डॉ. नाथ तत्काळ म्हणाले, "मी आलोच सर!"

डॉ. नाथ कॅम्पसमध्येच राहत असल्यामुळे दहा मिनिटांतच ते डॉ. शेंड्यांच्या प्रयोगशाळेत हजर झाले. सोबत सुशांतही होताच!

समोरचे दृश्य पाहून डॉ. नाथही हादरले. तो डिंभक अजूनही इलेक्ट्रॉनच्या झोतात अखंडपणे नाहून निघत होता. आपल्याच नादात तो अंगविक्षेप करत होता. त्याला आजूबाजूची चाहूल नव्हती.

डॉ. शेंडे, डॉ. नाथ व सुशांतचे अस्तित्व त्याच्या लेखी नव्हते. काही वेळ तरी तो अजून झोतात राहणार होता. डॉ. नाथ सुन्नपणे म्हणाले, "डॉ. शेंडे, हे काय आहे?"

"हा तुमचा डिंभक आहे डॉ. नाथ. तो स्वतंत्र झाला आहे. त्यानं स्वत:च हा प्रवेगक सुरू केलेला आहे. मी माझ्या नोट्स घ्यायला आलो आणि हा प्रकार पाहिला." डॉ. शेंडे हळू आवाजात बोलत होते.

"काय म्हणताय सर? पण हे कसं शक्य आहे आणि कशामुळे?" डॉ. नाथ चक्रावून म्हणाले. सुशांतलाही काहीच सुचत नव्हते. डिंभक स्वतंत्र? म्हणजे काय? त्याला मेंदू होता का? तो विचार करत होता का?

"काहीच सांगता येत नाही. कदाचित इलेक्ट्रॉनमुळे त्याच्या जनुकात उलथापालथ होऊन तो असा झाला असावा." डॉ. शेंडे उत्तरले.

"पण कसं शक्य आहे? तो विचार कसा करील?"

डॉ. नाथांनी सकाळचा प्रसंग विशद केला. त्याने डॉ. शेंडे अजूनच स्तंभित झाले. ते म्हणाले, "याचा अर्थ तो बुद्धिमान डिंभक आहे. मग तो पृथ्वीवरचा नसावाच."

"काऽऽय?" एकाच वेळी डॉ. नाथ व सुशांत ओरडले. त्याच क्षणी सुशांतच्या डोक्यात लख्खकन प्रकाश पडला; पण त्या वेळी तो काहीही बोलला नाही.

डॉ. नाथ म्हणाले, ''शेंडे सर, सुशांतनंच हे डिंभक तयार केलेत. ही नोज बेटर अबाउट इट.''

सुशांत स्तब्ध होता. तो विचार करत होता. डॉ. शेंडे उत्तरले, ''आपण याचा विचार नंतर करू... आधी या डिंभकाला आटोक्यात आणणं गरजेचं आहे. त्याला जेरबंद करण्याची हीच संधी आहे. नाहीतर उभी मानवजात आपल्याला माफ करणार नाही. त्याचं मूळ अजून शोधायचं आहे. पुढे तो काहीही करू शकेल.''

तिघांनीही आधी त्याला जेरबंद करण्याचा निर्णय घेतला, तसे तिघेही आत गेले. डॉ. शेंडे म्हणाले, ''डॉ. नाथ, मी प्रवेगक बंद करतो. तसे तुम्ही आणि सुशांत त्यावर झडप घालून त्याला ताब्यात घ्या... आणि एखाद्या बाटलीत बंद करा.''

''ठीक आहे सर!''

डॉ. शेंडेंनी प्रवेगक बंद केला. तसे तिघेही आत गेले. डिंभक वेगाने बाहेर पडण्याच्या बेतात होता, तेवढ्यात सुशांतने चपळाईने त्याला मुठीत घेतला आणि एका जाड बाटतील टाकला. तिथे काही काळ तो प्रचंड वेगाने फिरत राहून काचेवर धडका देत राहिला. त्याने बाटलीही हलत होती. बाहेर पडण्याचा त्याचा प्रयत्न केविलवाणा होता.

सुशांत म्हणाला, ''सर, मी स्वत:च रात्रभर याची काळजी घेतो. काळजी करू नका.''

''उद्या आपण याच्यावर निर्णय घेऊ या.'' डॉ. शेंडे निर्वाणाचं म्हणाले.

तिघेही भौतिकशास्त्र विभागाच्या बाहेर पडले.

रात्री अडीच वाजता डॉ. नाथांचा मोबाईल वाजला. डॉ. नाथ त्या वेळी गाढ झोपेत होते. महत्प्रयासाने त्यांनी मोबाईल कानाला लावला.

''हॅलोऽऽ... नाथ हिअर.''

''सर... मी सुशांत...!'' त्याच्या आवाजात अधीरता व काळजी होती.

''हं बोल सुशांत...! एवढ्या रात्री? काही घडलं का?''

''सॉरी सर! एवढ्या रात्री तसदी दिल्याबद्दल... पण मला वाटतं, हे काही क्षण महत्त्वाचे आहेत. वेळ दवडू नये म्हणून तुम्हाला तातडीनं फोन केला. सर, या क्षणी तुम्ही प्रयोगशाळेत येता का?''

''तू अजून प्रयोगशाळेतच आहेस?'' डॉ. नाथांचा आश्चर्यचकित स्वर.

''होय सर, मी रूमवर गेलोच नाही. सर, मला वाटतं, तुम्ही याच. आपल्याला काही निर्णय घ्यावे लागणार आहेत.'' सुशांत अजिजीने म्हणाला.

''बरं! मी दहा मिनिटांत आलोच.''

डॉ. नाथ लागलीच बिछान्यातून उठले. त्यांनी डॉ. शेंड्यांना मोबाईल केला व गांभीर्याची कल्पना दिली... आणि तयारीला लागले.

डॉ. नाथ व डॉ. शेंडे दोघेही पंधरा मिनिटांत प्राणिशास्त्र विभागात हजर झाले.
सुशांत त्या वेळी प्रयोगशाळेच्या एका काच-तावदानात सूक्ष्मदर्शकाखाली काहीतरी पाहत होता. डॉ. नाथ म्हणाले, "सुशांत! एनी प्रॉब्लेम?"

डॉ. शेंड्यांना पाहून सुशांतला बरे वाटले. तो तत्काळ डिंभक असलेल्या बाटलीकडे निर्देश करत म्हणाला, "हे बघा सर, काय आहे!"

दोघांनीही तिकडे पाहिले. डिंभक शांतपणे झोपला होता. किंचितशी वळवळ सुरू होती. डॉ. शेंडे न समजून म्हणाले, "सुशांत, काय आहे? तो तर झोपला आहे."

"सर! बाटलीचं काचेचं आवरण बघा. किती पातळ झालं आहे. काचेचं आवरण अतिशय जाड होतं." सुशांत लक्षात आणून देत म्हणाला.

"म्हणजे डिंभकानं काच खाल्ली, असं तुला म्हणायचंय का?" डॉ. नाथ शंकेने उत्तरले.

"होय सर!" सुशांत ठामपणे म्हणाला.

डॉ. शेंडे थोडे निरीक्षण करत म्हणाले, "डॉ. नाथ! सुशांत बरोबर सांगतोय. डिंभकाशिवाय ही काच कुणीच खाऊ शकत नाही."

"याचा अर्थ सजीवच नाही, तर निर्जीव वस्तूही तो खायला लागला आहे. माय गॉड! इट्स रिअली डेंजरस." डॉ. नाथ गंभीरपणे म्हणाले. त्यांना व सुशांतला प्रयोगशाळेतील सर्व सजीव गायब झाल्याचा प्रसंग आठवला.

"पण सर! मला भीती वाटते की, याच गतीनं तो खात राहिला तर सकाळपर्यंत तो बाहेर पडेल आणि मुक्त होईल; कदाचित आपल्या हाती न लागण्यासाठी. म्हणूनच मी तुम्हाला बोलावून घेतलं." सुशांत विचार करून म्हणत होता.

"सुशांत म्हणतो ते खरं आहे. डॉ. नाथ, वुई हॅव टू टेक अ फरदर स्टेप. कठोर अशी. मला वाटतं, हा डिंभक पृथ्वीवरचा नाहीच. ही हॅज मेमरी ऑल्सो." डॉ. शेंड्यांनी सहमती दर्शवत स्वत:चे अनुमान काढले.

"असं खरंच वाटतं तुम्हाला? पण सुशांतनंच तर तो..."

डॉ. नाथांचं वाक्य खंडित करत सुशांत म्हणाला, "शेंडे सरांचं बरोबर आहे. हा पृथ्वीवरचा नाहीच. जेव्हा शेंडे सरांनी ही शंका व्यक्त केली, तेव्हा मीही विचार केला आणि माझ्या पटकन लक्षात आलं. गेल्या आठवड्यात मी गावी गेलो होतो; तेव्हा रात्री आमच्या शेतात अवकाशातून एक उल्का पडली होती. एक रुची म्हणून मी ती जपून ठेवली. मला शंका आली म्हणून मी आज रात्री तिचं सूक्ष्मदर्शकाखाली निरीक्षण केलं; तेव्हा मला तेथे बरेच अंडकोश दिसले. कदाचित त्यातलाच एखादा अनवधानानं माझ्याकडून फलित झाला असावा. या तुम्हालाही दाखवतो."

डॉ. शेंडे व डॉ. नाथ दोघांनीही सूक्ष्मदर्शकाखाली पाहिले. त्या उल्केच्या

विवरांमध्ये असंख्य अंडकोश होते. डॉ. नाथ चांगलेच शहारले.

डॉ. शेंडे म्हणाले, "मला वाटलंच हा पृथ्वीवरचा नसेल म्हणून. कारण प्रवेगक सुरू करणं ही सोपी गोष्ट नाही. त्याच वेळी मला शंका आली होती. काही असो, पण या जीवाणूला प्रचंड बुद्धिमत्ता व शक्ती आहे."

"मग आता काय करायचं सर?" डॉ. नाथ आशाळभूत नजरेने डॉ. शेंड्यांकडे पाहत म्हणाले, "काहीतरी मार्ग काढायलाच हवा. कारण हे उभ्या मानवजातीवरचं अरिष्ट आहे."

"खरं आहे तुमचं, डॉ. नाथ! पण त्याला असंच बाहेर काढून मारणं अवघड आहे. कारण तो एकदा बाहेर पडला, तर तो आपल्या कक्षेबाहेर जाईल आणि स्वतंत्र होईल; त्यामुळे सजीवांपाठोपाठ निर्जीव गोष्टींनाही धोका निर्माण होईल. सध्या तो निद्रितावस्थेत आहे. या संधीचा फायदा आपण घ्यायला हवा." डॉ. शेंडे निर्वाणीचं म्हणाले.

"पण सर, तो निद्रितावस्थेत आहे कशावरून? या वेळी कदाचित त्याच्याजवळ ऊर्जाही नसेल!" सुशांतने शंका बोलून दाखवली.

"खरंच की!" दोघांच्याही तोंडून एकाच वेळी स्वर उमटले.

डॉ. शेंडे व डॉ. नाथ विचार करू लागले. डॉ. शेंडे विचाराअंती म्हणाले, "सुशांत, यू आर राइट! तसंही असू शकेल. कारण प्रवेगक सुरू करून त्यानं स्वत:च्या अंगावर इलेक्ट्रॉन्स घेताना आपण पाहिलंय. शिवाय त्याच्या अंगाला झिंक सल्फाईडचं आवरणपण होतं."

त्याच क्षणी डॉ. शेंड्यांच्या डोक्यात लखख प्रकाश पडला. ते उत्साहाने म्हणाले, "डॉ. नाथ! इथे निळा प्रकाश देणारा दिवा आहे का?"

"आहे ना! का?"

"द्या बरं!" सुशांतने लगेच निळा प्रकाश देणारा दिवा आणून दिला.

निळ्या प्रकाशाचा झोत डिंभकावर पडताच, त्याच्यातील हालचाल वाढायला लागली. त्या क्षणी डॉ. शेंड्यांनी दिवा बंद केला आणि म्हणाले, "डॉ. नाथ! निळ्या प्रकाशाच्या तरंगलांबीतून या सजीवाला ऊर्जा मिळते, हे सिद्ध झालं. आता किती वाजलेत?"

"पहाटेचे साडेपाच!" सुशांत उत्तरला.

"सूर्यप्रकाशाचा झोत याच्यावर पडण्याआधी आपल्याला या डिंभकाची विल्हेवाट लावावीच लागेल. नाहीतर सकाळ होताच, सूर्याच्या प्रकाशआवर्तनातील निळ्या रंगाची तरंगलांबी त्याच्यावर पडून त्याला ऊर्जा मिळेल... आणि पुढे काय होईल सांगता येत नाही."

"शिवाय एकदा का तो स्वतंत्र झाला की, उल्केमधील असंख्य अंडकोश

फलित करून त्यांनाही ऊर्जावस्था प्राप्त करून देईल... आणि मग...'' सुशांत पुढे बोलूच शकत नव्हता.

डॉ. नाथही क्षणभर त्याच्या या वक्तव्याकडे सुन्नपणे पाहत राहिले. डॉ. शेंडे घड्याळाकडे पाहत म्हणाले, ''अजून वेळ गेलेली नाही.'' थोडा वेळ विचार करून पुढे म्हणाले, ''डॉ. नाथ, तुमच्याकडे शिशाचा (Lead) छोटा बॉक्स आहे का?''

''नाही सर... का?''

''त्यात या डिंभकाची बाटली ठेवली आणि चोहोबाजूंनी बंद केली, तर त्याच्यापर्यंत निळा प्रकाश पोहोचू शकणार नाही... आणि ती आपण खोल खड्डा करून पुरून टाकू या. असं करतो, मी माझ्या प्रयोगशाळेत बघतो आहे का?''

डॉ. शेंडे घाईतच बाहेर पडले आणि दहा मिनिटांतच पुन्हा प्राणिशास्त्र विभागात आले. त्या वेळी त्यांच्या हातात शिशाची छोटी पेटी होती.

सुशांतने लगबगीने ती बाटली त्यात ठेवली. सोबत ती उल्काही ठेवली. डॉ. शेंड्यांनी अजून बारीक शिशाचा पत्रा त्यावर गुंडाळला.

तिघेही ती पेटी घेऊन प्राणिशास्त्र विभागाच्या मागच्या बाजूला आले. तेथे डॉ. नाथांनी फूटभर खोल खड्डा खणला व त्यात डॉ. शेंड्यांनी पेटी ठेवून, सुशांतने माती लोटून पुरून टाकली.

डॉ. नाथ, डॉ. शेंडे व सुशांत... तिघांनाही या वेळी हायसे वाटले. डोक्यावरचे ओझे कमी झाल्यासारखे वाटले. डॉ. नाथ अजिजीने म्हणाले, ''डॉ. शेंडे, थँक यू व्हेरी मच! तुमची खूप मदत झाली. तुम्ही नसता, तर कदाचित मार्ग निघू शकला नसता. इट वॉज बियाँड अवर कपॅसिटी.''

डॉ. शेंडे हसत म्हणाले, ''तसं काही नाही डॉ. नाथ. सगळ्यांचाच त्यात सहभाग आहे. सुशांतचासुद्धा! जर हे त्याच्या लक्षातच आलं नसतं आणि त्यानं आपल्याला बोलावलं नसतं, तर समजलंच नसतं. शेवटी मानवावरील अरिष्ट टळलं, हे महत्त्वाचं.''

तिघांनीही एकमेकांचा निरोप घेतला. सकाळचे सहा वाजले तरी डॉ. नाथ आता शांतपणे झोपणार होते. या विश्वात कुठेतरी सजीवाचे अस्तित्व आहे, हे या संशोधनाचे फलित होते. ते जगासमोर येऊ शकले नाही, एवढाच काय तो फरक.

❒

६

पिंजक

काचांची तावदाने असलेली अद्ययावत प्रयोगशाळा. छोटी, पण स्वच्छ व वातानुकूलित. एक-दोन विद्यार्थी वाचत बसले होते. कोपऱ्यात डावीकडे संपूर्ण काचांनी वेढलेली केबिन... सध्या तेथील खुर्ची रिकामीच होती; पण समोर टेबलावर पुस्तकांचा खच पडलेला. त्याच्याच उजवीकडच्या पांढऱ्या कट्ट्यावरील मायक्रोस्कोपला डोळे लावून बसलेले एक गृहस्थ. पाठमोरे, पांढराशुभ्र ओव्हरकोट घातलेले, संशोधनात रममाण झालेले. तेवढ्यात एक विद्यार्थी आला आणि नम्रपणे म्हणाला, "सरऽ"

क्षणभर गृहस्थांनी तसेच मायक्रोस्कोपला डोळे लावलेले. विद्यार्थी उत्तराच्या अपेक्षेने उभा. दोन क्षण शांततेत गेले. विद्यार्थी चुळबुळला. पुन्हा विचारणार तेवढ्यात, हळुवार मान मागे घेत ते गृहस्थ उत्तरले,

"येसऽऽ" गृहस्थांचे डोळे चुरचुरत होते. त्यांनी दीर्घ काळ डोळे मिटले व पुन्हा उघडत म्हणाले... "बोलाऽऽ"

"सरऽ... मी निखिल मगरे!... एम.एस्सी. पार्ट टू. मला तुमच्याकडे प्रोजेक्ट करायचाय."

गृहस्थांनी हळुवार जड झालेली मान मोडली व दीर्घ श्वास घेत, विचार करत म्हणाले, "ठीक आहे! पण तुला खूप कष्ट घ्यावे लागतील, तयारी आहे?"

"हो सरऽऽ! मी करीन कष्ट; त्यामुळेच मी तुमच्याकडे आलो."

"ओके देन, युवर टाइम स्टार्ट्स नाऊ, गो अहेड. थोड्या वेळानं मी तुझ्याशी प्रॉब्लेम डिस्कस करतो."

स्मित करत ते पुन्हा वळले व मायक्रोस्कोपखाली ठेवलेल्या अतिसूक्ष्म कल्चर्ड नमुन्याचे निरीक्षण करू लागले. विद्यार्थी आनंदाने वळला व इतर दोघा विद्यार्थ्यांपाशी जाऊन बसला. बराच वेळ ते गृहस्थ निरीक्षणातच गुंतले होते.

संशोधनात मग्न असणारे गृहस्थ होते डॉ. हमीद रेहमान. पस्तिशीतला तरुण वनस्पतिशास्त्रज्ञ. मूळ काश्मीरचा, म्हणून अतियश देखणा. तजेलदार कांती, धारदार नाक, चालण्यात विशिष्ट मार्दव. मुंबईत आयुष्य गेल्याने अस्खलित मराठीत बोलणे. एखाद्या सारस्वतासारखे. एवढे असूनदेखील, चेहऱ्यावर कमालीचे निरागस गांभीर्य. डोळ्यांत न दिसणाऱ्या वेदना.

मितभाषी, आपल्याच विश्वात वावरणारे, तसे या क्षणी त्यांच्या

भावविश्वात व खासगी आयुष्यातही कुणी नाही. कदाचित या एकटेपणामुळेच ते आत्मकेंद्रित झाले असावेत... आणि उत्तरोत्तर ते काळगर्भात जास्तच लोटले गेले होते.

काश्मीरचा निसर्ग तसा त्यांनी कधीच अनुभवला नव्हता; पण निसर्गाची ओढ त्यांच्या रक्तात व जनुकांतच भिनलेली असल्यामुळे ते सहज वनस्पतिशास्त्राकडे ओढले गेले होते. शिकत असताना त्यांनी कोकणाचा सह्याद्री वेड्यासारखा पिंजून काढला होता. त्यातील जुन्या-नव्या वनस्पतींचा शोध घेतला होता व आणखी काही नव्या वनस्पतींच्या शोधात ते होते. वेगवेगळ्या वनस्पतींचा व त्यांच्या गुणधर्मांचा अभ्यास हा त्यांचा केवळ ध्यास नव्हता, तर तो त्यांच्या जीवनाचा अविभाज्य घटक बनला होता.

महाविद्यालयीन जीवनात त्यांची ही वनस्पतीतील जाण पाहून शिक्षकही अचंबित होत असत. पुढे डॉक्टरेट घेऊन मुंबई विद्यापीठाच्या वनस्पतिशास्त्र विभागातच ते व्याख्याता म्हणून रुजू झाले होते.

एका वर्षातच डॉ. हमीदनी छोटीशी; पण अद्ययावत प्रयोगशाळा विकसित केली होती. संशोधक, विद्यार्थी कुणीही नव्हते; पण एक-दोघे पदव्युत्तरचे विद्यार्थी त्यांच्याकडे प्रोजेक्ट करत होते.

साधारण एका तासानंतर त्यांनी त्या वनस्पतीचे निरीक्षण संपवले. डोक्यात काहीसे गुंतागुंतीचे विचार घोळवत डॉ. हमीद उठले आणि आपल्या केबिनमध्ये येऊन बसले. तिघा विद्यार्थ्यांना एकामागून एक बोलावून त्यांच्या प्रोजेक्टविषयी चर्चा केली. दोघांना त्यांनी वनस्पतीतील होणाऱ्या प्रकाश संश्लेषण आणि वाढ या संदर्भात विषय दिला व सखोल चर्चा केली. पुढे काही वेळानंतर त्यांनी निखिल मगरेला बोलावले.

"निखिलऽऽ"

निखिल मगरे तत्काळ केबिनमध्ये दाखल झाला. समोरच्या खुर्चीकडे निर्देश करत ते म्हणाले, "बैस!..." विचार करत पुढे म्हणाले, "निखिलऽऽ... वनस्पतीतील रंगद्रव्य किंवा पिंजकाविषयी (pigments) तुला ठाऊक आहेच."

"होय सर!..." निखिल थोडे सावरत म्हणाला होता.

"मला वाटतं, तू त्यावर काम करावंस! वेगवेगळ्या वनस्पतींचे नमुने घेऊन त्यातील पिंजके वेगळी करून त्यांच्या गुणधर्मांचा अभ्यास करायचा आणि त्यातील रसायनांचाही. जमेल ना?" डॉ. हमीदनी निखिलच्या चेहऱ्याकडे बघत अंदाज घेतला.

निखिल या विषयाने हर्षभरित झाला होता. तो तत्काळ म्हणाला, "सर!... मला आवडेल. विषय अवघड असला तरी मी चिकाटी दाखवीन."

त्याच्या चिकाटी दाखवीन या शब्दांवर डॉ. हमीदनी स्मित केले व टेबलावरील एक पुस्तक व काही संशोधन पेपर हातात देत म्हणाले, "हे घे!... प्रथम मुळापासून वाच. प्रयोग समजून घे. मग आपण सुरुवात करू या. ओके?"

"ठीक आहे सर!" निखिल उठला. हातात पुस्तक व पेपर्स घेऊन बाहेर आला. त्याला ही अनपेक्षित दिशा मिळाली होती. डॉ. हमीदकडे काम करण्याची त्याची मनीषा होतीच. तीही पूर्ण झाली होती. डॉ. हमीद फारसे विद्यार्थी घेत नाहीत, अशी त्यांची ख्याती होती. स्वत:चे संशोधन स्वत: करण्याकडे त्यांचा कल आहे, असा त्यांचा लौकिक होता; पण ते एक हुशार शास्त्रज्ञ आहेत याची जाणीव तेथील सर्वांनाच होती. किंबहुना आताशा त्यांचे नाव मुख्य प्रवाहात येऊ पाहत होते.

वनस्पतीतील रंगद्रव्य हा त्यांचा अतिशय जिव्हाळ्याचा व आत्मीयतेचा विषय होता. कॉलेज जीवनात कधीतरी हा किडा त्यांच्या डोक्यात वळवळला होता. एका वेगळ्या ध्येयाने ते चांगलेच पछाडले गेले होते. आजही त्या विषयावरील त्यांची संशोधन प्रक्रिया सुरूच होती. वनस्पतींना विशिष्ट रंग प्राप्त होतो... आणि त्यासाठी त्यातील रंगद्रव्य कारणीभूत असतात, हे सर्वज्ञात होते. काही रंगद्रव्ये शोधलीही गेली होती. निसर्गाने वनस्पतींना दिलेली ही देणगी म्हणायला हवी होती.

हिरव्या वनस्पती प्रकाश संश्लेषणाच्या साहाय्याने स्वत:चे अन्न स्वत:च तयार करतात हे सर्वज्ञात होते. सूर्यप्रकाशात त्या पाणी व कार्बनडाय ऑक्साईडचा वापर करून, हिरव्या वनस्पतींमध्ये कार्बनी संयुगे तयार करतात हेही संशोधनात सिद्ध झाले होते. मुख्यत्वे पानांमधील क्लोरोफिल हे हरितद्रव्य सूर्यप्रकाशाची ऊर्जा ग्रहण केल्यानंतर या वनस्पती साखर किंवा कार्बोहायड्रेट्सच्या रूपात स्वत:च अन्न तयार करतात आणि अतिशय स्वस्तात जगतात, हे निसर्गचक्र होते. हीच बाब डॉ. हमीदना खुणावत होती; पण प्राणी किंवा मानवांमध्ये अशी हरितद्रव्ये नसल्याने ते असे प्रकाश संश्लेषण करून रंगरूप बदलू शकत नव्हते किंवा अन्नही तयार करू शकत नव्हते; त्यामुळे मानव तसा दुर्दैवीच होता. इथेच डॉ. हमीद यांचा खरा संशोधनाचा प्रश्न होता. त्यांना वनस्पतीमध्येच अशी वेगवेगळी हरितद्रव्ये, रंगद्रव्ये शोधायची होती... आणि ती मानवाच्या जनुकांमध्ये मिसळून मानवाला अंतर्बाह्य बदलायचे होते. अन्नप्रक्रिया स्वत:च तयार करता येईल, अशी यंत्रणा बनवायची होती. त्याचा पाठपुरावा त्यांनी सुरू केला होता. महाविद्यालयीन जीवनापासूनच ते त्यांचे स्वप्न होते.

"रेहमान सर!... चहाला येता का?"

डॉ. हमीद विचारतंद्रीतून बाहेर आले. समोर त्यांचे सहकारी डॉ. अभिषेक खरे उभे होते. त्यांनी स्मित केले व ते उठले. डॉ. हमीद म्हणाले, "चला!"

डॉ. हमीद सहसा स्वत:हून कुठेच जात नसत. कॅन्टीनमध्येही नाही; पण कुणी

बोलावलेच तर नाकारतही नसत. आपल्याच विश्वात रमणारा शास्त्रज्ञ म्हणून त्यांची कीर्ती विद्यापीठात होऊ लागली. जर कुणी स्वत:हून भेटायला आलेच नाही, तर बरेच दिवस त्यांची भेटही नसे. रात्र-रात्र ते प्रयोगशाळेतच राहत असत. त्यांना काहीजण संट्या भाई बंट्या म्हणूनही संबोधत असत; पण ते एक हुशार व मेहनती शास्त्रज्ञ आहेत, याबद्दल मात्र कुणाचेही दुमत नव्हते.

निखिलच्या मदतीने डॉ. हमीदनी मूलभूत प्रयोगांना सुरुवात केली होती. काही मूळ प्रयोग त्यांनी निखिलला सांगितले होते. तो ते करण्यात गुंतला होता, तर डॉ. हमीद केबिनमध्ये संदर्भग्रंथ व संशोधन पेपर्स चाळण्यात मग्न होते.

निखिल एका प्रकाश-संश्लेषण उपकरणाशेजारीच मोठ्या चंचुपात्रात मिश्रद्रव्य टाकून 'पेपर क्रोमॅटोग्राफी' या तंत्राच्या साहाय्याने वनस्पतीतील रंगद्रव्ये, पिंजके व इतर रेणू वेगळे करण्याच्या प्रयत्नात होता. डॉ. हमीदच्या मार्गदर्शनाखाली हे तंत्र आत्मसात करून निखिल काही दिवसांतच तरबेज झाला होता. या वेळीही तो चिकाटीने पिंजके मिळवण्याच्या प्रयत्नात होता. बऱ्याच वेळाने जेव्हा त्याला परिणाम मिळाला, तेव्हा तो आनंदाने उसळला. डॉ. हमीदकडे धावत जात आनंदाने म्हणाला, "सर! येता का?"

डॉ. हमीद वाचण्यात मग्न होते. निखिलच्या चेहऱ्यावरचा आनंद लपून राहत नव्हता. डॉ. हमीद तत्काळ उठले व प्रयोगाशेजारी येऊन सूक्ष्म निरीक्षण केले. क्रोमॅटिक पेपरवर काही पिंजके दिसत होती. निखिलच्या खांद्यावर हात ठेवत डॉ. हमीद म्हणाले, "गुड निखिल!... अतिशय क्लिष्ट पद्धत तू कमी वेळात आत्मसात केलीस. ही जी रंगद्रव्यं आहेत, ती वनस्पतींमध्ये नेहमीच आढळणारी हरितद्रव्यं आहेत. बघ कशी हिरवीगार दिसत आहेत. प्रकाशाची इतर सर्व तरंगलांबी शोषून फक्त हिरवा रंग परावर्तित करत आहेत." पुन्हा चंचुपात्रात व मायक्रोस्कोपखाली निरीक्षण करत ते पुढे म्हणाले, "आता आपल्याला अशीच न समजलेली वेगळी आणि विविध वनस्पतींमधील रंगद्रव्यं शोधायची आहेत."

"सर!... ही रंगद्रव्यं नेमकी कशाची आहेत?" निखिलच्या मनातील शंका...

डॉ. हमीद त्याच्याकडे पाहत म्हणाले... "ही कॅरोटेन, क्झॅन्थोफिल, क्लोरोफिलसारखी रंगद्रव्यं असून ती ऑक्सिजन, कार्बन, हायड्रोजन, नायट्रोजनसारखी मूलद्रव्यांनी बनलेली संयुगं आहेत."

निखिलने बऱ्याच शंका विचारल्या होत्या... आणि डॉ. हमीदनी प्रत्येक शंकेचे निरसन केले होते. शेवटी ते म्हणाले, "निखिल, बरीच रात्र झाली... आता तू निघ... उद्या अजून वेगवेगळी पिंजके शोधण्याचा प्रयत्न कर."

"ओके सर!... मी करीन. उद्या लवकरच येतो."

निखिल परतला होता. त्याचे इतर विद्यार्थी मित्र आज लवकरच हॉस्टेलवर

निघून गेले होते.

डॉ. हमीद नंतर बराच वेळ प्रयोगशाळेत होते व स्वत: प्रयोग करण्यात गुंतले होते. विविध वनस्पतींमधील इतर अतिसूक्ष्म पातळीवरील पिंजके वेगळी करण्याच्या ते प्रयत्नात होते. आतापर्यंत या संशोधनात त्यांनी पिवळा, हिरवा, निळा, गुलाबी, काळा, करडा अशी रंग देणारी पिंजके शोधली होती... आणि वेगळीही केली होती; पण त्यांना अजून काहीतरी वेगळे अपेक्षित होते. मानवी जनुकांमध्ये जाऊन बसणारी तसेच अन्नप्रक्रिया निर्माण करणारी पिंजके त्यांना हवी होती. तीच शोधण्याच्या प्रयत्नात ते होते. शेकडो वनस्पतींचे नमुने तपासले गेले होते; पण अजूनही शोध सुरूच होता.

रात्रीचा एक वाजून गेला होता. कुठलीतरी वनस्पती त्यांनी लोड केली व त्यातील पिंजके अलगद वेगळी करण्याचा प्रयत्न केला; पण या वेळी क्रोमॅटिक पेपरकडे ते क्षणभर पाहतच राहिले. तेथे ठरावीक कागदाचे अस्तित्वच दिसत नव्हते. त्यांना गंमत वाटली. त्यांनी हळूच त्यावरून बोट फिरवले. पेपर पूर्ववत दिसू लागला; पण बोटाकडे पाहिले तेव्हा ते क्षणभर चकित झाले. बोटावरचा काही भाग दिसेनासा झाला होता.

पडताळा म्हणून त्यांनी पुन्हा हा प्रयोग करून पाहिला. तोच अनुभव त्यांना आला. त्यांच्या तत्काळ लक्षात आले होते. या पिंजकावर पडलेला संपूर्ण प्रकाश त्याच्याकडून शोषला जाऊन थोडासाही अंश परावर्तित होत नव्हता. पर्यायाने या पिंजकामध्ये कुठलीही वस्तू अदृश्य करण्याची शक्ती निर्माण झाली होती. या प्रयोगाने डॉ. हमीद कमालीचे हर्षोल्लासित झाले. एक वेगळा व तेवढाच अनपेक्षित परिणाम त्यांना मिळाला होता.

प्रयोगशाळा बंद करून डॉ. हमीद विभागाबाहेर पडले. या वेळी रात्रीचे तीन वाजले होते. डोक्यात असंख्य विचार घोळू लागले. वातावरणात गारवा होता. त्यांना आल्हाददायक व हलके वाटले. धिमी पावले टाकत डॉ. हमीद क्वार्टर्सकडे निघाले होते.

रात्री कधी डोळा लागला डॉ. हमीदना कळलेच नव्हते.

***

ते छोटेसे गाव थरारून उठले होते. घरातल्या प्रत्येक स्त्री-पुरुष व मुलांना भर चौकात उभे करण्यात आले होते. चेहरा दिसत नसलेले काही काळे बुरखाधारी, बायकांना फरफटत ओढून आणत होते. आकांत होत होता. घरातला एकूण एक माणूस चौकात होता. क्षण दोन क्षण गेले. प्रत्येकजण भीतीने अर्धमेला झाला होता. मुले भेदरून गेली होती. क्षणात फटाके वाजावेत तशा बंदुकीतून गोळ्या सुटत होत्या. एक-एकजण कोसळत होता. रक्ताच्या चिळकांड्या उडत होत्या. आकांत

होत होता. काहीजण पळण्याचा प्रयत्न करत होते. त्यांना सावजासारखे टिपण्यात येऊ लागले. प्रत्येक वेळी आर्त किंकाळी फुटत होती. ती विरत नाही तोवर दुसरी फुटून मिश्रित होत होती. रक्ताचे पाट वाहू लागले होते.

डॉ. हमीद ताडकन बिछान्यातून उठून बसले. त्यांची छाती धडधडत होती. अंग घामाने ओलेचिंब झाले होते.

डोके गच्च दाबून ते थोडा वेळ तसेच बसून राहिले. श्वासोच्छ्वास अजूनही जोरातच चालू होता. त्यांना स्वप्न पडले होते. त्यांच्या वास्तवातले. मनश्चक्षूंवर मनाच्या कुठल्यातरी कप्प्यात असणारा तो प्रसंग अजूनही त्यांच्यासमोर उभा होता.

डॉ. हमीद उठले व पेलाभर पाणी प्यायले. त्यांना बरे वाटले; पण अस्वस्थतेमुळे त्यांचे डोळे भरून आले. या वेळी राग आणि करुणा दोन्हीही छटा त्यांच्या डोळ्यांत होत्या.

पहलगाम जिल्ह्यातील ते छोटेसे गाव होते. तेथे हिंदू पंडितांसोबत मुस्लिमांचीही संख्या बऱ्यापैकी होती. त्यापैकीच हमीद व त्यांचे आई-वडील, भाऊ होता. डॉ. हमीदचे वय केवळ चार वर्षांचे होते. ती रात्र अजूनही त्यांना जशीच्या तशी आठवून गेली. अतिरेक्यांनी काश्मिरी पंडित व मुस्लिमांचा निर्दयीपणे केलेला नरसंहार. नशिबाने डॉ. हमीद व त्यांची आई बचावले होते. स्मशानभूमी झालेल्या त्या गावातून त्यांची आई कशीबशी जम्मूला येऊन पुढे मुंबईला आली होती. मानसिकदृष्ट्या ती फारच खचली होती. तशाही अवस्थेत त्या माउलीने डॉ. हमीदना शिकवले होते. मोठे केले होते. तीन वर्षांपूर्वीच डॉ. हमीदच्या आईचे निधन झाले होते आणि ते पोरके झाले होते.

स्वप्नाच्या निमित्ताने त्यांना हे सर्व आठवून गेले. ते वय समजण्यासारखे नव्हते; पण ती दाहकता त्यांना अजूनही जाणवत होती. एवढी ती बालमनावर ओरखडली गेली होती. अतिरेक्यांना कुठलाच चेहरा नव्हता, म्हणून या नराधमांचा त्यांना प्रचंड राग होता. उभे आयुष्य हा राग उराशी बाळगून ते जगत होते. मनात एक ध्येय ठेवून संशोधन करत होते.

पहाट झाली होती. त्यांना झोप अशी आलीच नव्हती. सकाळी लवकरच तयार होऊन ते प्रयोगशाळेत गेले... आणि प्रयोगात समरसून गेले.

नऊ वाजता येऊन निखिल व इतर विद्यार्थी कामाला लागले. डॉ. हमीद मात्र दिवसभर अस्वस्थ होते. अतिरेक्यांचे चेहरे त्यांच्या डोळ्यांपुढे तरळत होते.

दुपारच्या एका बातमीने मात्र त्यांची अस्वस्थता वाढली होती. गेट वे ऑफ इंडिया आणि विरारकडे जाणाऱ्या लोकलमध्ये अतिरेक्यांनी बॉम्बस्फोट घडवून आणला होता. मुंबई हादरली होती. निरापराधांचे बळी गेले होते.

डॉ. हमीद कमालीचे अस्वस्थ झाले. केबिनमध्ये जाऊन त्यांनी आपल्या

भावनांना वाट मोकळी करून दिली. या वेळीही त्यांना लहानपणीचा आकांत, आक्रोश आठवला होता. अंगावर शहारे येत होते. त्यांचे डोळे भरून आले.

निश्चयाने ते पुन्हा प्रयोगात गढून गेले. निखिलने येऊन काही परिणाम दाखवले व ते त्यांनी नुसतेच न्याहाळले. डॉ. हमीद या वेळी कुठलाही प्रतिसाद व चर्चा करण्याच्या मन:स्थितीत नव्हते. निखिलला धीरगंभीर स्वरात ते म्हणाले, ''निखिल.''

''येस सर!''

''मी आज प्रयोगशाळेत थांबणार आहे. तुम्ही कधीही गेलात तरी चालेल. मी तुझे परिणाम उद्या पाहीन.'' डॉ. हमीद निश्चयाने म्हणाले होते.

''ठीक आहे सर! पण तुम्ही जेवून घ्या.''

डॉ. हमीदने स्मित करण्याचा प्रयत्न केला. कुणीतरी आपली काळजी करत असल्याने त्यांना बरे वाटले.

निखिल बराच वेळ होता. नंतर तोही निघून गेला.

डॉ. हमीदनी कालच्याच प्रयोगावर लक्ष केंद्रित केले. त्या वनस्पतींमधून भरपूर पिंजके मिळवण्याच्या प्रयत्नात ते होते. त्यांना एका गोष्टीची खात्री करून घ्यायची होती.

डोळ्यांना न दिसणारी ती पिंजके त्यांनी संपूर्ण एका बोटावर पसरवली आणि ते बोटच दिसेनासे झाले. त्या पिंजकांमधून कुठलाही प्रकाश परावर्तित होत नसल्याने त्या वस्तूचे अस्तित्वच नाहीसे झाले होते. या अनपेक्षित परिणामाने मात्र त्यांच्या विचारांची दिशाच बदलली. याच क्षणी डॉ. हमीदच्या कानांना असंख्य निरपराध लोकांचे आकांत, किंकाळ्या, हंबरडे ऐकू येऊ लागले. कानठळ्या बसावेत असे बॉम्बस्फोट ऐकू येऊ लागले...

डॉ. हमीद यांच्या चेहऱ्यावरच्या शिरा ताणल्या गेल्या. चेहरा लाल झाला... आणि त्यांच्या डोक्यात वेगळाच विचार येऊन गेला. त्यांच्या संशोधनाचा उपयोग खऱ्या अर्थाने त्यांना आता करायचा होता.

भरपूर वेगवेगळ्या वनस्पतींमधून डॉ. हमीदनी ती पिंजके मिळवली होती. रात्रभर ते या कामात व्यग्र होते. पुरेशी पिंजके गोळा होताच, त्यांनी अंगावरचे कपडे उतरवले आणि त्यातील रेणून्‌रेणू शरीराला चिटकवला. स्वत:ला त्यांनी आरशात पाहिले. त्यांचे अस्तित्वच उरले नव्हते. त्यांच्यापासून कुठलाही प्रकाश परावर्तित होत नसल्याने डॉ. हमीद कुणालाही दिसत नव्हते. त्यांनी शोधलेल्या पिंजकांनी त्यांना अदृश्य केले होते.

प्रयोगशाळा सताड उघडी ठेवून ते तसेच बाहेर पडले. या वेळी बाहेर गडद अंधार होता; पण त्यांच्या डोळ्यांतील नजर मात्र तो अंधार भेदून सावज टिपण्यास

सज्ज झाली होती. एका महान शास्त्रज्ञाची पावले शहराच्या काळ्या गर्भात पडली होती.

त्या रात्री डॉ. हमीदना कुणीच पाहू शकले नव्हते; पण ती रात्र असल्याने आपण खरेच कुणाला दिसलो नाही का?... की हा अंधाराचाच खेळ आहे?... त्यांच्या मनात शंका होत्या. याची पडताळणी करण्यासाठी डॉ. हमीदनी दिवसा सूर्यप्रकाशात येण्याचे धाडस केले होते. वनस्पतीशास्त्र विभागात व पर्यायाने त्यांच्या स्वत:च्या प्रयोगशाळेतही ते जाऊन आले होते; पण कुणीही त्यांना पाहू शकले नव्हते. संपूर्ण सूर्यप्रकाश त्या पिंजकामध्ये शोषला जाऊ लागला. त्यापासून कुठलाही प्रकाशकिरण बाहेर पडत नसल्याने ते अदृश्यावस्थेत होते. आता मात्र त्यांची खात्री पटली होती, कारण निखिल व इतर विद्यार्थी त्यांच्यासमोरून ये-जा करत असतानादेखील त्यांना कुणीच ओळखले नव्हते. या अनपेक्षित परिणामाने ते भारावले गेले.

पण त्याच वेळी त्यांच्या मनाने बंडही पुकारले. लहानपणीची धगधगती आग जास्तच तीव्र होऊ लागली होती. बराच वेळ तशा अवस्थेत ते त्यांच्या केबिनमध्ये सुन्न अवस्थेत बसून राहिले.

अंगरखा काढून ठेवावा, तसा डॉ. हमीदनी पिंजकाचा लेप काढून टाकला... आणि पुन्हा प्रयोगशाळेत येऊन दाखल झाले. डॉ. हमीदना अजून बऱ्याच पिंजकांची गरज असल्याने ते स्वत: प्रयोगाला लागले होते.

मध्ये बरेच दिवस गेले.

मुंबई पूर्वपदावर येऊन, शांत होऊ लागली होती. नुकत्याच झालेल्या बॉम्बस्फोटाने जनजीवन काही काळ विस्कळीत झाले होते. पाकिस्तानस्थित एका कुविख्यात अतिरेकी संघटनेने स्फोटाची जबाबदारी घेतली होती. या प्रकरणी अजून कुठल्याही अतिरेक्याला पकडण्यात मुंबई पोलिसांना यश आले नव्हते, म्हणून मुंबई अजूनही दहशतीच्या वातावरणाखालीच होती. गुप्तचर यंत्रणा सतर्क होती. तरीही या अफाट नगरात कधी काय होईल, सांगता येत नव्हते.

***

दिवस जाऊ लागले तसे काही बातम्या ठळकपणे येऊ लागल्या. भायखळा व विरार येथे काही कडव्या अतिरेक्यांचे मृतदेह सापडले होते. प्रथम पोलिसांना हा अपघात वाटला; पण बेहरामपाडा, कल्याण, भिवंडी इत्यादी गुप्त ठिकाणी शंभराहून अधिक अतिरेक्यांचे व त्यांना मदत करणाऱ्यांचे मृतदेह पाहून पोलीसही अचंबित झाले होते. पोलीस खात्याला ही तशी एक प्रकारची मदतच होती; पण ही मदत नेमकी कोण करतोय, याची शहानिशा करण्याच्या प्रयत्नात ते होते. पोलीस खात्यात हळूहळू होणारी चर्चा आता समाधानाची व तेवढीच चिंतेची बनली होती, कारण पोलिसांची यात काहीच भूमिका नव्हती.

हळूहळू प्रसारमाध्यमांच्याही हे लक्षात आले. अतिरेक्यांचे शिरकांड नेमके कोण करतेय?... पोलीस की अजून कोण?... ही संदिग्ध भूमिका प्रत्येक प्रसारमाध्यमाची होती. आता मुख्य वर्तमानपत्रांतील ठळक बातम्यांमध्येही याची नोंद घेतली गेली होती.

पोलिसांना अनामिक असे दूरध्वनी येत राहिले. नियोजित जागी छापा टाकून प्रचंड प्रमाणात स्फोटकेही जप्त केली गेली; पण तेथेही प्रत्येक अतिरेकी मृतावस्थेत सापडला होता. प्रचंड मोठी सामग्री पोलिसांनी या अनामिक दूरध्वनीच्या आधारे जप्त केली होती. ही सामग्री म्हणजे अख्खी मुंबई नेस्तनाबूत होईल एवढी प्रचंड होती. पोलीस या सर्व माहितीने व मिळालेल्या सामग्रीने हबकून गेले.

पोलीस आयुक्त श्री. रामराव शेंडगेंनी तत्काळ बैठक बोलावली होती. त्यात सखोल चर्चा झाली. एवढ्या प्रमाणात अतिरेक्यांचा कर्दनकाळ ठरणारा हा कोण? प्रत्येकाच्याच चेहऱ्यावर प्रश्नचिन्ह होते.

गुन्हेगारी जगतातही खळबळ माजली होती. काही अपहरण केसेसही आपोआप सुटल्या होत्या. जो कुणी होता तो विधायक कार्य करत होता एवढे मात्र निश्चित!

***

एके दिवशी निखिल हातात आघाडीचे वर्तमानपत्र घेऊन केबिनमध्ये दाखल झाला व म्हणाला, "सर!... या बातम्या वाचल्यात...?"

"होऽऽऽ! टी.व्ही.वरही पाहिल्यात!" डॉ. हमीदनी उत्तरादाखल म्हटले.

"इट्स अमेझिंग! असं खरंच कुणी करत असेल का सर? मुंबईचं गुन्हेगार जगतच नाही, तर अतिरेकी संघटनाही हादरल्या आहेत. तो कुणीही असो सर, पण ही मस्ट बी अ जिनिअस. अशा त्यानं लाख हत्या जरी केल्या, तरी त्या माफ आहेत. अगदी पाषाणहृदयी लोकांचा त्यानं ठाव घेतलाय." निखिल उत्तेजित होत म्हणाला होता. त्यालाही आपण असे काहीतरी करावे म्हणून स्फुरण चढत होते.

डॉ. हमीदनी त्यावर फक्त स्मित केले... आणि वर्तमानपत्राच्या पहिल्या पानावर नजर फिरवली. मुंबईचे पोलीस आयुक्त शेंडगेचा फोटो व त्यांची विधाने होती. त्यांनी घेतलेल्या मीटिंगचा सारांश होता.

डॉ. हमीदच्या डोक्यात आता वेगळीच चक्रे फिरू लागली होती. वर्तमानपत्र बाजूला ठेवून, विषयांतर करत त्यांनी निखिलच्या काही प्रायोगिक परिणामांची सखोल चर्चा केली. प्रत्येक परिणामाचे विश्लेषण ते झटक्यात करत असत. निखिल तर त्यांची अफाट बुद्धिमत्ता पाहून कधीकधी स्तिमित होत असे.

डॉ. हमीद सायंकाळी लवकरच प्रयोगशाळेतून बाहेर पडले. मनात त्यांनी एक निश्चय केला. काही महिन्यांपासून जे काही घडत होते, ते आता त्यांना थांबवायचे होते. या सर्व जहाल अतिरेक्यांच्या हत्यांना तेच कारणीभूत होते. समाजमनावर

उलटा परिणाम व्हायला त्यांना नको होता. लहानपणापासून डोक्यात उठलेली आग काही प्रमाणात शमली होती.

डॉ. हमीदची पावले आपोआपच पोलीस आयुक्तालयाकडे वळली होती. आज त्यांना शेंडगेंसमोर स्वत:हून कन्फेशन व आत्मसमर्पण करायचे होते. पश्चिमेचा सूर्य या वेळी क्षितिजापलीकडे गेला व आसमंतात लालसर छटा फेकत राहिला. या क्षणी जी काही गोळाबेरीज डॉ. हमीदच्या मनात होती, त्याने ते समाधानी होते. पश्चात्ताप नव्हता; पण आपण एवढ्याजणांची हत्या करू शकतो याचे मात्र त्यांना आश्चर्य वाटत होते. यामागे फक्त त्या निरपराध लोकांचीच प्रेरणा होती.

भव्य पायऱ्या चढून डॉ. हमीद पोलीस आयुक्त शेंडगेंच्या कार्यालयाजवळ आले आणि त्यांच्या पी.ए.ला भेटण्याची इच्छा प्रदर्शित करताच एक चिठ्ठी आत पाठवण्यात आली.

डॉ. हमीदना दहा मिनिटांनंतर आत बोलावण्यात आले. समोर धिप्पाड पोलीस आयुक्त शेंडगेंना पाहताच डॉ. हमीद म्हणाले, "नमस्कार सर!... मी डॉ. हमीद रेहमान. मुंबई विद्यापीठात वनस्पतिशास्त्राचा प्राध्यापक आहे.'' डॉ. हमीद हात पुढे करत म्हणाले होते.

शेंडगेंनीही काहीतरी आठवत, नकळत हात पुढे केला व तत्काळ म्हणाले, "होय! आलं लक्षात. आपणच डॉ. हमीद... वनस्पतिशास्त्रज्ञ... बसा ना!''

डॉ. हमीद आसनस्थ होत म्हणाले, "सर! मला काहीतरी महत्त्वाचं बोलायचंय, इथे...?'' शंकेने त्यांनी आजूबाजूला पाहिले.

"हरकत नाही डॉ. हमीद ... नो प्रॉब्लेम. कुणीही येणार नाही.'' शेंडगेंनी लागलीच बेल वाजवली. एक तरुण शिपाई आत येताच ते म्हणाले, "हे बघा, या क्षणी कुणालाही आत पाठवू नका.''

शिपाई मान हलवत निघून गेला. डॉ. हमीद थोडा वेळ चुळबुळले व निश्चयाने म्हणाले, "सर! मी आत्मसमर्पण करायला आलोय. मला अटक करा.''

शेंडगे अविश्वासाने पाहतच राहिले. क्षणभर स्तब्धता. त्यांना काहीच सुचले नाही. ते तत्काळ उत्तरले, "काय म्हणताय डॉ. हमीद? अटक? आणि तुम्हाला? का म्हणून?''

"कारण ज्या पाचशेच्यावर अतिरेक्यांच्या हत्या झाल्या, त्या मीच केल्यात.'' डॉ. हमीद निश्चल व ठामपणे म्हणाले.

"कायऽऽ?'' शेंडगे अविश्वासाने पाहत राहिले. गेले काही महिने त्यांचे पोलीस खाते या प्रकरणाचा छडा लावण्याचा प्रयत्न करत होते. त्या प्रकरणातील सूत्रधार त्यांच्यासमोर बसला होता. निरपराध चेहऱ्याचा महान शास्त्रज्ञ...

शेंडगे पुन्हा अविश्वासाने उद्गारले, "डॉ. हमीद हे काय?... तुम्ही खोटं

बोलत आहात!''

"नाही सर!... हे खरंय... त्रिकालाबाधित सत्य... त्या हत्या मीच केल्यात. मला अटक करा. जी शिक्षा न्यायालय देईल, ती भोगायला मी तयार आहे. अगदी फाशीसुद्धा! शेवटी मीही कायदा हाती घेतलाय...!''

शेंडगे अस्वस्थ झाले. गेल्या काही महिन्यांतील घडामोडींचे चित्र डोळ्यांपुढे सरकून गेले. स्वत:ला स्थिर ठेवण्याचा प्रयत्न केला व डोळे मिटून अंतिम विचार करत ते म्हणाले, "नाही!... डॉ. हमीद... मी तुम्हाला अटक करणार नाही. तुम्ही जे केलं ते कायद्याचं उल्लंघन आहे हे मान्य. शेवटी जे आम्ही करणार होतो, ते तुम्ही केलंत. ज्या निरपराध लाखो लोकांचा बळी अतिरेक्यांनी घेतला, त्यांच्या हत्येसाठी जर आम्ही तुम्हाला फासावर चढवणार असू, तर या समाजव्यवस्थेला काय अर्थ आहे?... निरपराध्याचा बळी घेणाऱ्याला शिक्षा आणि नराधमाचा बळी घेणाऱ्यालाही शिक्षा... रिडिक्युलस! त्रिवार नाही. डॉ. हमीद, मी तुम्हाला अटक करणार नाही, पण एक प्रश्न मी जरूर विचारेन. तुम्ही हे सर्व का व कसं केलंत?''

शेंडगेंच्या अनपेक्षित उत्तराने डॉ. हमीद आश्चर्यचकित झाले होते व त्यांनी आपला इतिहास, संशोधन व प्रयोग याविषयी सांगितले. शेंडगे नुसते ऐकतच राहिले. मोठा बुद्धिमान माणूस ते पाहत होते.

या वेळी पिंजकांचा लेप लावून अदृश्य होण्याची किमयाही डॉ. हमीदनी शेंडगेंना दाखवली. हे सर्व शेंडगेंच्या कल्पनेपलीकडचे होते. जे काही डॉ. हमीदनी केले ते सर्व योग्य व न्यायातीत होते, अशी शेंडगेंची खात्री झाली.

डॉ. हमीद पूर्ववत दृश्य रूपात येताच शेंडगेंनी त्यांना प्रदीर्घ आलिंगन दिले आणि म्हणाले, "डॉ. हमीद जस्ट गो अहेड. तुम्ही जे काही करत आहात ते योग्यच आहे. मी तुम्हाला अटक करणार नाही.''

"पण सर!...''

"नाहीऽऽ यावर चर्चा नाही... आणि हे कुणालाही कळणार नाही. तुम्ही भारताची एक अतिमहत्त्वाची व्यक्ती आहात, याची जाणीव मला आहे.''

शेंडगेंनी चहा मागवला... दोघांनीही तो घेतला.

***

डॉ. हमीद परतले तेव्हा मात्र ते कमालीचे दिङ्मूढ झाले. कुठेतरी त्यांना अस्वस्थता जाणवत होती. त्यांनी केलेली कृत्ये शेवटी कृत्येच होती... क्षमा न करण्यासारखी. क्वार्टर्समध्ये आले तेव्हा आठ वाजले होते. डॉ. हमीद अजूनही विचार करत होते... आणि त्यांनी केलेल्या संशोधनाच्या एका परिणामाने मात्र ते चांगलेच हादरले. सुन्न झाले. भविष्यात असे काही झाले तर?...

डॉ. हमीदनी एक कागद हाती घेतला व टेबलावरच बसून ते लिहू लागले. दहा

मिनिटे ते लिहीतच राहिले. कागद एका पाकिटात बंद करून त्यावर पोलीस आयुक्त शेंडगेंचे नाव व पत्ता लिहिला. कपडे घातले व बाहेर पडले. रात्रीचे अकरा वाजले होते. बस घेऊन डॉ. हमीद शेंडगेंच्या राहत्या बंगल्याजवळ आले. त्यांच्या पोस्टबॉक्समध्ये पाकीट टाकून पुढे चालू लागले. अंधार चिरत जाऊन, काळडोहाच्या गर्भात शिरून त्यांना पुन्हा शेवटचा लढा द्यायचा होता. या वेळी मात्र त्यांच्या अंगावर पिंजके नव्हती. ते दृश्य रूपात होते.

एका भग्न इमारतीच्या अंधारात त्यांनी प्रवेश केला व पुढे त्यांचे अस्तित्व दिसेनासे झाले.

***

दुसऱ्या दिवशी एकच खळबळ उडाली. टी.व्ही. चॅनल्स, वर्तमानपत्रांत ठळकपणे बातम्या छापून आल्या. पोलीस आयुक्त शेंडग्यांचाही फोन घणघणला. बातमी ऐकून ते नि:स्तब्ध झाले. सुन्न झाले. त्यांनी टी.व्ही. चालू केला. समोर निवेदिका बोलत होती.

भग्न इमारतीत पुन्हा एकदा सहा अतिरेक्यांची हत्या झाल्याचे सांगून ती पुढे म्हणाली... ''पण या वेळी प्रसिद्ध वनस्पतिशास्त्रज्ञ व मुंबई विद्यापीठाचे प्राध्यापक डॉ. हमीद रेहमान यांचाही मृतदेह तिथे सापडला. याचा अर्थ त्यांचेही या अतिरेक्यांशी लागेबांधे होते? एक शास्त्रज्ञ देशद्रोही कसा होऊ शकतो?...'' असे बरेच काही ती बोलत होती.

शेंडगे मात्र सुन्नपणे पाहत मटकन सोफ्यात बसले. डॉ. हमीदवरील देशद्रोहाच्या आरोपाने त्यांना प्रचंड वेदना झाल्या. खऱ्या देशभक्ताची किती ही मानहानी होती.

तेवढ्यात त्यांच्या माळ्याने पाकीट आणून दिले. शेंडगेंनी ते लगबगीने फोडले. पत्र डॉ. हमीद यांचे होते. शेंडगे वेगाने वाचू लागले.

मा. शेंडगेसाहेब...

मला माफ करा. हे पाकीट जेव्हा तुमच्या हाती हे पडेल, तेव्हा मी या विश्वात असणार नाही. असंख्य हत्या करूनही तुम्ही मला अटक केली नाही, म्हणून मी अस्वस्थ होतो. कदाचित हे माझं पुण्यकर्म असेल म्हणून मी मनाला समजावलं. वाईट प्रवृत्तींशी लढा यथायोग्यच झाला पाहिजे याच विचारांचा मीही होतो आणि आहे; पण अनपेक्षित संशोधनात मिळालेल्या परिणामानं मी बेभान झालो आणि सुडानं पेटून उठलो. समाजविघातकांचा बळी घेतला. त्यांची तीच लायकी होती; पण तरीही मनात सल होतीच की, त्यांना लपून ठार मारण्याचा हा मार्गच नव्हता; पण माझ्यासारख्या कमकुवत माणसानं बुद्धीच्या जोरावर हे केलं. मी विचार करत राहिलो... मात्र, एका विचारानं मी कमालीचा हादरलो. माझ्याजवळची पिंजके जर

या अतिरेक्यांच्या हाती पडली तर?... बापरेऽऽ! काय अराजक माजेल. किती मोठं शस्त्र मी त्यांच्या हाती देणार आहे. निरपराध लोकांना मी पुन्हा एकदा हिमालयाच्या टोकावर नेऊन ठेवलंय सर!... कडेलोट होण्यासाठी. मला हे थांबवायचंय आणि मी शोधलेली पिंजकेही संपवायचीत... बस् शेवटचं!... आता एकदाच अतिरेक्यांशी लढतो. समोरासमोर... दृश्य रूपात... शेवटचा लढा... माफ करा सर. कदाचित माझ्याकडून तुमच्या खूप अपेक्षा असतील... आणि त्या हव्यातच, कारण मी एक शास्त्रज्ञ आणि मानवही आहे. क्षमा करा मला. अलविदा!...

– हमीद

शेंडगेंनी दीर्घ श्वास सोडला. टी.व्ही.वर डॉ. हमीदचा विद्यार्थी निखिल रडत होता. त्याला प्रचंड मानसिक धक्का बसला होता. डॉ. हमीदनाही अतिरेकी ठरवण्यात आल्याने निखिलचे मानसिक संतुलन ढासळले होते. निवेदिकेवर तो धावून गेला होता आणि असाहायपणे डॉ. हमीद अतिरेकी नाहीत, ते एक महान शास्त्रज्ञ होते म्हणून सांगत राहिला, रडत राहिला.

शेंडगेंच्याही डोळ्यांच्या कडा ओलावल्या. मात्र, त्यांनी या वेळी मनाचा निश्चय केला. डॉ. हमीद रेहमान या शास्त्रज्ञाची खरी ओळख या समाजापुढे व जगापुढे आणायची. त्यांनी दिलेल्या योगदानाची व बलिदानाची जाणीव करून द्यायची, कारण आयुक्त शेंडगे हेच त्यांच्या खऱ्या जीवन आलेखाचे साक्षीदार होते. हीच खरी डॉ. हमीदना श्रद्धांजली ठरणार होती.

❐

७

द डे आफ्टर

क्षितिजापलीकडून सूर्याच्या परावर्तित किरणांनी खिडकीच्या काचतावदानातून प्रवेश केला. अंथरुणात पडलेल्या जितूच्या चेहऱ्यावर सूर्यकिरणे पडताच तो तडक उठला... आज त्याची फुटबॉलची मॅच होती; फायनल! दहा-बारा वर्षे वयाचा जितू इंग्रजी मीडिअमच्या सातवी कक्षेत होता. लहानपणापासूनच त्याला फुटबॉलची आवड होती. दिएगो मॅरेडोना त्याचे दैवत! आपण मॅरेडोनासारखेच व्हायचे आणि भविष्यात भारताला अजिंक्यपद मिळवून द्यायचे... ही त्याची मनीषा. या वयातही त्याची जिद्द वाखाणण्याजोगी होती. शाळेमध्ये तो आक्रमक फळीतला एक प्रमुख खेळाडू होता. त्याच्या जोरावर शाळेने आतापर्यंत आपले फुटबॉलमधील अजिंक्यपद अबाधित राखले होते. त्याच्या नुसत्या उपस्थितीनेच प्रतिस्पर्ध्यांची त्रेधा-तिरपीट उडत असे... आणि सहकाऱ्यांचे मनोबल वाढत असे. त्याला जखडून ठेवण्यातच प्रतिस्पर्धी संघाची निम्मी शक्ती खर्ची पडत असे; त्यामुळे विजय सहजपणे प्राप्त होत असे. मॅरेडोनाचा निस्सीम भक्त असलेला जितू आयुष्यात एकदा तरी मॅरेडोनाला भेटायची आशा मनात बाळगून होता, म्हणूनच त्याच्या खोलीत ठिकठिकाणी मॅरेडोनाची वेगवेगळी छायाचित्रे लावलेली होती. आज फायनल मॅच होती. आई-वडील, भावाला तो नेहमीच आमंत्रित करत असे. त्यांच्या उपस्थितीत, त्याला जास्त स्फुरण चढत असे... हा त्याचा आतापर्यंतचा अनुभव होता.

फायनल मॅच असल्याने जितू रात्रीच मनाशी काहीतरी आराखडे आखून झोपला होता, मनाशी द्वंद्व करत. पहाटे त्याला स्वप्न पडले होते. मॅरेडोनाबरोबर तो खेळला होता. 'काय खेळतो!' म्हणून तो मॅरेडोनाकडेच पाहत राहिला. त्याच्या खेळाचे निरीक्षण करत राहिला. खरोखर फुटबॉलचा जादूगारच तो... तेवढ्यात त्याच्या डोळ्यांवर काहीतरी चकाकले. सूर्याची सकाळची उन्हे त्याच्या डोळ्यांवर पडली होती; त्यामुळे तो खडबडून जागा झाला होता.

... तडकपणे दिवाणखान्यात येऊन त्याने आईला हाक मारली.

"आईऽऽ ए आईऽऽ"

"काय रे... उठलास का?" आई शालिनी प्रतिउत्तरादाखल म्हणाली.

"तू मला लवकर का उठवलं नाहीस? आज माझी फायनल मॅच आहे, हे तुला माहीत होतं ना?" जितू लटक्या रागानं म्हणाला.

"हो रे बाळा ठाऊक होतं; पण थकला असशील म्हणून मी तुला झोपू दिलं..." आई हसतच समजावणीच्या स्वरात म्हणाली.

"आईऽऽ..." जितू.

"हं..." कामात व्यग्र असलेल्या शालिनीने हुंकार भरला.

"तू, बाबा आणि टिनू... तुम्ही सर्वांनी मॅच बघायला यायचं हं..." जितू आग्रहाने म्हणाला.

"हो बाळा, आम्ही सर्व येऊ." म्हणत ती टी.व्ही पाहत बसलेल्या जितूच्या बाबांकडे मान वळवत उत्तरली, "अहो... ऐकलंत का?"

टी.व्ही. पाहण्यात मग्न असलेल्या जितूच्या वडिलांना – श्री. गुप्तांना – आजूबाजूला काय चाललेय याचे भानच नसायचे. हल्ली शॉर्ट बुलेटीनसह सर्व वेळेच्या बातम्या ते पाहत असत. बी.बी.सी.चे रिपोर्ट्स न चुकता ऐकत असत. आजही साडेआठ वाजताच्या बातम्या ऐकण्यासाठीच त्यांनी टी.व्ही. चालू केला होता. त्यातच ते समरसून गेले होते. हे असे त्यांचे नेहमीचेच झाले होते. त्यांच्या पत्नी शालिनीलाही हे अपेक्षितच असल्याने त्या पुन्हा म्हणाल्या, "अहो! ऐकलंत का?"

"अं! हं... हं... काय गं, बोल..." स्क्रीनवर आपली नजर तशीच खिळवून ठेवत ते म्हणाले.

"आज, आपल्या जितूची फुटबॉलची फायनल मॅच आहे. आपण सर्वांनी जायचं का?"

"हो! बघू..."

"बघू काय? निश्चित सांगा." शालिनी वैतागाने म्हणाली.

"अगं, सध्या बाहेरचं वातावरण अतिशय नाजूक आहे... आपण सर्वच एकत्रितपणे बाहेर पडणं बरं नव्हे." गुप्ता समजावणीच्या स्वरात म्हणाले.

"आई, बाबा तुम्ही काय ते ठरवा. आज दुपारी दोन वाजता माझी मॅच आहे, एवढं मात्र लक्षात ठेवा." आई-बाबांच्या वादातून आपली सुटका करून घेत जितू तयारीला लागला.

"बघा! मुलाला नाराज केलंत ना तुम्ही... अहो, कमीतकमी त्याला प्रोत्साहन देण्यासाठी आपण..."

"शालिनी, अगं मला तसं नाही म्हणायचं. जाण्याबद्दलही माझं दुमत नाही; पण गेल्या दोन महिन्यांपासून भारत-पाकिस्तान सीमेवरील चकमकीत लक्षणीय वाढ होत असून दिवसेंदिवस ती वाढतच आहे. त्यानंच आज अतिशय गंभीर वळण घेतलं आहे. मला नाही वाटत एकत्रितपणे आपणा सर्वांना जाता येईल." गुप्ता मध्येच समजावणीच्या स्वरात म्हणाले.

“अहो, पण युद्धाला सुरुवात नाही ना झाली अजून?” शालिनी आतापर्यंतच्या युद्धांच्या अनुभवाने म्हणाली.

“काहीही सांगू शकत नाही. कदाचित सुरूही झालं असेल...” नुकत्याच ऐकलेल्या बातम्यांवरून गुप्तांनी शालिनीला शंका बोलून दाखवली.

“कायऽऽ!” आश्चर्याने शालिनी उद्गारली.

“होय, युद्धाला सुरुवात झालीही असेल.” गुप्तांचा ठाम स्वर.

“अगं बाई... म्हणजे पोखरण येथील अणुस्फोट चाचण्यांचा असाही परिणाम झाला म्हणायचा...”

“चाचणी हे एक कारण झालं... त्यांनीही लागलीच ‘हम भी किसीसे कम नही’चा पोकळ बडेजाव मारत चीनच्या मदतीने अणुचाचणी घडवून आणली... लायकी नसताना. दुसऱ्यांच्या तंत्रज्ञानावर अवलंबून राहणारे फार काळ टिकाव धरत नसतात. जाऊ दे... पण अलीकडे याच आधारानं ते काश्मीर मागण्याचं धाडस करू लागले आहेत.” गुप्ता त्वेषाने म्हणाले.

शालिनी क्षणभर विचार करून म्हणाली, “मला वाटतं, आपण अणुस्फोट चाचण्या घ्यायला नको होत्या. कारण या चाचण्यांमुळे जगात शांतताप्रेमी म्हणून असलेली भारताची प्रतिमा मलिन झाली... त्यामुळेच हे प्रश्न उद्‌भवले.”

“तसं नाही, शालिनी... स्वसंरक्षणासाठी आपण चाचण्या घेतल्या त्यात वावगं काहीच नाही... आपल्या वैज्ञानिकांनी स्वदेशी तंत्रज्ञान विकसित करूनच या चाचण्या घेतल्या. कुणाच्या भाडोत्री तंत्रज्ञानावर तर त्या घेतल्या नाहीत! यात भारताची शांत प्रतिमा मलिन होण्याचं काहीच कारण नाही. भारत आजही शांततेचा पुरस्कर्ता आहे. आजपर्यंतच्या इतिहासात भारतानं स्वत:हून एकही आक्रमण केलेलं नाही. ही वस्तुस्थिती असतानाही, कावेबाज पाकिस्ताननं उलट्या बोंबा मारल्या की, भारत पाकिस्तानावरच अणुबॉम्ब टाकेल म्हणून. पाश्चिमात्य देशांनीही स्वार्थासाठी त्या खऱ्या मानून, भारताचा आजपर्यंतचा इतिहासच पायी तुडवला.” गुप्ता आपल्या पत्नीला कळकळीने भारताची बाजू सांगत होते.

“मान्य! प्रत्येक भारतीयानं आपल्या वैज्ञानिकांचा अभिमान बाळगावा अशीच ती घटना होती... पण मला अजूनही वाटतं की, ती ही वेळ नव्हती... माहिती नाही मला असं का वाटतं? नाहीतर तुटेपर्यंतचा असा तणाव निर्माण झालाच नसता...” शालिनी काहीशी आत्मकेंद्रित होऊन म्हणाली.

“मग काय? अणुचाचण्या घेण्याची मक्तेदारी फक्त पाश्चिमात्यांचीच आहे का?... स्वत: हजार वेळा अणुचाचण्या करायच्या आणि आपण एक केली तर निर्बंध लादायचे... ही तर कुनीतीच झाली. दुसऱ्यांनी विकसित न होता मागासलेलंच राहावं हा दुष्टपणा... जेणेकरून आपलंच अधिराज्य राहू शकेल... मला तर वाटतं,

आपलं तंत्रज्ञान दाखवण्याची हीच वेळ योग्य होती..." गुप्ता पुन्हा ठामपणे म्हणाले.

"अहो, पण पाकिस्तानच्या तरी कुठं हे लक्षात येतं... भारत अणुबॉम्ब बनवतोय तो पाकिस्तानसाठीच, अशी ते आरोळी ठोकतात. आता तर त्यांच्याकडेही अणुबॉम्ब असल्याचं सिद्ध झालंय... मला भीती वाटतेय त्या उलट्या काळजाच्या पाकिस्तानची. मानवहिताचा अजिबात कुठलाही विचार न करता, मानवी हक्कांची पायमल्ली करत अणुबॉम्बचा उपयोग तेच प्रथम भारतावर करतील." शालिनीने मनातली शंका सहजपणे बोलून दाखवली.

"आणि दुर्दैवानं तीच परिस्थिती आज येऊन ठेपलीय... अणुबॉम्बच्या जोरावर पाकिस्तान काश्मीरची मागणी करत आहे... सीमारेषेवर स्वत:हून चकमकी घडवून आणत आहे. गेल्या दोन महिन्यांपासून हा तणाव वाढत चालला आहे, तरीही भारतानं आपली शांतता ढासळू दिलेली नाही... आता या क्षणाला तर युद्धाचे वारेच वाहू लागल्याच्या बातम्या येत आहेत... म्हणूनच एकूण चिंतेचं वातावरण निर्माण झालं आहे." गुप्ता काळजीच्या स्वरात बोलत होते. एकूण परिस्थितीची पूर्वकल्पनाच त्यांना आली होती.

तेवढ्यात आई-बाबांच्या गंभीरपणे सुरू असलेल्या चर्चेत खंड पाडत जितूने प्रवेश केला. तो फुटबॉल कीटसमवेत तयार झाला होता.

"आई, मी निघतो. बाबा, तुम्ही सर्वजण येत आहात..." जितू पुन्हा आठवण करून देत म्हणाला.

"बेटा! मी एकटाच तुझी मॅच पाहायला येईन... आई व टिनू घरीच थांबतील... कारण ज्या भारताला फुटबॉलमध्ये अजिंक्यपद मिळवून देण्याचं स्वप्न तू पाहतो आहेस, त्यावरच आज संकट कोसळू पाहत आहे... त्यासाठी आपण सर्वांनीच सहकार्य करायला हवं..." गुप्ता समजावणीच्या स्वरात म्हणाले.

आपले बाबा खरोखरच गंभीरपणे बोलत असलेले पाहून जितूला वस्तुस्थितीची जाणीव झाली. कुठल्या स्वरूपातील संकट भारतावर आलेले आहे, हा विचार करण्याचे जरी त्याचे वय नसले, तरी त्याला पुसटशी कल्पना होती. त्याने तत्काळ मान्य करून आई-वडिलांना नमस्कार केला.

"ऑल द बेस्ट! बेटा... आय वुईल डेफिनेटली कम टु सी युवर मॅच... ओके?" गुप्तांनी आश्वासन दिलं.

"थँक्स बाबा."

जितू पाठमोरा वळून निघून गेला.

जितूच्या पाठमोऱ्या आकृतीकडे पाहताना का कुणास ठाऊक गुप्तांचे अंग शहारले... मॅरेडोना होण्याचे याचे स्वप्न साकार होईल की नाही, अशी अशुभ व

तेवढीच विचित्र शंका त्यांच्या मनात चुकचुकली... क्षणात त्यांनी तो विचार झटकला... शालिनीकडे पाहून ते केविलवाणे हसले आणि स्वत:ही ऑफिसच्या तयारीला लागले.

बाहेर पडताच जितू हर्क्युलस सायकलवर स्वार होऊन, हमरस्त्यावरून सुसाट वेगाने जात होता. गर्दीतून सहजपणे वाट काढत त्याला शाळेचे प्ले ग्राउंड गाठायचे होते. सध्यातरी त्याचे तेच लक्ष्य होते. फुटबॉलचे नाव काढताच त्याच्या अंगात वारे संचारायचे. आज तर फायनल मॅच होती. भान हरपून तो सायकल दामटवत होता; पण क्षणातच त्याच्या चाणाक्ष नजरेने आजूबाजूचे वातावरण टिपले. प्रथम तो गांगरला. त्याला काहीच कळले नव्हते. लोक धावपळ करत आपापली दुकाने, घरे-दारे बंद करत होते. त्याने सायकलचा वेग कमी केला. तेवढ्यात मिलिटरी सैनिकांचे ताफे, गाड्या, हमरस्त्यावरून फिरू लागले. पोलीस व्हॅन्स धोक्याचा सायरन वाजवत गल्ली-बोळांतून हिंडू लागल्या. त्यातून घोषणाही होऊ लागल्या. युद्धाला प्रारंभ झाल्याचीच ती घोषणा होती. सैनिक प्रत्येकाला धीर देऊन आपापल्या घरी जायला सांगत होते.

त्या वेळची ती परिस्थिती जितूच्या तत्काळ लक्षात आली... पण या क्षणी काय करावे, त्याला काहीच सुचत नव्हते... क्षणापूर्वी गजबजलेले ते शहर ओकेबोके झाले होते. फिरत होते ते फक्त सैनिकांचे ताफे व पोलीस व्हॅन्स... काही सेकंदांत त्या शहरावर विमानांची घरघर होऊ लागली. मधूनच अगदी जवळून लढाऊ विमान गेल्याने प्रचंड आवाज होऊन इमारती हादरू लागल्या होत्या. आकाशात डोक्यावर घोंगावणाऱ्या विमानांचा गोंगाट ऐकून जितूही सावध झाला. घरी परत जाण्याचा त्याचा विचार होता; पण घर आता बऱ्याच अंतरावर होते... तेथून शाळाही निम्म्याहून पुढे होती. तेथेही जाणे शक्य नसल्याने त्याची स्थिती बावरल्यासारखी झाली होती. आजूबाजूला बायका-पोरे, माणसांची आश्रयासाठीची धडपड पाहून त्यानेही आपली सायकल तशीच ठेवली... क्षणभर सभोवार निश्चयाने पाहिले आणि प्रथम घराकडच्या रस्त्याने तो धावत सुटला. पुढे वाट फुटेल तिकडे पळू लागला. वर आकाशात अवाढव्य मिग विमाने घिरट्या घालत होती. कुठल्या क्षणी काय होईल ते कुणालाच सांगता येणार नव्हते. जितू धावत एका खिंडारापाशी येऊन पोहोचला होता... धाप लागताच तो क्षणभर थांबला. छाती वर-खाली होत असतानाच त्याने किलकिल्या डोळ्यांनी वर आकाशात पाहिले... वर पक्ष्यांचे थवे जमावे तशी लढाऊ विमाने घिरट्या घालत होती.

... आणि त्याच क्षणी अनपेक्षितपणे काही किलोमीटर अंतरावर एक प्रचंड स्फोट झाला. स्फोट एवढा भयानक होता की, त्याच्या नुसत्या आवाजाने ते शहर हादरले. नकळत झालेल्या स्फोटाने जितू क्षणभर सुन्न झाला. आवाजाने कानांत दडे

बसले होते. ह्रदयाची हालचालच बंद झाल्यासारखी त्याला वाटली. उत्पात झाला त्या दिशेला पाहताच, क्षितिजावर त्याला गगनाला भिडणाऱ्या प्रचंड ज्वाळा निर्माण होताना दिसल्या... आणि दुसऱ्याच सेकंदाला ते शहर जमीनदोस्त होताना दिसले. सर्वत्र हाहाकार माजलेला त्याने ऐकला. सगळेच उद्ध्वस्त होताना पाहून जितूचा श्वास कोंडला जाऊ लागला. ह्रदयाची धडधडच बंद झाली होती... उद्ध्वस्त होणाऱ्या आपल्या आवडत्या शहराकडे सुन्नपणे पाहत असतानाच नकळत त्याच्या मस्तिष्कावर अनामिक वस्तू कोसळून तो दूरवर खिंडारात फेकला गेला. इतरांप्रमाणेच त्याचेही अस्तित्व नाहीसे झाले होते. त्याच्यासारखे असे बरेच प्राणी या उत्पाताच्या उदरात मंद श्वास घेत निपचित पडले होते.

***

शेवटी प्रतिस्पर्धी राष्ट्राने कराराचा भंग करून अणुबॉम्बचा उत्पात घडवून आणला होता. हायड्रोजन बॉम्बसारख्या घातक अण्वस्त्राचा वापर या देशाने केला होता. घातकी वृत्तीनेच एका बेसावध क्षणी तो बॉम्ब टाकण्यात आला; त्यामुळे हे शहर क्षणात बेचिराख झाले. शंभर किलो टन असलेल्या प्रचंड ऊर्जेचा बॉम्ब टाकून मानवी हक्कांची हत्याच या राष्ट्राने केली होती. त्याचे परिणाम निरपराधांना मृत्यू मोजून मिळत होती आणि पुढे काही दशके या उत्पाताचे परिणाम, एखाद्या शापिताप्रमाणे अनुवांशिक, तसेच भौगोलिक बाबींवरही जाणवणार होते. या वृत्ताचे पडसाद पृथ्वीच्या कानाकोपऱ्यांत कडवट, पण तेवढ्याच तीव्रतेने उमटले होते; पण शेवटी या प्रतिक्रियाच राहणार होत्या... उत्पात घडून गेला होता... मानवी संहार झाला होता. व्हायचे ते होऊन गेले होते... तो क्षण पुन्हा येणार नव्हता... कारण उत्पाताचा क्षण आता इतिहासजमा झाला होता... आता फक्त वर्तमानाला सामोरे जावे लागणार होते.

***

जितू जाताच, गुप्ता स्वत:ही ऑफिससाठी बाहेर पडले होते... आणि तेंही जितूची मॅच पाहायला जायचेच या निश्चयाने... त्यासाठी दुपारची वेळ त्यांनी खास राखून ठेवली होती. बाहेरील तणावपूर्ण वातावरणाची त्यांना जाणीव होती. संकटाची चाहूल त्यांना अगोदरच लागली होती; पण हे नित्याचेच झाल्याने अंगवळणी पडले होते. नेहमीप्रमाणे त्यांनी आपल्या लहान मुलाला जवळ घेऊन त्याचा पापा घेऊन निरोप घेतला. ते नजरेआड होताच शालिनीही कामाला लागली होती. बाबा जाताच टिनूने टीव्ही चालू केला आणि आपला आवडता कार्टुन शो पाहण्यात तो दंग होऊन गेला.

विमानांच्या घरघरीने व रस्त्यांवरील पोलीस गाड्यांच्या सायरनच्या आवाजांनी शालिनी मात्र घाबरली होती. मुलगा व नवरा बाहेर गेल्याने तिची काळजी वाढली

होती. मध्येच विमानांच्या मोठ्या आवाजाने मात्र तिचे हृदय धडधडायला लागत असे... अनामिक भीतीने तिचा थरकाप उडत होता. गजबजणाऱ्या रस्त्यावर तिला आता चिटपाखरूही दिसत नव्हते. सर्व आपापल्या घरांची दारे-खिडक्या बंद करून घरट्यात दडून बसले होते. ती मात्र न संपणाऱ्या वाटेकडे पाहून तिच्या पाखरांची प्रतीक्षा करत होती. शालिनीला एक एक क्षण युगासारखा वाटत होता... दूरचित्रवाणीवर काय चाललेय याचेही तिला भान नव्हते.

तेवढ्यात प्रचंड मोठ्या स्फोटाचा आवाज झाला. भूकंपाप्रमाणे जमीन थरथरली. त्याच क्षणी टीव्ही पाहत असलेला टिनू डोळे चोळत आकांताने ओरडला, "आईऽऽ आईऽऽ!" पिळवटून टाकणारा आवाज ऐकताच, शालिनी आवेगाने टिनूकडे धावली. त्याला कुशीत घेत तिने त्याच्या चेहऱ्याकडे पाहिले... टिनूचे रक्ताने माखलेले डोळे पाहताच, शालिनीने हंबरडा फोडला.

"काय झालं बेटा... कसं झालं!"

टिनू बेशुद्ध पडला. स्फोटामुळे निर्माण झालेल्या धक्कालहरींमुळे टीव्ही स्क्रीनचा चक्काचूर झाला होता. जवळून टीव्ही पाहत असलेल्या टिनूच्या डोळ्यांचा छेद नेमक्या फुटलेल्या काचतंतूंनी घेतला होता. शालिनीच्या लक्षात येताच तिने त्याला उचलले... पण तेवढ्यात स्फोटाच्या हादऱ्याने काही सेकंदांतच ती इमारत कोसळू लागली... शालिनीला आपण खोल दरीत पडत असल्याची जाणीव झाली... दुसऱ्याच क्षणी टिनूसह ती ढकलली गेली. एका डोहात... काळोखात...

***

आज जितूची फुटबॉल मॅच असल्याने गुप्तांना लवकर जायचे होते, म्हणून शक्य तेवढ्या अगोदर ऑफिसमधली कामे आटोपून दोन वाजण्याच्या आत प्ले-ग्राउंड गाठायचा त्यांचा विचार होता. तशी व्यवस्थाही त्यांनी केली होती... पण ऑफिसमध्ये परकीय आक्रमणाची चर्चा होतीच... झपाट्याने बदलत जाणाऱ्या प्रसंगाची जाणीव त्यांना झाली. आकाशात होणाऱ्या कोलाहलाने त्यांचे ऑफिस असलेली भव्य इमारत हादरत होती. सर्व कर्मचारी आपापली बॅग घेऊन घर गाठण्याच्या प्रयत्नात होते... कारण बाहेर पोलीसही तशाच घोषणा देत असल्याने, कर्मचाऱ्यांची धावपळ होऊ लागली. गुप्ता सर्वांत शेवटी बाहेर पडले. रस्त्यावर क्षणार्धात शुकशुकाट झालेला पाहून आपण उशीरच केल्याची जाणीव त्यांना झाली. सोबत कुणीच नव्हते. होती फक्त ती घिरट्या घालणारी विमाने... गुप्तांनाही प्रथम घर गाठायचे होते; पण त्या अगोदर त्यांना आपला मुलगा जितूलाही सोबत न्यायचे असल्याने ते शाळेकडे जावयास निघाले होते... दुर्दैवाने काही मीटर अंतर जाताच मागे लांब कुठेतरी आसमंतात प्रचंड लाल गोळा उठणारा स्फोट झाला. त्यांच्या मनात असलेली भीती शेवटी खरी ठरली होती. दोन महिने ज्याचा आपण ध्यास

घेतला, त्याचीच पूर्तता आज होत होती. अणुबॉम्बस्फोटाची.

विचारांची शृंखला तुटताच समोरचे हृदयद्रावक दृश्य त्यांना दिसले. मायक्रो सेकंदांत सारे उद्ध्वस्त झाले होते. महाकाय स्फोटात निर्माण होणाऱ्या प्रचंड धक्कालहरींमुळे गगनचुंबी इमारती ढेकळासारख्या पडू लागल्या. जिवाच्या आकांताने लोक सैरावैरा पळत होते... जीवघेण्या किंकाळ्या, हेलावून टाकणारे मानवी आवाज ऐकू येऊ लागले. लोक धडपडत होते... पडत होते... पुन्हा उठण्यासाठी, प्रचंड उष्णतेमुळे आजूबाजूच्या वस्तुमानाची वाफ होऊन ढगांचे लोट एव्हाना आकाशात येऊ लागले. शंभर किलोमीटर परिसरातील प्रत्येक सजीव प्राणी मृत्युमुखी पडला होता. उष्णतेने लोकांची जागच्या जागी राख झालेली पाहताच गुप्तांना ग्लानी आली... उष्णतेची झळ पोहोचताच अर्धवट ग्लानीतून ते पुन्हा जागे झाले. देहाची लाही लाही होणारे लोक त्यांच्यासमोर पाण्यात उडी टाकत होते; पण त्या उत्पातात तलाव, नद्या, नाल्यांमधील पाणीही कमाल उष्णतेच्या पलीकडे गेले होते; त्यामुळे उडी टाकणारे लोक भाजून निघत होते. ते हृदयद्रावक हेलावणारे दृश्य पाहून ते चक्रावून गेले... या अणुबॉम्ब अवपातामुळे होणारा किरणोत्सर्ग क्षणात फैलावला होता. यामध्ये निर्माण झालेले शक्तिमान न्यूट्रॉन्स इतर उपलब्ध पदार्थांवर आदळून, अणुगर्भीय प्रक्रिया घडवून आणत होते; त्यामुळे प्रामुख्याने अल्फा, बीटा, गॅमा आणि न्यूट्रॉनसारख्या जड कणांचे स्वतंत्र स्रोत निर्माण झाले होते. प्रत्येक वस्तुमान किरणोत्सर्ग बनला होता. अणुस्फोटाची नव्वद टक्के ऊर्जा किरणोत्सर्ग द्रव्यांना गेली होती. जिच्यामुळे मानवी जीवनावर अनंत काळपर्यंत त्याचे परिणाम होणार होते. उरलेली ऊर्जा मात्र उष्णता, प्रकाश व आघात तरंग या रूपात झाली होती... गुप्ता या उत्पाताचे एक साक्षीदारच होते. ते स्वत: या घातक अणु उत्पातातून आश्चर्यकारकरीत्या बचावले होते; पण त्याच्या परिणामांची चाहूल त्यांना आता लागली होती.

उत्पाताच्या काही काळानंतर, वातावरण थंड होऊन अग्निगोळ्याचे एका मोठ्या ढगात रूपांतर झाले; त्यामुळे आसमंतात जोरदार वारे वाहायला सुरुवात होऊन त्याबरोबर आजूबाजूच्या वस्तू कणरूपात खेचल्या जाऊन ढगाबरोबर पसरू लागल्या. किरणोत्सर्ग द्रव्यांपैकी जड कण वाऱ्याबरोबर वाहून स्फोटस्थळाच्या आसमंतात पडू लागले. हाच अदृश्य किरणोत्सर्ग आता अनंतकाळ टिकणार होता. उत्पाताच्या काही तासांतच भूछत्रासारखा देखावा आसमंतात दिसत होता... जागोजागी धुरांचे लोट दिसत होते... सारेच उद्ध्वस्त, बेचिराख झाले होते.

गुप्तांनी सभोवताली पाहिले. ते दृश्य पाहून त्यांना प्रथम भडभडून आले. भ्रमिष्टासारखीच त्यांची अवस्था झाली होती. त्यांचे घर यात कुठे होते हेच त्यांना आठवत नव्हते. त्या क्षणी त्यांना प्रकर्षाने त्यांच्या लेकरांची, पत्नी शालिनीची

आठवण आली... उत्पातात त्यांचे काय झाले असेल, या नुसत्या कल्पनेनेच ते थरकापले. त्यांचाच शोध घेत ते वेड्यासारखे फिरत होते. मधूनच मृतदेह चाचपडून पाहत होते... दूरदूरपर्यंत कुणाही जिवंत माणसाचा मागमूस त्यांना सापडत नव्हता.

***

दिवस असेच उलटत होते. त्या परिसरात विचित्र दर्प निर्माण झाला होता... पण गुप्तांना त्या दर्पाची सवय झाली होती... वर आकाशात अजूनही किरणोत्सर्गी ढग होते. कुणीतरी आपल्याला येथून नेईल आणि लेकरांशी गाठ घालून देईल, अशी वेडी आशा त्यांना आजही होती. किरणोत्सर्गाचा परिणाम आता गुप्तांवर दृश्यरूपाने दिसू लागला होता. गॅमा, न्यूट्रॉनसारख्या भेदक कणांनी त्यांच्या शरीराची चाळण केली होती. अल्फा कणांमुळे त्वचा लालसर होऊन कोरडी पडली होती. बीटा कणांचा पांढऱ्या पेशींवर मारा होऊन प्रतिकारशक्तीही नाहीशी झाली होती. डोक्यावरचे केस पूर्णत: नष्ट झाले होते. एव्हाना त्वचा लोंबकळू लागल्याने, त्यांचे शरीर भेसूर झाले होते. चालता-चालता नकळत ते जमिनीवर पडले. अनेक मृतदेहांमध्ये त्यांचाही देह पडला होता. जिवंत मृतदेह... आसमंतात डोळे रोखून, कानोसा घेत असलेला मृतदेह...

***

शालिनी शुद्धीवर आली, तेव्हा आजूबाजूला काळोख होता. रात्र असल्याचीच प्रथम जाणीव झाली; पण जसे प्रसंग आठवू लागले, तशी तिची व्याकुळता वाढू लागली. ती कुठल्याशा तळघरात येऊन पडली होती. टिनूची आठवण होताच ती गहिवरली व आर्तपणे तिने हाक मारली, ''टिनूऽऽ''

आजूबाजूला कानोसा घेत शालिनी चाचपडत राहिली. तेवढ्यात जवळपास तिला कण्हण्याचा आवाज आला; पुन्हा ती अंधारात आवाजाच्या दिशेने सरकत राहिली. टिनूचा स्पर्श जाणतवाच तिने त्याला छातीशी कवटाळले. त्याच वेळी जितू आणि गुप्तांची आठवण होताच बांध फुटावा, तशी ती ढसाढसा रडू लागली.

असे किती दिवस ती माय-लेकरे काळोखात होती... दोघांनाही माहीत नव्हते. दिवस-रात्र कधी होत तेच त्यांना कळत नव्हते. सूर्याचा प्रकाशकिरणसुद्धा तेथपर्यंत पोहोचत नव्हता. कुणीतरी येईल आणि आपली सुटका करेल म्हणून ते दोघेही आकांताने हाका मारून लक्ष वेधण्याचा प्रयत्न करत होते; पण तो आवाज बाहेर येताच हवेत विरून जात होता. बेशुद्ध असेपर्यंत कुणालाच भुकेची जाणीव नव्हती. एरवी शालिनीला भुकेची तशी फारशी इच्छाच राहिली नव्हती. तिची भूक मंदावत गेली होती; पण टिनूसाठी मात्र तिची घालमेल होत होती. त्याचे केविलवाणे शब्द ऐकून ती घायाळ झाली. त्या क्षणीही ती अशीच सुन्न झाली. टिनूचा कापलेला आवाज तिच्या काळजाचा छेद घेत होता.

"आई, मला भूक लागली."

"बेटा, थांब हं... थोडं थांब... मी तुला तुझी नेहमीची आवडती बिस्किटं आणून देईन," असे म्हणताना शालिनीच्या डोळ्यांतून सतत अश्रूधारा वाहत होत्या. टिनूच्या जीवनात अंधारच झाला होता... त्याचे डोळे या उत्पातात गेले होते... पण स्वत: शालिनीच्या जीवनात तरी कुठे उजेड राहिला होता! आई गप्प बसलेली पाहून त्याने हळूच तिला चाचपडले... चेहरा हातात घेऊन तिचे अश्रू पुसत म्हणाला, "आई! मला भूक नाही... तू रडू नकोस... जितू दादा व बाबा येतील आणि आपल्याला इथून बाहेर काढतील... मी आहे ना!" टिनूचे बोबडे बोल ऐकून मात्र शालिनीचे हुंदके त्या काळोखाला चिरत गेले...

आजूबाजूला काही सापडते का म्हणून हात पसरत शालिनी चाहूल घेऊ लागली. तिला तर आता भूक लागतच नव्हती. अन्नावरची तिची वासनाच नष्ट झाली होती; पण तिच्या टिनूसाठी काही मिळतेय का ते अंधारात शोधत होती. एवढ्याशा श्रमानेही तिला धाप लागली. पूर्वी रात्रंदिवस काम करून तिला असे कधी झाले नव्हते; पण आता एवढ्या श्रमाने ती पार अर्धमेली झाली होती. धापा टाकत ती शोधत राहिली. तेवढ्यात तिच्या हाताला काहीतरी गुळगुळीत लागले. शालिनीला चवच उरली नसल्याने तिला ते जाणवलेच नाही; पण ती खाण्याचीच वस्तू असल्याची तिला खात्री झाली. येथील प्रत्येक वस्तू किरणोत्सर्गी असेल, याची शालिनीला कशी कल्पना असेल? पण भुकेने व्याकूळ झालेल्या टिनूला दोन घास मिळतील म्हणून ती आनंदली. टिनूला पोटाशी धरून तिने त्याला खाऊ घातले. त्यानेही ते चवीने व आनंदाने खाल्ले. त्याचा काही काळ तरी भुकेविना जाणार होता. खाणाऱ्या टिनूला कुरवाळत शालिनी मात्र अश्रू ढाळत राहिली. एव्हाना अश्रू येणेही थांबले होते... फक्त कोरड्या भावनाच शिल्लक होत्या.

दूर कुठेतरी भोंग्याचा आवाज शालिनीला ऐकू आला. हल्ली अशा आवाजाने ते दोघेही पल्लवित होत असत; पण एरवी तिच्या तोंडून शब्दच बाहेर पडेनासे झाले होते. दूर जाणाऱ्या भोंग्याचा फक्त विरणारा आवाज कानी पडून बंद होत असे. पुन्हा असेच कालचक्र येऊन त्यांना मृत्यू येणार होता.

शालिनीला आता उठणे शक्य नव्हते. दिसत नसले, तरी टिनू तिचे सर्व करत होता. ती आता पडलीच होती. तिच्यात उठण्याइतकेही त्राण शिल्लक नव्हते. तिला पुन्हा धाप लागली. तो दिवस होता की रात्र, कुणास ठाऊक... पण तिला जोराची उबळ आली आणि तिच्या तोंडून उष्ण द्रव बाहेर पडला. त्याने ती जास्तच थकली व निपचित पडून राहिली.

आपल्या आईची घालमेल बंद होताच टिनूने तिला जवळ घेतले... पण ती काहीच बोलत नव्हती... जोरजोराचा श्वासोच्छ्वास एकदम बंद झाला... त्याने

तिला चाचपडले; पण ती तशीच निपचित पडून राहिली. टिनूने तिला पुन्हा गदागदा हलवत आर्त हाक मारली, "आईऽऽ आईऽऽ"

पण शालिनीचा देह तसाच निपचित पडून राहिला... एखाद्या थंड गोळ्यासारखा...

...टिनूला जाणीव होताच तो शालिनीच्या देहाला चिकटला... आणि 'आई' ही आर्त हाक त्या तळघरातून सौम्यपणे बाहेर आली व आसमंतात विलीन झाली. दुर्दैवाने ती हाक ऐकणारे तिथे कुणीही नव्हते. त्या पाठोपाठ सौम्यसे हुंदके तळघरातच प्रतिध्वनी निर्माण करत राहिले.

***

असे किती दिवस-रात्री उलटल्या असतील, याची त्याला काहीच कल्पना नव्हती. स्वतःला मात्र त्याने ओळखले होते. जितू, जितेंद्र गुप्ता... आपले डोके गच्च दाबत त्याने डोळे उघडले. डोके भणाणून गेलेले होते. समोर ठार अंधार पाहून तो हादरला. आपण आंधळे तर नाही ना झालो म्हणून तो उठून उभा राहिला; पण अंग जड झाल्याने त्याचा उठण्याचा प्रयत्न असफल झाला. शेवटी महत्प्रयासाने तो उभा राहिला. आजूबाजूला पाहिले... पश्चिमेकडे तांबूस रंग पाहून त्याला डोळे शाबूत असल्याची जाणीव झाली आणि हळूहळू समोरचे दृश्य पाहून तो नखशिखांत शहारला. वाट मिळेल तिकडे पळत सुटला... पण कित्येक दिवस पोटात अन्नाचा कण नसल्याने अशक्तपणा जाणवला. शक्य होत नसतानाही तो पाय ओढत राहिला. मृतदेहांशी ठेचकाळत, पडत, पुन्हा उठत पळत राहिला... कारण क्षितिजावर प्रकाश असेपर्यंत त्याला आश्रय शोधायचा होता... पण दूर-दूर क्षितिजापलीकडेही त्याला कुणाची चाहूल लागत नव्हती... तो निराश झाला. ओरडला... पण क्षीण... तो क्षीण आवाजही आसमंतात घुमला... आई-बाबा, भावाची आठवण येताच तो गहिवरला, कंठ दाटून आला. शेवटी मोठ्याने हुंदके देत रडू लागला... शांत वातावरणात त्याचे हुंदके मात्र करुणा निर्माण करत राहिले.

दूरवर त्याला टापांचा आवाज आला. कानोसा घेत तो निश्चयाने उठला... मिलिटरी सैनिकांच्या टापांचा आवाज... क्षितिजापलीकडे... जिवाच्या आकांताने तो धावत सुटला... ओरडला... पण दुसऱ्याच क्षणी टापांचा आवाज क्षीण होत नाहीसा झाल्याची जाणीव होताच निराश झाला. आपल्याला भासच झाला असावा असे त्याला वाटले. नैराश्याने तो खाली बसला... क्षणभरच जितू बसला आणि त्याला काहीतरी हालचाल जाणवली. तो तडकपणे तसाच उठला... कुणाच्या तरी देहावर आपण बसलो म्हणून स्वतःवरच चिडला... हालचाल होतेय याचा अर्थ तो देह जिवंत असला पाहिजे... असंख्य मृतदेहांतून त्याला या देहाची हालचाल जाणवली होती... त्या देहाला जितूने हाताळून पाहिले... आणि जर्जर झालेल्या शरीराला त्याने अंधूक प्रकाशात न्याहाळले. नुसत्या लकबीने त्या देहाला जितूने ओळखले.

"बाबाऽऽ"

आर्त किंकाळी मारत जितू त्या देहाला चिकटला. 'बाबा' या हाकेने त्या देहाच्या चित्तवृत्ती जाग्या होऊन महत्प्रयासाने अर्धवट डोळे उघडले गेले. समोर तशाही स्थितीत विलक्षण योगायोग पाहून, त्या देहाच्या डोळ्यांत आपल्या मुलाला पाहून आनंद झाला. अत्यानंदाने मात्र त्यांचे तत्काळ प्राणोत्क्रमण झाले होते. थोड्या वेळापूर्वी हालचाल करणारा आपल्या बाबांचा देह कुशीत निपचित पडलेला पाहून जितू सुन्न झाला... बाबांना पाहताच, जितूला प्रकर्षाने आई-भावाची आठवण येऊन गेली. तो वडिलांचा मृतदेह उचलण्याचा केविलवाणा प्रयत्न करू लागला. मृतदेह ओढून नेण्याइतकेही त्याच्यात त्राण नसलेले पाहून मात्र त्याचा भावनांचा बांध फुटला... आणि तो हुंदके देत रडू लागला.

तेवढ्यात जिवंत माणसांच्या शोधार्थ निघालेल्या सैनिकांच्या टेहळणी तुकडीचा भोंगा वाजला. भोंगा स्पष्ट ऐकू येतोय, याचा अर्थ जवळपासच असला पाहिजे, असा निष्कर्ष जितूने काढला... सर्व भावनांचे पाश गळून पडले होते. त्याला ही संधी दवडायची नव्हती. त्याने पुन्हा जिवाच्या आकांताने हाक मारली.

"आय ॲम हियर... आय ॲम अलाइव्ह."

पण त्याच्या तोंडून शब्दच बाहेर पडले नाहीत. त्याच्या पोटात अजूनही अन्नाचा कण गेला नव्हता... गेली होती ती फक्त किरणोत्सर्गी द्रव्ये... इच्छाशक्तीच्या जोरावर तो उठला... आणि लटपटत्या पायाने आवाजाच्या दिशेने पळत सुटला... पडला... उठला आणि पुन्हा भोंगा वाजला त्या दिशेने धावत सुटला... पण भोंग्याचा आवाज दूर जाताना पाहून त्याचा आत्मविश्वास ढासळला... नकळत सर्व शक्ती शून्य होऊन जावी, तसा तो लोळागोळा होऊन खाली पडला... आता आपण संपलो, याची प्रकर्षाने त्याला जाणीव झाली. तेवढ्यात त्याला कुणाचा तरी स्पर्श जाणवला... दणकट हातांचा... त्याने किलकिल्या डोळ्यांनी पाहिले... समोर एक सैनिक उभा असलेला पाहून तो सुखावला... सैनिकाने जितूला तपासले, जिवंत असल्याची खात्री करून घेतली व स्वतःच्या मजबूत खांद्यावर उचलून त्याला तंबूकडे नेऊ लागला.

***

सैनिकांच्या मदतीने जितू, आपल्या आई व भावाचा शोध घेण्याचा प्रयत्न करू लागला... पण बेचिराख झालेल्या त्या शहराच्या नेमक्या कुठल्या भागात आपण राहत होतो याचाच त्याला अर्थबोध होत नव्हता... तो वणवण भटकला... ओळखीची खूण सापडते का म्हणून पाहत राहिला; पण प्रत्येक वेळी तो निराशच होत गेला. त्याने पुन्हा प्रयत्न केला... आणि सौम्य वाऱ्यामुळे फडफडणाऱ्या त्या ढिगाऱ्यावरील कागदाकडे तो खेचला गेला. अधीरतेने त्याने कागद उचलला. ते एक छायाचित्र

होते... ते ओळखून तो आनंदला, कारण ते छायाचित्र त्याच्या आवडत्या खेळाडूचे होते... दिएगो मॅरॅडोनाचे!

छायाचित्र छातीशी धरत जितू जोराने ओरडला, "हेच माझं घर!"

सोबत आलेले सैनिक तत्काळ कामाला लागले. काही सेकंदांतच त्यांना खाली तळघर असल्याचा शोध लागला. जितू आवेगाने तिकडे झेपावला... पण सैनिकांनी त्याला मज्जाव केला. थोड्या वेळाने सैनिकांनी दोन देह बाहेर काढले. त्यापैकी एक सैनिक जितूला म्हणाला, "हा मुलगा जिवंत आहे."

जितूने आपल्या आई-भावाला ओळखले होते... अत्यानंदाने त्यांच्याकडे तो झेपावला. लहान भावाला कवेत घेऊन छातीशी कवटाळले. त्याचे पटापट मुके घेतले... समोर आईचा सापळा पाहून मात्र त्याचे काळीज हेलावले... जिवाच्या आकांताने त्याने टाहो फोडला.

"आईऽऽ"

आजूबाजूचे सैनिकही या प्रसंगाने शहारून उठले. टिनूला छातीशी कवटाळून जितू आसमंतात पाहत राहिला. तेवढ्यात कुठूनतरी नारिंगी-हिरवे चट्टे पडलेले पांढरेशुभ्र कबुतर फीनिक्स पक्ष्याप्रमाणे त्या बेचिराख शहरातून आकाशात उडाले आणि दूरवर असलेल्या किरणोत्सर्गी ढगांना चिरत अवकाशात झेपावले. उपस्थित सैनिक आश्चर्याने हा साक्षात्कार पाहत राहिले. जितू आपल्या जायबंदी भावाला कुशीत घेऊन भारताच्या शांततेचा संदेश घेऊन जाणाऱ्या कबुतराकडे आशाळभूत नजरेने पाहत राहिला.

❐

८

रिपोर्टर

घनदाट अरण्यातून तो एकटाच पायवाट तुडवत चालला होता. संधिप्रकाश असला, तरी अरण्यात गडद अंधार होता. क्षितिजावर असलेल्या सूर्याची किरणे तेथपर्यंत पोहोचत नव्हती. तरीही तो परावर्तित प्रकाशाचा माग काढत होता. आजूबाजूला अंधार असल्याने रातकिड्यांची किरकिर चालूच होती, तर मधूनच सळसळत काहीतरी जात झाडेझुडपे हलत होती; त्यामुळे त्याच्या अंगावर शहारा उठत होता; पण प्रबळ इच्छा असल्याने तो झपाझप पावले टाकत चालत होता. कारण त्याला इच्छितस्थळी पोहोचायचेच होते.

तसा त्याचा पेहराव साधाच होता. कुडता, पायजमा, पायांत सपाता, गळ्यात शबनम पिशवी, गौरवर्ण, डोळ्यांना जाड भिंगांचा चश्मा, केस चिपकलेले. तो एखादा साहित्यिक अथवा कवी वाटत होता; पण तो तसा नव्हता. तो पत्रकार होता. सायन्स रिपोर्टर. अशा बऱ्याच जोखीम असलेल्या ठिकाणी जाऊन त्याने मुलाखती व प्रसंगाचे चित्रणही केले होते. या वेळीही प्रामुख्याने त्याच्यावरच ही जबाबदारी टाकण्यात आली होती. प्रसिद्ध जनुक व जैवशास्त्रज्ञ डॉ. परम अष्टपुत्रे यांची मुलाखत घेण्याची ती जबाबदारी होती. भल्याभल्यांना त्यांची भेट मिळत नव्हती किंबहुना अजूनपर्यंत तरी त्यांची मुलाखत कुणीही घेऊ शकलेले नव्हते. त्याचे कारण म्हणजे, डॉ. परम हे एक अतिशय गूढ व रहस्यमय व्यक्तिमत्त्व होते. ते आपल्याच विश्वात राहत असत. त्यांचे संशोधन आणि ते, याव्यतिरिक्त त्यांचे क्षेत्र विस्तारलेच नव्हते. त्यांची भेट घेणे हेच मुळी एक आव्हान होते... आणि तेच आव्हान त्याने पेलले होते. म्हणूनच रात्र होण्याच्या वेळीही त्याने घनदाट अरण्यात प्रवेश केला होता.

डॉ. परम यांची 'जेनेटिक्स इन्स्टिट्यूट' शहरापासून तीस-पस्तीस किलोमीटरवर एका घनदाट अरण्यात होती. चोहोबाजूंनी जंगल होते आणि मध्येच त्यांची ही संस्था एकाकीपणे उभी होती, भकास अशी; पण त्यात भरपूर खळबळजनक गोष्टी चाललेल्या असत; त्यामुळेच डॉ. परम व संस्थेचे नाव आंतरराष्ट्रीय पातळीवर गेले होते. डॉ. परम हे माणूसघाणे होते. त्यांना माणसांच्या संपर्कात राहायला घृणा वाटत असे. नेमके ते कुणाच्या सान्निध्यात असतात, याचे आश्चर्य वाटत होते. म्हणून आजपर्यंत त्यांची भेट घेणे शक्य झाले नव्हते.

एका वळणावर तो ठेचकाळला व पडला. उठला आणि आजूबाजूला पाहिले. उगीचच दोन डोळे चमकल्याचा त्याला भास झाला, म्हणून तो सतर्क झाला. आजूबाजूला काही हिंस्र मानवी व अमानवी श्वापदे असण्याची शक्यता नाकारता येत नव्हती. तसाच तो स्वत:ला पुढे ओढत राहिला. सलग एक तास तो चालत होता. लख्ख चांदणे पडले होते... आणि शेवटी त्याला ती इमारत दिसली. ती पाहून त्याचा चेहरा चांगलाच उजळला. इमारतीवर एका दिव्याचा मंद प्रकाश केंद्रित केला होता; त्यामुळे संस्थेचे अस्तित्व तेवढे दिसत होते. एवढी मोठी संस्था; पण वर्दळ अशी फारशी नव्हतीच. कदाचित रात्र झाली म्हणूनही असेल; पण मानवी चेहरे मात्र कमीच दिसत होते.

इमारतीला वळसा घालून त्याने मुख्य द्वारातून प्रवेश केला. त्या वेळी फाटकाचा कर्णकर्कश आवाज आसमंतात प्रतिध्वनित झाला. कुणीतरी आगंतुकाने प्रवेश केलाय, असा संदेश एव्हाना आतमध्ये पोहोचलाही असेल. त्याने निरर्थकपणे फाटकाकडे पाहिले. ते पूर्ववत होत आवाजही थांबला. वातावरणात पुन्हा भीषण शांतता पसरली. अजूनही कुणीही दृष्टिपथात येत नव्हते.

त्याने इमारतीत प्रवेश केला. रिसेप्शनिस्टची जागा रिकामीच होती. तो कॉरिडॉरमधून चाहूल घेत चालू लागला. त्याच्या सपातांचा चप्‌चप्‌ आवाज कॉरिडॉरमध्ये चांगलाच घुमत होता. सगळीकडे अंधूकसा प्रकाश होता. कुणी भसकन आले, तरी कळणार नव्हते.

कॉरिडॉरच्या त्या टोकाला त्याला कुणीतरी जाताना दिसले, म्हणून तो जवळजवळ पळतच तिकडे गेला आणि म्हणाला, "एक्सक्यूज मी!"

आवाजाच्या दिशेने त्या व्यक्तीने वळून पाहिले आणि ते थंड व मृतवत डोळे पाहून त्याचा मात्र थरकाप उडाला. क्षणभर त्याला काहीच सुचले नाही. त्या इसमाकडे तो फक्त पाहत राहिला. भानावर येताच तो उद्‌गारला, "डॉ. परमांची केबिन कुठे आहे?"

त्या इसमाने पुन्हा खोलवर पाहिले. जणू तो त्याच्या काळजाचा वेधच घेत होता. न बोलताच त्याने डावीकडे जाणाऱ्या कॉरिडॉरच्या दिशेने निर्देश केला आणि कुठलीही प्रतिक्रिया न देता क्षणात कुठल्यातरी खोलीत गायब झाला. ती व्यक्ती क्षणात नाहीशी झालेली पाहून तो चांगलाच घाबरला. या वेळी तिथे आता कुणीही नव्हते. होती ती फक्त भकास शांतता.

तो निकराने डावीकडल्या कॉरिडॉरमधून चालू लागला. या वेळी त्याच्या सपातांचा होणारा आवाजच त्याला नकोसा वाटू लागला. त्याच्यातून वेगळेच ध्वनी निर्माण होत होते. अशातच तो टोकापर्यंत येऊन ठेपला आणि काटकोनात पाहिले, तेव्हा तेथे त्याला पाटी दिसली. त्यावर नाव होते डॉ. परम अष्टपुत्रे. त्या पाटीवर

बऱ्यापैकी जळमटे जमली होती. एकदाचे पोहोचलो, असा आविर्भाव त्याच्या चेहऱ्यावर होता.

दोन क्षण तो थांबला. काय कृती करावी या द्विधा मन:स्थितीत तो होता. एक वेळ त्याने दार ठोठावण्यासाठी हात उचलला; पण तत्क्षणी परत घेतला. थोडा विचार करत त्याने शेवटी दार ठोठावलेच.

''टक्ऽऽटक्ऽऽ''

आतून प्रतिसाद नाही. त्याने पुन्हा टक्टक् केली, तरीही प्रतिसाद नाही. या वेळी त्याने जोरदार थाप मारली. तत्क्षणी भारदस्त आवाज आला.

''अरेऽ अरेऽ... काय हे? कोण आहे तिथे या वेळी? मला डिस्टर्ब करू नका म्हणून आधीच सांगितलं आहे.''

आता त्याने दारावर थाप न मारता बोलण्याचे ठरवले.

''मीऽऽ... मी आहे सर!''

''मीऽऽ? मी म्हणजे कोण? नाव काय? गाव काय?'' डॉ. परमचा प्रतिप्रश्न.

''मी म्हणजे मीच!'' थोडा वेळ स्तब्ध राहत तो पुन्हा तेच म्हणाला.

''हे बघा... असं कोड्यात बोलू नका. कोण आहात तुम्ही?'' डॉ. परमचा करडा स्वर.

''सर! आधी दार तर उघडा मग मी सांगतो!'' त्याचाही हट्ट.

''अरे व्वाऽ काय ही बळजबरी!... कोण आहात तुम्ही? सांगितल्याशिवाय मी दार उघडणार नाही...'' डॉ. परमचा वैतागलेला स्वर.

तो पुन्हा स्तब्ध झाला. एक-दोन क्षण शांततेत गेले. तो निकराने म्हणाला, ''मी रिपोर्टर आहे सर! तुमची मुलाखत घ्यायला आलोय.''

आतून तत्काळ आवाज आला, ''मी कुणालाही मुलाखत देत नाही. तुम्ही जाऊ शकता.''

''सर! प्लीज... चिडू नका. दार तर उघडा...'' तो पुन्हा विनवत म्हणाला.

''नाही! मुलाखत देऊन मी माझं आयुष्य असं चारचौघांत उधळत नसतो.'' डॉ. परमही जिद्दीला पेटले.

''तुमच्या आयुष्याविषयी नका बोलू. मी सायन्स रिपोर्टर आहे. मला तुमच्या संशोधनाविषयी बोलायचंय!'' त्याने आपली दिशा सांगितली.

''मग तर मुळीच नाही! संशोधन ही माझी खासगी बाब आहे.'' डॉ. परम पुन्हा तेच म्हणाले.

''मान्य आहे सर! तरीही तुमच्या अचिव्हमेंट्स जगाला कळू देत... सर!... प्लीज दार उघडा म्हणजे आपल्याला बोलता येईल.''

त्याने प्रतिसादाची वाट पाहिली; पण आतून आवाज न आल्याने त्याने दारावर

पुन्हा थाप मारली. एक, दोन, तीन करत तो दारावर जोरजोराने थाप मारत राहिला. याच्यातून त्याची अगतिकता दिसून येत होती. आतून पावलांचा आवाज आला, तशी दारावर थाप मारण्याची वारंवारताही कमी झाली. डॉ. परमनी दार हळूच किलकिले करताच, तो निकराने आत घुसला. डॉ. परमच्या प्रतिकाराला न जुमानताही तो आत आला.

डॉ. परम लालबुंद होत ओरडले, "हा काय चावटपणा आहे... हू आर यू...?"

प्रथम तो डॉ. परमकडे पाहतच राहिला. तजेलदार कांती, धष्टपुष्ट शरीर, तेजस्वी डोळे, चेहऱ्याला शोभणारी दाढी, विस्तीर्ण कपाळ, त्यावर रुळणारी जुल्फे. एकूण त्यांचे व्यक्तिमत्त्व स्मार्ट व उत्साही होते. चेहरा मात्र थोडासा करडा होता. त्याने शांत राहत हसण्याचा प्रयत्न केला व म्हणाला, "सर प्लीज रागावू नका... मी एक साधा रिपोर्टर... हवं तर तुम्ही मला रिपोर्टरच म्हणा."

"काहीही नको! आधी तुम्ही बाहेर व्हा!" डॉ. परम पुन्हा ओरडले.

तो बाहेर जाण्याऐवजी एका खुर्चीवर विराजमान होत म्हणाला, "नाही सर! आता तुमची मुलाखत घेतल्याशिवाय मी जाणारच नाही."

"मला नाइलाजानं माझ्या बॉडीगार्ड्सना बोलवावं लागेल." डॉ. परमही निर्वाणीनं म्हणाले.

तो हात जोडत, केविलवाणा चेहरा करत म्हणाला, "सर! प्लीज... बाहेर काढू नका. हवंतर आपण थोडंच तुमच्या संशोधनाविषयी बोलू."

डॉ. परमनी दीर्घ श्वास घेतला व सोडला. उघडलेले दार त्यांनी सोडताच ते कड्कट् करत लागले गेले. त्यांचा चेहरा अजूनही लाल दिसत होता. गोऱ्या वर्णामुळे ते जास्तच लालसर वाटत होते.

डॉ. परम अनिच्छेनेच खुर्चीत बसले व आपली भेदक नजर रिपोर्टरवर रोखत म्हणाले, "हं बोल! काय विचारायचंय तुला..."

तो रिपोर्टरही थोडासा खुलला व स्वत:ला सावरत खुर्चीत नीट बसला आणि म्हणाला, "थँक यू सर! मी जास्त काही आपला बहुमूल्य वेळ घेत नाही. आपल्या संशोधनाच्या दिशा कुठल्या?"

"दिशा म्हणजे?" डॉ. परमच्या कपाळावर या वेळी आठ्या पडल्या.

"दिशा म्हणजे!... संशोधनाच्या वाटा. कुठली-कुठली संशोधनं आपण करत आहात?" रिपोर्टरनी खुलासा करत विचारले.

"मी सध्या मेलेल्या लोकांना जिवंत करण्याचं काम करतोय." डॉ. परम छद्मीपणे म्हणाले.

रिपोर्टर क्षणभर थांबला. त्याने डॉ. परमकडे हेतूपूर्वक पाहिले आणि थोडा सिरिअस होत म्हणाला, "सर! चेष्टा नको. आय ॲम सिरिअस. मी स्वत: शास्त्राचा

पदवीधर आहे. खरोखरच मी तुमच्या संशोधनाविषयी जाणून घेण्यासाठी आलोय. प्लीज को-ऑपरेट.''

डॉ. परमनी त्याच्याकडे रोखून पाहिले. तो खरेच त्यांना सिरिअस व सिन्सीअर वाटला. क्षणभर त्यांनी आजूबाजूला पाहिले. स्वत:च खुर्चीत सावरून बसले. या वेळी त्यांचा चेहरा खुलला. आयुष्यात प्रथमच त्यांना असे कुणी आवडीचे विचारत होते; शास्त्रीय असे. नाहीतर उभे आयुष्य एककल्लीच गेल्याने, असा कुणाशी सुसंवाद साधता आला नव्हता. ते श्वास सोडत म्हणाले, ''ठीक आहे! सध्या माझं क्लोनिंगवर संशोधन चाललंय.''

''पण ते मेंढी व माकडावरचं क्लोनिंग तर तुम्ही दोन वर्षांपूर्वीच यशस्वीपणे केलंय. आम्ही ती न्यूज वाचली होती. मग आता त्यासंबंधी नवीन काय?'' त्याने ते आठवत विचारले.

''आता मी मानवी क्लोनिंग करतोय.''

''काय?'' आश्चर्याने पाहत तो पुढे म्हणाला, ''पण, सर त्यावर तर बंदी आहे. तुम्हाला परवानगी दिली कुणी?''

त्यावर डॉ. परम खुदकन् हसत म्हणाले, ''मि. रिपोर्टर... मला आणि परवानगी? गरज काय... मी स्वतंत्र आहे. शिवाय हा माझा प्रयोग अतिशय गुप्त आहे. त्याची यशस्विता अजून व्हायचीय.''

''सर, आपण कायद्याचं उल्लंघन करत आहात असं नाही वाटत? मानवी क्लोनिंग म्हणजे अनैसर्गिक कृत्यच.'' तो ठामपणे म्हणाला.

''कुठला कायदा घेऊन बसलात? मी असले फालतू कायदे पाळत नसतो. मी एक शास्त्रज्ञ आहे. मी फक्त संशोधनाचा ध्यास घेतो. ते संशोधन नैसर्गिक आहे की अनैसर्गिक, हे आम्ही पाहत नाही. जोपर्यंत त्याची गुप्तता आहे, तोपर्यंत त्याला कायद्याची चौकट नाही.'' डॉ. परम बेधडक बोलले होते.

''हा तर सारासार अविचार झाला सर.''

''असेल!'' डॉ. परम अहंकारित होत म्हणाले.

या त्यांच्या वक्तव्यावर तो दिङ्मूढ झाला व विचार करत म्हणाला, ''तुम्ही तुमचा हा प्रयोग गुप्त आहे म्हणालात. हा गुप्त प्रयोग आता मला कळलेला आहे तर तो गुप्त कसा? उद्या तो तिसऱ्याला व परवा चौथ्याला कळेल. त्याचं काय?''

''मि. रिपोर्टर अजून तुम्ही माझ्या खोलीबाहेर कुठे गेला आहात?'' डॉ. परमनी हे वाक्य उच्चारताना असे काही हावभाव केले की, त्यामुळे त्याच्या शरीरावर रोमांच उठले. तो तडकपणे म्हणाला, ''म्हणजे काय सर? मी नाही समजलो!''

''तसा प्रयत्नही करू नका. पुढचा प्रश्न विचारा. तुमची वेळ संपत आलीय.'' डॉ. परम तत्काळ उत्तरले.

या काही क्षणांत त्याने स्वत:ला सावरले. डॉ. परम त्याला अजूनच गूढ वाटायला लागले. त्याने पुढचा प्रश्न जवळजवळ रेटलाच. "सर, तुम्ही मानवी क्लोनिंग करत आहात, तर मग त्यासाठी बीजांडाची आवश्यकता असेलच... नाही का?"

डॉ. परमनी पुन्हा त्याच्याकडे रोखून पाहिले. त्यांना तो कमालीचा हुशार वाटला. असा प्रश्न त्यांना अनपेक्षित होता. "हो तर! त्याशिवाय क्लोनिंग शक्य आहे का?"

"मग ते कुठून आणलेत? आणि कुणाचे? मुख्यत्वे स्त्रियांची बीजांडे कुठून मिळवलीत?" त्याने वर्मावर बोट ठेवले होते.

"हे बघा! दॅट इज नन ऑफ युवर बिझनेस. ओके? ही संपूर्णत: माझी खासगी बाब आहे." डॉ. परम एकदम उत्तेजित होत म्हणाले होते.

"का? हाही बिझनेसचा भाग आहे म्हणून?" या वेळी त्यानेही डॉ. परमकडे रोखून पाहिले आणि प्रथमच त्याची नजर डॉ. परमना बोचरी वाटली. एरवी डोळ्याला डोळा भिडवणाऱ्या डॉ. परमनी या वेळी आपली नजर किंचित झुकवली होती. त्यांच्या लक्षात येताच ते पुन्हा उत्तेजित होत म्हणाले, "हे बघा मि. रिपोर्टर, तुम्ही माझ्या वैयक्तिक आयुष्यात दखल देत आहात. मी त्या बिझनेसविषयी बोललो."

"मलाही तेच अभिप्रेत होतं सर! मग तुम्ही काय समजलात?" त्याचा प्रतिप्रश्न. तो पुढे म्हणाला, "खरोखरच बिझनेस समजलात की काय?"

"इनफ! मि. रिपोर्टर, आता खूप झालं!" डॉ. परम जवळजवळ ओरडलेच. घड्याळाकडे पाहत म्हणाले, "तुमची वेळ झालीय. यू मे गो नाऊ."

"सर! प्लीज, सॉरी. एक शेवटचा प्रश्न."

"नोऽऽ नॉट ॲट ऑल. तुम्ही जा."

"सर! प्लीज!" तो पुन्हा अजिजीने म्हणाला.

त्याची कळकळ इतकी होती की, डॉ. परम अनिच्छेने म्हणाले, "क्विक!"

"मघाशी तुम्ही म्हणालात की, मेलेल्या माणसांना जिवंत करण्याचं काम मी करतोय. ते नेमकं काय आहे?"

"मी ते गमतीनं म्हणालो होतो. असं काही नाही." डॉ. परम टोलवत उत्तरले.

"पण मी आता गमतीनं विचारलेलं नाहीये सर!" तो प्रथमच छद्मीपणे या वेळी हसला.

"म्हणजे?"

"म्हणजे सरळ आहे. मला या संशोधनाविषयी माहिती हवीय."

"ती कदापि मिळणार नाही." डॉ. परम ठामपणे म्हणाले.

"ती तुम्हाला द्यावीच लागेल!"

"हे बघा, तुम्ही माझ्याशी अरेरावी करत आहात."

"तुम्हीही हेकटपणा सोडत नाही आहात." त्याने प्रतिवार केला.

डॉ. परमना शंका आली, तसे ते त्याच्याकडे शंकेने पाहत म्हणाले, "कोण आहात तुम्ही?"

"सर, पुन्हा तुमचा तोच प्रश्न?" तो हसत उद्गारला व पुढे म्हणाला, "मी एक साधा रिपोर्टर. किती वेळा सांगू?"

काहीतरी बोलण्यासाठी डॉ. परम तोंड उघडणार, तेवढ्यात दारातून कुणीतरी आत आले. त्यानेही सहजच मागे वळून पाहिले आणि तो हादरलाच. मघाशी भेटली तसलीच व्यक्ती त्याच्या मागे उभी होती. निस्तेज डोळे, थंड चेहरा. ती व्यक्ती म्हणाली, "डॉ. परम, तुम्हाला पाच मिनिटांसाठी आत बोलावलंय." त्या व्यक्तीचा आवाज बऱ्यापैकी घोगरा होता. डॉ. परमच्या चेहऱ्यावरून त्यांना डिस्टर्ब केल्यामुळे प्रचंड राग आला होता; पण तो नियंत्रित करत ते उत्तरले, "मी आलोच." आदेश मिळाला तशी ती व्यक्ती माघारी फिरली आणि नाहीशी झाली. त्याच्याकडे पाहत डॉ. परम उठले आणि म्हणाले, "एक्सक्यूज मी! आय विल गेट बॅक विदिन फाइव्ह मिनिट्स." त्याने फक्त मान डोलवली तसे डॉ. परम समोरच्या दारातून नाहीसे झाले.

दोन मिनिटे तो स्तब्ध बसून राहिला. विचार करत... आजूबाजूला पाहिले. प्रथमच त्याला डॉ. परमची रूम प्रशस्त व अत्याधुनिक सुविधांनी सज्ज वाटली. तो उठला व अवलोकन करू लागला. एका कोपऱ्यात जाऊन त्याने फक्त भिंतीवर हात ठेवला आणि ती भिंत बाजूला झाली.

तिथे एक अत्याधुनिक प्रयोगशाळा होती. आत शिरताच त्याच्या अंगावर थंडगार हवा उधळली गेली. ती प्रयोगशाळा संपूर्ण वातानुकूलित होती. तो थोडा पुढे सरसावला आणि वेगवेगळ्या काचकप्प्यांमध्ये मृतदेह पाहून चांगलाच घाबरला. बऱ्याच मृतदेहांवर प्रयोग चाललेले होते; त्यामुळे वातानुकूलित प्रयोगशाळा असली, तरी तेथे एक प्रकारचा रासायनिक दर्प येत होता. मृतदेहांमध्ये विशिष्ट प्रकारचे रसायन भरून प्रयोग चालले होते. देहांना असंख्य नळ्या चिकटवलेल्या होत्या. गॅस सिलिंडर्स व रक्ताच्या बाटल्या पडल्या होत्या. सिरींजमधून काही मृतदेहांना रक्त देण्यात येत होते. तेथे एकूण वीस-पंचवीस मृतदेह होते. त्याने सहजच मृतदेहांच्या चेहऱ्यावरून नजर फिरवली आणि तो हादरलाच होता.

काचकप्प्यांच्या पॅसेजमधून तो सरळ पुढे गेला... आणि उजवीकडच्या काचकप्प्यालगतच्या पार्टीशनमधून त्याला ते दृश्य दिसले. तो सावध झाला. पावले न वाजवता हळूहळू चालू लागला. नाहीतरी त्याच्या पावलांचा आवाज जाणे

शक्यच नव्हते; पण तो पलीकडच्या लोकांना दिसणार नाही या बेताने थांबला आणि पाहतच राहिला. तेथे डॉ. परम आणि तीन दाढीवाल्या धष्टपुष्ट व्यक्तींना पाहून तो सुन्नच झाला. त्या व्यक्तींनी पठाणी वेष परिधान केला होता. त्यांच्यात काहीतरी हितगूज चालू होते. डॉ. परमचा उत्साह ओसंडून वाहत होता. तो कान देऊन ऐकण्याचा प्रयत्न करत होता. काही शब्द कानी पडताच मात्र तो कमालीचा हादरला आणि सुन्न झाला.

त्याने अधीरतेने घड्याळात पाहिले. पाच मिनिटे होऊन गेली होती. तडकपणे तो वळला. त्याला डॉ. परम येण्याच्या आत पुन्हा केबिनमध्ये स्थानापन्न व्हायचे होते. जाताना काही मृतदेहांजवळ तो थबकला. त्याला गलबलून आले. भिंतीवरची एक कळ दाबताच भिंत सरकली आणि तो मात्र तसाच पाहत राहिला. तेथे डॉ. परमना पाहून तो कधी मागे, तर कधी त्यांच्या चेहऱ्याकडे पाहू लागला. डॉ. परम स्मित करत होते. तो मात्र चांगलाच गोंधळला होता. डॉ. परम उत्तरले, "या! या! मि. रिपोर्टर. पाहिलीत माझी प्रयोगशाळा? मी मेलेल्या माणसांना जिवंत करण्याचे प्रयोग करतोय यावर विश्वास बसला ना?... हे मी नॅनो तंत्रज्ञानामुळे साध्य केलंय. मी पेशीसदृश नॅनोकण तयार केलेत. जेणेकरून त्याचं प्रत्यारोपण करून मृत व्यक्तीला जिवंत करता येईल. आय ॲम द बॉस हिअर." डॉ. परम जोरजोराने हसत होते. त्या वेळी त्यांची छाती अभिमानाने भरून आली होती.

तो मात्र शिथिल झाला होता. त्याचेही रक्त सळसळायला लागले होते. त्याचा राग अनावर होत होता; पण शक्य तेवढ्या भावना प्रकट होऊ न देता तो ओरडला, "...आणि तुम्ही त्याचा सौदाही केलात डॉ. परम..."

या वाक्याने डॉ. परम चांगलेच चपापले. अनपेक्षित शब्द त्यांच्या कानांवर पडले होते. ते म्हणाले, "मी नाही समजलो मि. रिपोर्टर. काय म्हणायचंय तुम्हाला?"

"होय! सौदा... सौदाच केलात तुम्ही. तुम्ही विकसित केलेलं नॅनो तंत्रज्ञान अतिरेक्यांना विकून देशाशी बेईमानी केलीत डॉ. परम." आता त्याचे डोळेही आग ओकत होते.

"काहीही बरळू नका!" डॉ. परमचा निष्फळ प्रयत्न.

"मी बरळत नाहीये, डॉ. परम." त्याने स्वतःच्या खिशातून एक डबी काढली आणि तिचे झाकण उघडून डॉ. परमच्या टेबलावर उपडी करत म्हणाला, "हे बघा... तुमचे नॅनो कण, नॅनो पेशी... बघा!"

डॉ. परम ते नॅनो कण पाहून सुन्न झाले. क्षणभर काय करावे त्यांना सुचलेच नाही.

"हे... हे कुठे मिळाले तुम्हाला?" डॉ. परम आश्चर्याने उद्गारले.

"अतिरेक्यांच्या शरीरातून! गेल्या महिन्यात यमसदनी धाडलेल्या अतिरेक्यांच्या शरीरातून हे मिळाले. तेव्हाच कळलं की, पूर्वी मेलेला अतिरेकी पुन्हा जिवंत कसा? क्षणिक मोहापायी तुम्ही तुमचं संशोधन अतिरेक्यांना विकलंत सर! का?"

"नाही! हे साफ खोटं आहे. माझा याच्याशी काही संबंध नाही. कोण आहात तुम्ही?" डॉ. परमचा खालावलेला सूर.

तो छद्मीपणे हसत म्हणाला, "मी... मि. बी. के. भानुदास काळे... इन्स्पेक्टर, क्राईम ब्रँच, मुंबई."

इन्स्पेक्टर भानुदास काळे नाव ऐकताच डॉ. परम मटकन खालीच बसले. मुंबई पोलिसांत भानुदास काळेचा बऱ्यापैकी दरारा होता. तो दरारा डॉ. परम ऐकून होते. इन्स्पेक्टर काळे काहीतरी बोलणार, तेवढ्यात डॉ. परम रागाने लालबुंद होत, हातात पिस्तूल घेऊन इन्स्पेक्टर काळेंवर रोखत म्हणाले, "मला वाटलंच! तू साधासुधा रिपोर्टर नाहीस. काही क्षण मी गाफील राहिलो, तुझ्या साध्या चेहऱ्याला भुललो; पण आता नाही. आय विल किल यू बास्टर्ड."

डॉ. परमनी इन्स्पेक्टर काळेंवर गोळी झाडताच, इन्स्पेक्टर काळेंनी चपळाईने गळ्यातील शबनम फेकली आणि बाजूला उडी मारत आडोसा घेतला. शिताफीने त्यांनी त्यांचे पिस्तूल काढले आणि गोळी झाडली. डॉ. परमच्या ती बरोबर वर्मी लागली. गोळी लागताच डॉ. परम धाडदिशी टेबलावर पडले व गतप्राण झाले.

इन्स्पेक्टर काळेंनी शबनम बॅग उचलली आणि वेगाने दाराबाहेर आले. त्यांना मघाचच्या अतिरेक्यांना गाठायचे होते. क्षणात ते त्या खोलीत दाखल झाले... आणि डॉ. परमना तिथे पाहताच आश्चर्यचकित झाले. डॉ. परम टाळ्या वाजवत स्वागत करत म्हणाले, "याऽयाऽ! इन्स्पेक्टर काळे... भानुदास काळे... इन्स्पेक्टर क्राईम ब्रँच, मुंबई... याऽ तुमचं स्वागत आहे."

इन्स्पेक्टर काळे गोंधळले, कधी मागे, तर कधी डॉ. परमकडे पाहत राहिले आणि म्हणाले, "आपणाला तर मघाशीच..."

जोराने हसत डॉ. परम उद्गारले, "ठार केलंय असंच ना? सो पुअर गाय. इन्स्पेक्टर काळे, तुम्ही माझ्या क्लोनला मारलंत. मला नव्हे... हा हा हा..." आणि जोरजोराने हसू लागले. तेथे उपस्थित तिघे अतिरेकीही खदाखदा हसू लागले.

इन्स्पेक्टर काळे गोंधळले असले, तरी मनातून सतर्क व सज्ज होते. आता त्यांना कुठलीही जोखीम घ्यायची नव्हती. ते म्हणाले, "का केलंत तुम्ही हे डॉ. परम?... का? देशाशी गद्दारी..."

"कुठला देश? कुणाचा देश?... मी फक्त पैसा पाहतो. हे मला अब्जावधी रुपये देतात. दॅट्स इट..." आणि ते जोरजोराने हसू लागले.

"हे बघा डॉ. परम, अजूनही वेळ गेलेली नाही. तुम्ही आमच्या स्वाधीन व्हा!"

इन्स्पेक्टर काळे समजावणीच्या सुरात म्हणाले.

"काय?" आश्चर्याने पाहत डॉ. परम पुढे म्हणाले, "स्वाधीन... आणि कुणाच्या? तुमच्या?... सो पुअर इन्स्पेक्टर काळे. सध्या तुम्हीच माझ्या ताब्यात आहात. यू विल नेव्हर गो आउट. तुमच्यासारख्या इन्स्पेक्टरांनी याआधी भरपूर प्रयत्न केले. ते कधीच यशस्वी ठरले नाहीत... आणि आता तुम्ही? तुम्ही इथून परत जाल तेव्हा ना? तुमचाही मृतदेह प्रयोगशाळेतच जाईल इतरांसारखा."

या वेळी इन्स्पेक्टर काळेंना प्रयोगशाळेतील त्यांच्या सहकाऱ्यांचे चेहरे आठवून गेले. डॉ. परमनीच त्यांचा घात केला होता. त्यांच्या मस्तकात तीव्र संताप उफाळून आला. खिशातून त्यांनी पिस्तूल बाहेर काढताच डॉ. परम आवेगाने उद्गारले, "गफूरभाई! किल हिम."

तिघा अतिरेक्यांनी बंदुका सरसावल्या. तत्क्षणी विजेच्या वेगाने इन्स्पेक्टर काळेंनी आडोशाला जात, हवेतच तिघांनाही टिपले होते. डॉ. परमही गोळी झाडणार तेवढ्यात इन्स्पेक्टर काळेंनी चपळाईने वेध घेतला. डॉ. परमजवळ येत इन्स्पेक्टर काळे म्हणाले, "डॉ. परम! तुमच्यासारख्या शास्त्रज्ञाचा असा अंत पाहून खरंच वाईट वाटतंय; पण देशासमोर कुणीही मोठा नसतो. तुम्ही गुन्हेगार आहात म्हणूनच तुमच्यावर ही वेळ आलीय. समाजाचं हित न बघता तुम्ही हा मार्ग का निवडलात सर?"

डॉ. परम बोलू शकले नाहीत.

डॉ. परमची प्राणज्योत मालवली. त्याच वेळी खोलीच्या आजूबाजूने गलका ऐकू येऊ लागला. इन्स्पेक्टर काळे खोलीबाहेर डोकावले. असंख्य मृतदेह त्यांच्या दिशेने येत होते. शेवटी जाता-जाता डॉ. परम आज्ञा देऊन गेले होते. प्रत्येकजण हळूहळू चाल करून येऊ लागला. इन्स्पेक्टर काळे हादरले. ते विरुद्ध दिशेच्या पॅसेजधून पळू लागले. त्या वेळी प्रत्येक खोलीतून डॉ. परम निघू लागले... आणि इन्स्पेक्टर काळेंवर बंदूक रोखू लागले. डॉ. परमना पाहून इन्स्पेक्टर काळे चांगलेच गोंधळले. डॉ. परमनी आपले असंख्य क्लोन तयार करून ठेवले होते. तेच या वेळी कामी येत होते. इन्स्पेक्टर काळे प्रत्येकाला बंदुकीने टिपत होते... आणि जिवाच्या आकांताने ते संस्थेबाहेर पडले.

इन्स्पेक्टर काळे बाहेर आले, तेव्हा मिट्ट काळोख होता. आतून बराच आवाज येत होता. काहीतरी निर्णय घ्यावाच लागणार होता, कारण प्रत्येक आवाज त्यांच्या दिशेने चालून येत होता. त्यांनाच काहीतरी करणे भाग होते. या प्रसंगाचे तेच एकमेव साक्षीदार होते. डॉ. परमची जनमानसांत असलेली प्रतिमा भव्य-दिव्य होती. ती जपूनच त्यांना निर्णय घ्यायचा होता... आणि शेवटी त्यांच्याही अस्तित्वाचा प्रश्न उभा राहिला होता.

शेवटी त्यांनी निर्णय घेतलाच होता. ही संस्थाच बॉम्बच्या साहाय्याने उडवून द्यायची. निर्णय कठीण होता, तरीही तो त्यांनी अमलात आणलाच.

संस्थेची इमारतच इन्स्पेक्टर काळेंनी उडवून दिली होती. क्षणात ती जमीनदोस्त झाली... आणि त्यातील असंख्य डॉ. परम आणि जिवंत मृतदेह पंचतत्त्वात विलीन झाले होते.

इन्स्पेक्टर काळेंनी फक्त दीर्घ श्वास घेतला आणि सोडला. उद्ध्वस्त संस्थेकडे ते आशाळभूत नजरेने पाहत राहिले.

दुसऱ्या दिवशी सर्व चॅनल्स व वर्तमानपत्रांमध्ये ठळक बातमी होती –

'डॉ. परम यांची संशोधन संस्था अतिरेक्यांच्या भक्ष्यस्थानी.'

जगभरातून हे कृत्य करणाऱ्यांचा निषेध होऊ लागला होता; पण अजून कुठल्याही अतिरेकी संघटनेने याची जबाबदारी घेतली नव्हती.

❐

१

विळखा

मीनल व मिलिंद दोघेही अस्वस्थपणे डॉ. थत्तेंच्या केबिनमध्ये बसले होते. एक एक क्षण त्यांना युगासारखा व तेवढाच आतुरतेचा वाटत होता. डॉ. थत्ते गेले होते त्या दिशेलाच दोघांचेही लक्ष होते. मीनलची तर जास्तच घालमेल होताना दिसत होती. मध्येच डोळे मिटून ती ध्यानस्थ होत होती. तेवढ्यात डॉ. थत्ते त्यांच्या छोट्याशा पॅथॉलॉजिकल चाचणी प्रयोगशाळेतून बाहेर आले. दोघांनीही अपेक्षेने त्यांच्याकडे पाहिले.

डॉ. थत्ते त्यांच्या खुर्चीत आसनस्थ होत मिलिंद व मीनलकडे पाहत म्हणाले, "अभिनंदन! मिसेस मीनल पानसरे. तुमची प्रेगन्सी टेस्ट पॉझिटिव्ह आली आहे."

आतुरतेने या शब्दाची वाट पाहणारे मीनल व मिलिंद हर्षभरित झाले. मीनलच्या डोळ्यांत आनंद ओसंडून वाहत होता. तिच्यासाठी ही बातमीच अशी होती की, त्याने तिच्या डोळ्यांत आनंदाश्रू तरळले. डॉ. थत्ते काही क्षण न बोलता तसेच बसून राहिले. ते दोघांनाही या क्षणाचा पुरेपूर आनंद लुटू देणार होते.

डॉ. थत्ते पंचावन्न वर्षांचे गोरटेले व सुदृढ गृहस्थ होते. डोक्यावरचे केस पूर्ण पांढरे झाले होते; पण त्यांच्या चेहऱ्यावर विशेष तेज असल्याने, समोरच्यावर त्यांची छाप सहजपणे पडत असे. ते प्रसिद्ध स्त्रीरोगतज्ज्ञ – गायनॅकॉलॉजिस्ट होते. त्यांचे शिक्षण परदेशात झालेले होते. स्त्रियांच्या बऱ्याच गुंतागुंतीच्या केसेस त्यांनी सोडवल्या होत्या.

डॉ. थत्ते खुर्चीत थोडे रेलले व प्रसन्नपणे मिलिंदकडे पाहत म्हणाले, "मि. मिलिंद! मला माहीत नाही, हे असं का व कसं झालं? बट इट इज मिरॅकल. ही निसर्गाची किमया म्हणायला हवी किंवा निसर्गावर तुम्ही मात केली असावी. तशी तुमची केस गुंतागुंतीची होती व नव्हतीही. तरीसुद्धा आपण वैद्यकशास्त्रातले सर्व उपचार केले; पण उपयोग होत नव्हता. मला वाटतं की, निसर्गानं तुम्हाला साथ दिली, म्हणूनच हा क्षण तुमच्या वाट्याला आला आहे."

"हो! डॉक्टर... कधीकधी आपल्या चुकीची फळंही निसर्ग देत असतो. त्याचं परिमार्जन करत असतो. म्हणूनच अकरा वर्षांनंतर आमच्या जीवनात हा क्षण आलाय." मिलिंदच्या स्वरात उत्साह होता.

"येस मिलिंद! बोथ ऑफ यू हॅव कम लाँग द वे. अकरा वर्षं तुम्ही पेशन्स ठेवला. ही साधी गोष्ट नव्हे. मला मीनलचं कौतुक वाटतंय. एवढे उपचार केले; पण तिनं कधी कंटाळा केला नाही की तक्रार केली नाही. कदाचित ही मातृत्वाची ओढ असावी. नाही का मीनल?'' डॉ. थत्तेंनी मीनलकडे पाहत कौतुकाने विचारले.

"होय सर! केवळ तुमच्या परिश्रमामुळे हा क्षण मी आज पाहतेय. मला तो क्षण शब्दबद्ध करणं शक्य नाही.'' मीनलच्या डोळ्यांत अजूनही आनंदाश्रू होते.

"नाही मीनल, मी नाही. मी तर औषधोपचार केव्हाच थांबवले होते. केवळ तुझी मातृत्वाची ओढच याला कारणीभूत आहे. तुझ्या आंतरिकतेनं तुला आई व्हायचं होतं. म्हणूनच निसर्गानं ते दान तुझ्या झोळीत टाकलं. आता तुला काळजी घ्यायला हवी.'' डॉ. थत्ते मीनलकडे मायेने पाहत म्हणाले.

"होय सर!... मी काळजी घेईन. अगदी फुलासारखं जपेन.'' मीनल तत्काळ उत्तरली.

"होय डॉक्टर! आम्ही दोघंही काळजी घेऊ. निसर्गानं आम्हाला अजून एक संधी दिली आहे. ती वाया घालवायची नाहीये.''

"गुड!'' डॉ. थत्ते स्मित करत पुढे म्हणाले, "गर्भ आता साधारण तीन आठवड्यांचा आहे. सहा किंवा सात आठवडे झाले की, आपण सोनोग्राफी करू या. यात आपल्याला गर्भाची वाढ लक्षात येईल.''

"ठीक आहे सर! तुम्ही सांगाल त्या चाचण्या आम्ही करू,'' मिलिंद म्हणाला.

"आता कुठल्याही चाचणीची गरज नाही. आता फक्त मीनलनं आनंदी राहायचं. नाही का मीनल?'' डॉ. थत्ते मीनलकडे पाहत म्हणाले.

"होय सर! मी राहीन.'' मीनल ओशाळत म्हणाली.

"ठीक आहे! पुढच्या महिन्यात तुम्ही या!'' डॉ. थत्ते म्हणाले.

"येतो सर आम्ही.''

... आणि दोघेही मनोभावे नमस्कार करून बाहेर पडले. या वेळी मात्र दोघांचाही चेहरा प्रफुल्लित व आनंदी दिसत होता. मीनलमध्ये एक वेगळाच उत्साह निर्माण झाला होता.

मीनल व मिलिंद हे एक सुंदर दांपत्य होते. मीनल सुंदर तर होतीच; पण ती लाघवी, मनमिळाऊ व तेवढीच अग्रेसिव्हही होती. मिलिंदही देखणा होता आणि स्वभावाने शांत होता. महाविद्यालयाच्या सांस्कृतिक कार्यक्रमात दोघांची ओळख झाली होती. मीनल कला शाखेत होती, तर मिलिंद विज्ञान शाखेचा विद्यार्थी होता; पण दोघांनाही सांस्कृतिक कार्यक्रमांत भाग घेण्याची आवड होती. दोघांनाही अभिनय

करायला आवडत असे. म्हणून महाविद्यालयाच्या कुठल्याही कार्यक्रमात ते एकत्र दिसत असत. मीनल परिसंवादात भाग घेऊन विविध विषयांवर हिरिरीने आपली मते मांडत असे. शिवाय ती छान कविताही करत असे. मिलिंद भन्नाट कथाकथन करत असे; त्यामुळेच विद्यापीठाने आयोजिलेल्या यूथ फेस्टिव्हलमध्ये ते त्यांच्या महाविद्यालयाला हमखास बक्षिसे मिळवून देत असत. एकांकिकेत तर ते दोघे प्रमुख भूमिकेत असत.

याच महाविद्यालयाच्या धुंद वातावरणात त्यांचे जीवन पुढे सरकत होते. एका क्षणी मात्र त्या दोघांत आपुलकी, जिव्हाळा निर्माण झाला. एकमेकांची काळजी वाटू लागली. एखाद्याला उशीर झाला तरी दुसरा कासावीस व बेचैन होऊ लागला. दोघेही प्रगल्भ असल्याने व्यक्त व्हायला वेळ लागला. एका निखळ मैत्रीचे प्रेमात रूपांतर झाले... आणि ते त्यांनी कबूलही केले.

महाविद्यालयीन शिक्षण पूर्ण झाल्यानंतर मात्र त्यांनी संगनमताने नाट्य क्षेत्रात कारकीर्द करण्याचा निर्णय घेतला. दोघांनाही त्याचे वेड होते. निर्णय जोखमीचा होता; पण त्यांनी तो ठामपणे घेतला होता. मग त्यांनी प्रथम काही प्रायोगिक नाटके केली. नाटके करत असताना त्यांनी लग्न करण्याचा निर्णय घेतला आणि तो त्यांनी अमलातही आणला.

लग्नानंतर मात्र दोघांनाही जबाबदारीचे भान आले. नाट्य क्षेत्र तसे बेभरवशाचे असल्याची जाणीव दोघांनाही होती; पण मेहनतीवर त्यांचा विश्वास होता; त्यामुळे त्यांनी व्यावसायिक नाटकेही स्वीकारायला सुरुवात केली होती. हळूहळू त्यांना पैसा व प्रसिद्धीही मिळू लागली. शिवाय मीनलला काही मालिकांमध्ये, तर मिलिंदला चित्रपटांमध्ये महत्त्वपूर्ण भूमिका मिळू लागल्या.

दरम्यान, मीनल नकळतपणे गरोदर राहिली; त्यामुळे ती दिङ्मूढ झाली होती. कारण त्या वेळी तिच्या हातात तीन यशस्वी व्यावसायिक नाटकांसोबतच, चार टीव्ही मालिकाही होत्या; त्यामुळे तिला करिअरमध्ये कुठल्याही प्रकारची जोखीम घ्यायची नव्हती. सध्या तिला अपत्यप्राप्ती मुळीच नको होती. ते एक प्रकारचे धुंद व भारलेले वातावरण असल्याने, तिला निसर्गाने दिलेल्या मातृत्वाची किंमत कळली नव्हती. म्हणून मिलिंदला तिने गर्भपाताचा निर्णय सांगताच, प्रथम मिलिंदने समजावून सांगितले; पण मीनलने दाद दिली नव्हती. तिला तिच्या करिअरचा आलेख उंचावत जाताना दिसत होता. या अपत्यामुळे तो आलेख उतरणीला लागेल, अशी तिची समजूत असल्याने तिला ते नको होते. ती ठाम होती. शेवटी मिलिंदही सहमत झाला आणि त्यांनी गर्भपात करून घेतला. मीनलची काळजी मिटली होती.

पुन्हा दोघेही नाटके, मालिका आणि सिनेमांमध्ये व्यग्र झाले. त्यांची जोडगोळी प्रसिद्ध झाली. मान-मरातब, पैसा जवळ आला होता. दिवसाचे चोवीस तास काम,

काम आणि काम होते. अशातही दोघांचे प्रेम मात्र टिकून होते. त्या दोघांमध्ये खूपच अंडरस्टँडिंग होते. ते एकमेकांचा आदर करत असत; त्यामुळे त्यांची भांडणेही कधी झाली नव्हती.

अलीकडे मात्र मीनलला मातृत्वाची ओढ लागली होती. मिलिंदजवळ तशी इच्छा प्रदर्शित करताच, मिलिंदही खुलला होता. अपत्यप्राप्तीचा निर्णय त्यांनी घेतला होता. तेव्हापासून मात्र ती दोघेही एकमेकांना वेळ देत असत. सहवासात राहत असत. फिरायला जाऊन आनंद लुटत असत. नाटक, सिनेमे चालूच होते.

तीन वर्षे यात निघून गेली; पण अपत्यप्राप्ती होत नसल्याचे पाहून मीनल मात्र काळजी करू लागली. दिवसेंदिवस तिची मातृत्वाची ओढ वाढतच होती. हाताशी आलेल्या मातृत्वाची प्रतारणा करून आपण चूक तर केली नाही ना, असाही ती विचार करू लागली.

अखेर मिलिंदने मीनलला डॉक्टरांकडे नेले. सर्व चाचण्या होऊन मीनलमध्ये कुठलाही दोष नसल्याचा निर्वाळा त्यांनी दिला. अजून काही दिवस वाट बघा म्हणून डॉक्टरांनी सांगितले. त्यानुसार मीनल-मिलिंद अजून एक वर्ष थांबले; पण गर्भधारणा होताना दिसत नव्हती.

हल्ली मीनलच्या स्वभावात मात्र फरक पडला होता. ती थोडी चिडकी आणि आत्मकेंद्रित झाली. मिलिंद तिला जपत होता. विविध डॉक्टरांना त्याने दाखवले. दरम्यान, स्वत:लाही त्याने तपासून घेतले; पण कुठलाही दोष आढळला नव्हता.

मीनलने आयुर्वेदिक, होमिओपॅथिक औषधेही घेऊन पाहिली; पण त्याचा उपयोग झाला नव्हता. लग्नाला सात वर्षे होऊन गेली होती. आता मात्र मीनलला आपण गर्भपात केल्याचा पश्चात्ताप होत होता. त्याचेच दुष्परिणाम ती भोगत होती. मातृत्वाची ओढ आता तिला स्वस्थ बसू देत नव्हती.

मिलिंदच्या एका कलाकार सहकाऱ्याने डॉ. थत्तेंचे नाव सुचवले होते. त्यानुसार दोघेही त्यांच्याकडे गेले. पूर्वीचे सर्व रिपोर्ट्स त्यांनी त्यांच्यासमोर ठेवले. त्यांनी मीनलचा इतिहास जाणून घेतला होता. पुनश्च एकदा तपासणी करून, डॉ. थत्तेंनी चाचण्या करून घेतल्या; पण त्यात विशेष असे काहीही त्यांना आढळले नाही. तरीही त्यांनी चिकित्सेला सुरुवात केली. किमान एक वर्ष त्यांनी विविध ट्रीटमेंट मीनलला दिल्या; पण उपयोग झाला नव्हता. पूर्वी मीनलने गर्भपात करून घेतल्यामुळे गर्भपिशवीच्या ॲक्टिव्हिटीवर परिणाम झाला आहे, तो दृश्य स्वरूपात दिसत नसला तरी गर्भधारणेची क्षमता कमी झाली आहे, गर्भपाताच्या काही केसेसमध्ये असे होणे शक्य आहे, असा निष्कर्ष डॉ. थत्तेंनी सांगताच मीनल उद्ध्वस्त झाली. तिच्या आशाच खुंटल्या होत्या. याला मात्र ती स्वत:च जबाबदार होती.

मिलिंदने तिच्या एकूणच परिस्थितीकडे बघता, एखादे तान्हे मूल बालसुधारगृहातून

दत्तक घेण्याचा प्रस्ताव व मनोदय व्यक्त केला; पण मीनलचे मन त्याला धजले नव्हते. तिला आपले स्वत:चे अपत्य हवे होते. तिथेही मिलिंद निरुत्साही झाला. डॉ. थत्तेंचा टेस्ट ट्यूब बेबीचा प्रस्ताव मात्र मीनलने मान्य केला; त्यामुळे मिलिंदला हायसे वाटले; पण संपूर्ण चाचण्या केल्यानंतर मीनलचे शारीरिक गुण टेस्ट ट्यूब बेबीसाठी सक्षम नाहीत, हे लक्षात येताच मीनल ढसाढसा रडली. तिने केलेल्या गुन्ह्याची शिक्षा तिला पुरेपूर मिळत होती.

...आणि आज अकरा वर्षांनंतर डॉ. थत्तेंनी गोड बातमी देऊन मीनलला आश्चर्यचकितच नाही, तर हर्षोल्लासित केले होते. जादूच झाली होती. सगळेच उपाय थांबल्यावरही ती गरोदर राहिली होती. या अकरा वर्षांत मात्र मीनलच्या मानसिकेतचा कस लागला होता. निसर्गाने तिची पुरेपूर परीक्षा घेतल्यानंतरच तिच्या झोळीत प्रसाद टाकला होता. आता मात्र ती वेडवाकडे पाऊल टाकणार नव्हती.

सात आठवड्यांनंतर मीनल व मिलिंद पुन्हा डॉ. थत्तेंकडे रुटीन चेक-अपसाठी आले. गरोदर राहिल्यापासून मीनल स्वत:ला फुलासारखी जपत होती. नाटके, मालिका, सिनेमे सध्या तरी तिने बंद ठेवले होते. सध्या तिची प्रायॉरिटी तिचे बाळ होते.

डॉ. थत्ते त्यांना खुर्चीकडे निर्देश करत म्हणाले, "या बसा!..." मीनलकडे पाहत पुढे म्हणाले, "कसं वाटतंय?"

"सर! छानच! नाइस फीलिंग." मीनल चेहरा खुलवत म्हणाली. तिच्या चेहऱ्यावर हल्ली तजेलदारपणा आला होता.

"या तिकडे टेबलावर! चेक-अप करून घेऊ या." डॉ. थत्ते पडद्याआड असलेल्या परीक्षण टेबलाकडे निर्देश करत म्हणाले. मीनल हळूच उठली व टेबलावर पहुडली. डॉ. थत्तेंनी हातमोजे घातले.

मीनलला त्यांनी तपासले आणि काहीतरी शंका आल्याने पुन्हा पोट, ओटीपोट व त्याच्या आकाराचा अंदाज घेतला. थोडा वेळ ते विचार करत राहिले. सात आठवड्यांच्या मानाने त्यांना मीनलचे पोट मोठे वाटत होते. त्यांनी विचारले, "मीनल! पोटाचा आकार सुरुवातीपासूनच मोठा आहे का?"

"नाही सर! गेल्या आठवड्यापासून मलाही आकार मोठा जाणवतोय. गर्भाची वाढ एवढ्या झपाट्यानं होऊ शकते?" मीनलचा प्रश्न.

"नाही! तसा एवढा आकार होत नाही. मला वाटतं, तुम्ही आत्ताच सोनोग्राफी करून घ्यावी." डॉ. थत्ते मीनलला उठवत खुर्चीत बसत मिलिंदकडे पाहत पुढे म्हणाले, "मिलिंद, आपल्या इथेच सोनोग्राफी करून घ्या. त्या निमित्ताने बाळाची

ग्रोथही आपल्याला कळेल.''

''ठीक आहे डॉक्टर... आम्ही आलोच.''

मीनल तोपर्यंत स्वत:ला सावरून बाहेर आली. मिलिंद तिच्यासोबत थत्तेंच्या केबिनबाहेर पडला.

डॉ. थत्तेंचे हॉस्पिटल छोटेसेच; पण अतिशय नीटनेटके, स्वच्छ व अद्ययावत होते. वीस खाटांचे हॉस्पिटल, त्यात दहा नर्सेस, चार वॉर्डबॉय व दोन अटेंडंट डॉक्टर्स होते. तसा हा पसारा डॉ. थत्तेंनी एकहातीच वाढवला होता. ते स्वत: निष्णात सर्जन असल्याने येथे आधुनिक शस्त्रक्रियेची खोली होती. स्वतंत्र पॅथॉलॉजीची प्रयोगशाळा होती. इ.सी.जी., सोनोग्राफी, सीटी स्कॅन व हल्ली एम.आर.आय.सारखी अद्ययावत परीक्षण यंत्रणाही उपलब्ध होती. कुशल तंत्रज्ञ त्यावर कार्यरत होते. अचूक निदानासाठी डॉ. थत्तेंचे हॉस्पिटल प्रसिद्ध होते. म्हणूनच मुख्यत्वे डॉ. थत्तेंच्या हॉस्पिटलला रुग्ण व इतर डॉक्टर्स प्राधान्य देत असत.

एका तासाने मीनल व मिलिंद सोनोग्राफी काढून आले आणि डॉ. थत्तेंसमोर बसले. रिपोर्ट मिलिंदच्या हातात होता. तो थोडासा अस्वस्थ दिसला; पण मीनलला त्याने जाणवू दिले नाही. विज्ञानाचा पदवीधर असल्याने, मिलिंदने रिपोर्ट वाचला होता. त्याला कळले नव्हते; पण रिपोर्टमधील पिवळ्या खुणांच्या आधारे त्याच्या मनात धाकधूक निर्माण झाली होती. रिपोर्ट डॉ. थत्तेंकडे देत मिलिंद म्हणाला, ''डॉक्टर! हा घ्या रिपोर्ट...''

डॉ. थत्तेंनी रिपोर्ट उघडला आणि ते थोडा वेळ स्तब्ध झाले. प्रकाशाच्या स्क्रिनवर त्यांनी सर्व सोनोग्राफ्स डिसप्ले केले आणि ते बराच वेळ विचारमग्न झाले. मध्येच ते दीर्घ श्वास घेताना दिसत होते, तर कधी रिपोर्ट उघडून पिवळ्या स्ट्रीप्स वाचत होते. ओठांचा चंबू करत मिलिंदकडे पाहत, थोडेसे गंभीर होत डॉ. थत्ते म्हणाले, ''मिलिंद, मला थोडीशी शंका होतीच.''

मध्येच वाक्य खंडित करत मीनल अजिजीने म्हणाली, ''काय झालं सर? माझं बाळ ठीक आहे ना?''

''बाळ सध्यातरी उत्तम आहे. काळजीचं कारण नाही, पण...'' डॉ. थत्ते थोडेसे अडखळले.

''पण काय डॉक्टर,'' मिलिंदचाही काळजीचा स्वर.

''बाळाच्या वाढीसोबतच गर्भाशयात एक ट्युमर विकसित होत आहे.'' डॉ. थत्ते सोनोग्राफीकडे निर्देश करत म्हणाले.

''काय? ट्युमर!'' मीनल व मिलिंद हादरले. मीनल तर सुन्न झाली.

''होय ट्युमर!... तो कसला आहे, ते पाहण्यासाठी त्याच्या चाचण्या कराव्या लागतील. मला शंका आलीच होती, कारण सातव्या आठवड्यात एवढं मोठं पोट

दिसणं शक्य नव्हतं.'' डॉ. थत्ते म्हणाले.

''सर! माझ्या बाळाला काही होणार तर नाही ना?'' मीनल काकुळतीला येऊन तिच्या डोळ्यांत अश्रू जमा झाले. तिला स्वत:च्या जिवाची पर्वा नव्हती; पण बाळ सुखरूप हवे होते.

''मीनल! काळजी करू नकोस. आपण बाळाला पूर्णपणे प्रोटेक्ट करू. सध्या ट्युमरचा ग्रोथ रेट आपल्याला माहीत नाही... आणि त्याचा प्रकारही माहीत नाही. म्हणून पुन्हा काही चाचण्या करून घ्याव्या लागतील. प्रथम एम.आर.आय. व बायोप्सी करून घेऊ या. सुविधा आपल्याकडे आहेच... आणि या चाचण्या आत्ताच करून घ्या, म्हणजे आपल्याला पुढचा निर्णय घेणं शक्य होईल.'' मीनलकडे पाहत डॉ. थत्ते पुढे म्हणाले, ''मीनल डोण्ट वरी. वुई विल फाइंड द बेस्ट वे. ठीक आहे. मी आहेच इथे.''

मीनल व मिलिंद उठून केबिनबाहेर आले. दोघांच्याही चेहऱ्यावर काळजीयुक्त भीती होती. मीनल तर पार कोलमडलीच. हे तिसरेच काय वाट्याला आले, म्हणून मिलिंदही हैराण झाला. आता त्याला मीनलला काळजीपूर्वक हाताळावे व सांभाळावे लागणार याची जाणीव झाली. डॉ. थत्ते मात्र त्यांच्या पाठमोऱ्या आकृतीकडे पाहत राहिले आणि मीनलची केस पुनश्च गुंतागुंतीची होऊ पाहत होती. तिचे मातृत्व धोक्यात येण्याची त्यांना भीती वाटत होती.

मीनलने लागलीच एम.आर.आय. व बायोप्सी करून घेतली. एम.आर.आय. करताना मीनलला खूपच टेन्शन आले. बाळाच्या काळजीने ती कासावीस झाली. रिपोर्ट परस्परच डॉ. थत्तेंकडे जाणार होते.

खरे तर गर्भ प्रथमावस्थेत असताना या चाचण्या करणे घातक होते; पण डॉ. थत्तेंचा नाइलाज होता. कारण त्यांना ट्युमरची वाढ व परिणामकारकता पाहायची होती. ते वाटच पाहत होते. तेवढ्यात त्यांच्या टेबलावर ऑपरेटर रिपोर्ट्स ठेवून गेला. मीनल व मिलिंद येईपर्यंत ते बायोप्सी रिपोर्टस चाळू लागले व एम.आर.आय. बघून त्यांनी पुन्हा खात्री करून घेतली. त्यांचा चेहरा गंभीर झाला. तेवढ्यात मीनल व मिलिंद त्यांच्यासमोर येऊन बसले.

डॉ. थत्ते गंभीर होत म्हणाले, ''मिलिंद! मीनलचा बायोप्सी रिपोर्ट व एम.आर.आय पाहिले.''

''डॉक्टर! काही आशा?'' मिलिंदचा काळजीयुक्त व तेवढाच आश्वासक स्वर.

''मिलिंद! गर्भासोबतच ट्युमर आहे ही खात्री झालीच आहे, पण ती...''

''पण काय? बायोप्सीचा रिझल्ट काय आहे?'' मिलिंद उत्सुकतेने म्हणाला.

''अनफॉर्च्युनेटली दॅट इज मॅलिग्नंट!'' डॉ. थत्ते उत्तरले.

"काय?" दोघेही एकाच वेळी किणकिणले. मीनल दु:खावेगाने म्हणाली, "सर, माझ्या बाळाचं काय?"

"तीच एक जमेची बाजू आहे मीनल! सध्या बाळ सुरक्षित आहे... पण दिवसांगणिक बाळ वाढत जाईल, तसा ट्युमरचा आकारही वाढत जाईल. सध्या तो गर्भाशयातच आहे." डॉ. थत्तेही आश्वासक उत्तरले.

"डॉक्टर! यावर उपाय काय?" मिलिंदने विचारले.

"यावर एकच उपाय असतो मिलिंद. गर्भपिशवीच काढून टाकतात. तोच एक मार्ग असतो. कारण मीनलचे प्राणही तेवढेच महत्त्वाचे आहेत." डॉ. थत्तेंनी सांगितले.

मीनल आवेगाने म्हणाली, "नाही सर, मला हे बाळ गमवायचं नाहीये. मी त्याला जन्म देणार..."

"पण मीनल ही खूप मोठी जोखीम आहे. बाळासाठी व तुझ्यासाठीही." डॉ. थत्ते समजावत म्हणाले.

"असू देत सर. मी लढेन. माझे प्राण गेले तरी चालतील; पण बाळाला जन्म द्यायचाच." मीनल अगतिकतेने म्हणाली.

"मीनल," मिलिंदचा स्वर कापरा झाला. त्याने तिच्या खांद्यावर हात ठेवून दिलासा दिला. डॉक्टरांचा पर्याय खुला असल्याचे तोही म्हणत होता.

"मीनल! मी स्वत: माझ्या अमेरिकेच्या निष्णात डॉक्टर मित्रांशी बोललो. ते म्हणाले की, ट्युमर उग्र रूप धारण करण्याआधी बाळासह गर्भपिशवी काढून टाकणं या क्षणी योग्य असून, स्त्रीचे प्राण मोलाचे आहेत. एकदा का ट्युमर शरीरात पसरला, तर अवघड होऊन बसेल." डॉ. थत्ते पुन्हा कन्व्हिन्स करत होते.

"नाही सर! मी ठाम आहे. जे होईल ते होईल; पण मी बाळाला जन्म देणार." मीनल आत्मविश्वासपूर्वक म्हणाली.

मिलिंद डॉक्टरांकडे पाहत म्हणाला, "डॉक्टर! अजून सगळंच प्रथमावस्थेत आहे. आपण काही काळ वाट पाहिली तर?"

"जरूर मिलिंद. मीनलचा आपण आदर करायला हवा. 'वुई विल वेट ॲण्ड सी' मी काही औषधं देतो. ती सध्या घ्या आणि दर चार दिवसांनी चेक-अपला या." डॉ. थत्ते उत्तरले.

"ठीक आहे सर! तुम्ही म्हणाल तर आम्ही दोन दिवसांनीही येत जाऊ आणि आम्ही स्वत: काळजीही घेऊ."

दोघेही उठले. विमनस्कपणे बाहेर पडले. डॉ. थत्ते दोघांच्याही पाठमोऱ्या आकृतीकडे क्षणभर पाहत राहिले. निसर्गाने यांच्या आयुष्यात काय योजले आहे, हेच त्यांना कळत नव्हते; पण त्यांच्या दृष्टीनेही आता मीनलची केस आव्हानात्मक

झाली होती... आणि ते स्वत: आव्हान पेलायला तयार झाले होते. कारण मीनलसारख्या रुग्णाचा आत्मविश्वास त्यांच्या पाठीशी होता.

मीनल व मिलिंद नव्या संकटाने सुन्न झाले; पण मीनलने ते स्वीकारून लढायची तयारी दर्शवली. कारण मातृत्वाची शक्ती तिच्या ठाई होती. ती थोडी डगमगली होती. मात्र, कोलमडली नव्हती. मिलिंदचा भक्कम आधार तिला होता.

नेहमीचे रुटीन चेक-अप पाच-सहा दिवसांनी सुरू झाले. डॉ. थत्तेही लक्ष ठेवून होते. ट्युमरची वाढ सुरू झाली होती; पण तो अजूनही नियंत्रणात होता.

त्यानंतर तीन महिन्यांनंतरचीच गोष्ट. डॉ. थत्तेंनी मीनलला तपासले, तेव्हा ते आश्चर्यचकित झाले होते. पाच दिवसांपूर्वीच तपासले, तेव्हा पोटाचा आकार कमी होता; पण पाच दिवसांतच मीनलच्या पोटाचा आकार पूर्ण गर्भ वाढावा एवढा झाला. त्यांनी पुन्हा तपासण्या केल्या आणि गंभीर झाले. डॉ. थत्ते म्हणाले, "मिलिंद! ट्युमरचा आकार या पाच दिवसांत पाचपटींनी वाढलाय. आता बाळापर्यंत तो पोहोचू पाहतोय. वुई हॅव टू टेक सम डिसिजन."

"कुठला डिसिजन सर?" मिलिंद व मीनल एकाच वेळी अगतिकतेने उत्तरले.

"हा ट्युमर मीनल व बाळाला गंभीर इजा करण्याआधी काढून टाकणं गरजेचं आहे." डॉ. थत्तेनी सांगितलं.

"पण सर, माझ्या बाळाला काही होणार नाही ना?" मीनल काकुळतीला येऊन म्हणाली.

"तोच प्रश्न आहे मीनल. एकीकडे बाळ अजून विकसित होत आहे आणि दुसरीकडे ट्युमर वेगानं वाढतोय. जर का ट्युमर काढताना काही गुंतागुंत निर्माण झाली, तर मग बाळाला इजा होण्याची शक्यता आहे. हीच एक जोखीम आहे." डॉ. थत्ते समजावत म्हणाले.

"डॉक्टर अशी परिस्थिती उद्‌भवलीच, तर मग काय मार्ग?" मिलिंदने विचारले.

"मिलिंद, त्याला एकच मार्ग. गर्भ व ट्युमरसह गर्भपिशवी काढणे. कारण त्या वेळी कुठलाही डॉक्टर मीनलचे किंवा रुग्णाचे प्राण वाचवण्यास प्राधान्य देईल. तेच मीही करीन." डॉ. थत्तेंनी वस्तुस्थिती सांगितली.

मीनल तत्काळ उत्तरली, "नाही डॉक्टर, हा मार्ग नकोच. मला बाळ हवंच आहे. आपण अशी जोखीम घेतली नाही तर?"

"तसं करता येणार नाही मीनल आपल्याला. आज ना उद्या ही जोखीम घ्यावीच लागेल. कारण ट्युमर हा विक्षिप्त असतो. तो कसा आणि कुठल्या स्वरूपात पुढे

येईल सांगता येत नाही." डॉ. थत्ते पुन:पुन्हा समजावत म्हणाले.

"पण आज ती परिस्थिती नाही ना सर!" मीनलचा पुनश्च अगतिक स्वर.

"नाही; पण उद्या काय होईल, तेही सांगता येत नाही. शिवाय या क्षणी तुझं जीवन सुरक्षित करणं गरजेचं आहे." डॉ. थत्ते म्हणाले.

"सर, मागेही मी म्हटलं. माझ्या प्राणाची सध्या काळजी नको. फक्त माझ्या बाळाला काही व्हायला नको, एवढंच तुम्ही बघा!" मीनल पुन्हा हट्टाने म्हणाली.

डॉ. थत्ते क्षणभर स्तब्ध झाले. त्यांनी मिलिंदकडे सूचकपणे पाहिले. मीनल जिद्दीला पेटली होती, हे दोघांच्याही लक्षात येत होते. मातृत्वाच्या ओढीपायी ती स्वत:चाही जीव धोक्यात घालतेय, हे तिच्या लक्षात येत नव्हते. त्या दृष्टीने ती आंधळी झाली होती. डॉ. थत्ते दीर्घ श्वास सोडत म्हणाले, "ठीक आहे मीनल! मी आता स्वत: कुठलीही जोखीम घेणार नाही. या क्षणापासून तू रुग्णालयात ॲडमिट व्हायला हवं. यू विल बी अंडर माय ऑब्झर्वेशन. तुझ्या दिमतीला चोवीस तास डॉक्टर्स व नर्सेस असतील." डॉ. थत्तेंनी मार्ग सांगितला.

मीनल मिलिंदच्या परवानगीची वाट न बघता हिरिरीने म्हणाली, "मला मान्य आहे सर! मी ॲडमिट व्हायला तयार आहे आत्तापासूनच." आणि तिने मिलिंदकडे सूचकतेने पाहिले. मिलिंदने तिला डोळ्यांनीच धीर देऊन, तिच्या निर्णयाला पाठिंबा दर्शविला.

ॲडमिट होण्याचा निर्णय घेतल्याने, दोघेही तिथेच थांबले आणि मीनलला सर्व सुविधा असणाऱ्या रूममध्ये ॲडमिट करून घेतले.

मीनल आता डॉ. थत्तेंच्या निरीक्षणाखाली होती. एक नर्स सतत तिच्याजवळ असायची. दिवसागणिक मीनलच्या पोटाचा आकार वाढत होता. डॉ. थत्तेंनी इतर तज्ज्ञ डॉक्टरांशीही मीनलच्या केससंदर्भात विचारविनिमय केला. बहुतांश तज्ज्ञांनी मीनलचे प्राण वाचवण्याचा सल्ला दिला. कारण ट्युमर शरीराच्या इतर भागांत पसरला, तर मीनलचे प्राण वाचवणे केवळ अशक्य होते. हीच बाब डॉ. थत्तेंच्याही ध्यानात होती. वेळोवेळी त्यांनी मीनलला समजावले होते; पण तिची जिद्द कायम होती. या वेळी डॉ. थत्तेंना एकच दिलासा वाटत होता, तो हा की, मीनलच्या ट्युमरची वाढ ही समांतरऐवजी उभी होत होती; त्यामुळे तिचे पोट दिवसागणिक वाढतच होते, पण ट्युमरची व्याप्ती गर्भपिशवीतच सीमित राहिली होती.

आता तर मीनलला हालचाल करणेही शक्य नव्हते. तिची प्रकृतीही खालावत चालली होती. रक्तदाब नेहमीच कमी-जास्त होत होता. हिमोग्लोबिनची मात्रा कमी झाली. डोळ्यांखाली काळी वर्तुळे निर्माण झाली; पण तरीही ती जिद्दीला पेटली होती. मिलिंदला मात्र तिच्याकडे पाहवत नव्हते.

आता मात्र डॉ. थत्तेंच्या हातात फारसे काहीच राहिले नव्हते. कारण बाळ आणि

ट्युमर पूर्णपणे विकसित झाले होते. त्यांचा एकमेकांवर दाब निर्माण होऊ लागला होता; त्यामुळे मीनलला त्रास होऊन तिचा रक्तदाब कधीकधी कमालीचा शूटअप होत होता. साहजिकपणे डॉ. थत्तेंसोबतच इतरांचीही धावपळ होत होती.

मीनल चोवीस तास वैद्यकीय निरीक्षणाखाली होती आणि दरतासाला ट्युमरच्या वाढीची नोंदही ठेवली जात होती. आठव्या महिन्यात मात्र मीनल अत्यवस्थ झाली. रक्तदाब वाढून ती बेशुद्धावस्थेत गेली. ट्युमर प्रचंड वाढला होता. त्याने जवळजवळ बाळाला सर्व बाजूंनी विळखाच घातला होता. बाळही पूर्ण विकसित झाल्याने त्याची हालचाल होत होती; पण ट्युमरच्या विळख्यामुळे त्याच्या हालचालींवर बंधने निर्माण झाली होती; त्यामुळे मीनलच्या वेदनांमध्ये वाढ झाली होती... आणि एका क्षणी ती अतिताणामुळे बेशुद्धावस्थेत गेली.

डॉक्टर, नर्स यांची धावपळ सुरू झाली. ही परिस्थिती येणार याची डॉ. थत्तेंना जाणीव असल्यामुळे त्यांनी मिलिंदचाही विचार न घेताच निर्णय घेतला होता.

ट्युमरच्या विळख्यातून बाळाला सुखरूप बाहेर काढून, मीनलचेही प्राण वाचवण्याचे मोठे आव्हान डॉ. थत्तेंसमोर होते. अशा वेळी विविध तज्ज्ञ डॉक्टरांनाही त्यांनी बोलावून घेतले.

रात्रीचे आठ वाजले होते. मीनलला ऑपरेशन थिएटरमध्ये नेण्यात आले. डॉ. थत्तेंच्या हाताखाली डॉक्टर्स व नर्सेसचा ताफा होता. मीनल अजूनही बेशुद्धावस्थेतच होती. या स्थितीत फार काळ बाळाला ठेवणे घातक होते. इतर डॉक्टर्स आपापल्या कामाला लागले. डॉ. थत्तेंनी ॲप्रन व मास्क अंगावर चढवला आणि जिद्दीने तेही पुढे झाले.

मिलिंद मात्र ऑपरेशन थिएटरबाहेर अस्वस्थपणे येरझारा घालत होता. डॉ. थत्ते निष्णात स्त्री-रोगतज्ज्ञ तसेच नामवंत सर्जनही होते. ऑपरेशन थिएटरमधील वातावरण गंभीर झाले होते. डॉ. थत्तेंची ऑपरेशन टेबलावरची चपळता मात्र वाखाणण्याजोगी होती.

पहाटे चार वाजेपर्यंत ऑपरेशन चालू होते. मिलिंद अजूनही अस्वस्थपणे बसला होता. त्याच्या डोळ्यांत झोपच नव्हती. ऑपरेशन टेबलावर काय चाललेय याचे गांभीर्य मात्र त्याला होते. ऑपरेशन थिएटरवरच्या लाल दिव्याकडे मिलिंद अगतिकतेने व तेवढ्याच आशाळभूतपणे पाहत होता.

पाच वाजता डॉ. थत्ते ऑपरेशन थिएटरबाहेर आले. तोंडावरचा मास्क काढत मिलिंदच्या खांद्यावर हात ठेवत म्हणाले, "मिलिंद, अभिनंदन! मुलगा झाला... आणि ट्युमरही काढला."

मिलिंद हर्षोल्लासित झाला. त्याने डॉ. थत्तेंचे हात पकडले व म्हणाला, "थँक यू डॉक्टर! थँक यू व्हेरी मच. हे केवळ तुमच्यामुळे शक्य झालं."

विळखा । १०९

"नाही मिलिंद! ही मीनलची जादू आणि तिचा आत्मविश्वास!"

"बाळ कसं आहे, डॉक्टर?" मिलिंदचा उत्सुकतेचा स्वर.

"बाळ सुखरूप आहे. प्रीमॅच्युअर डिलिव्हरी असल्यानं त्याला इन्क्युबेटरमध्ये ठेवलं आहे. त्याला काही दिवस तिथेच ठेवावं लागेल." डॉ. थत्ते उत्तरले.

"आणि मीनल डॉक्टर?"

"मीनलचा ट्युमर तर काढला; पण..." डॉ. थत्ते मध्येच थांबले.

"पण काय डॉक्टर?" मिलिंदचा काळजीयुक्त स्वर.

"मिलिंद, केबिनमध्ये चल. मला तुझ्याशी बोलायचंय." दोघेही केबिनमध्ये आले. डॉ. थत्ते म्हणाले, "मिलिंद, मी म्हणत होतो ना... जोपर्यंत ट्युमरची व्हर्टिकल ग्रोथ आहे, तोपर्यंत ठीक आहे; पण समांतर वाढ घातक ठरू शकते. दुर्दैवानं म्हण; पण मीनलची गर्भपिशवी काढून टाकल्यानंतरही काही ठिकाणी ट्युमरच्या साईटची ग्रोथ झालेली आढळली. दॅट इज अ बिट सिरिअस." डॉ. थत्तेंनी गंभीरपणे सांगितले.

"याला उपाय डॉक्टर?"

"आता आपल्याला लवकरात लवकर इतर चिकित्सेचा विचार करावा लागेल. वुई हॅव टू सेव्ह हर!" डॉ. थत्ते म्हणाले.

"कुठल्या चिकित्सा डॉक्टर?"

"केमो, रेडिएशन थेरेपी."

"काय?" मिलिंद आश्चर्याने उद्गारला.

"होय मिलिंद, ज्याची भीती वाटत होती तेच झालं. बाळाला तिनं सुखरूप जन्म दिला; पण ती स्वतः मृत्यूच्या दारात येऊन ठेपली आहे." डॉ. थत्ते वस्तुस्थिती सांगत होते.

"डॉक्टर, प्लीज सेव्ह हर. मी आणि माझं बाळ तिच्याशिवाय अपूर्ण आहोत." मिलिंद सद्गदित होत म्हणाला.

"घाबरू नको मिलिंद! आपण सर्व वैद्यकीय उपचार करू." डॉ. थत्ते दिलासा देत पुढे म्हणाले, "जा मीनलला पाहून घे. अजून ती बेशुद्ध असली, तरी तुझ्या अस्तित्वाची जाणीव तिला होईल. तिला बळ मिळेल."

मिलिंद विमनस्कपणे बाहेर पडला आणि मीनलच्या आय.सी.यू. खोलीकडे चालू लागला.

रात्री मीनल पुन्हा अत्यवस्थ झाली. डॉ. थत्ते धावतपळत आले. मीनलला पाहताच मात्र ते तिथे क्षणभर थिजून उभे राहिले. मीनलचे पोट पुन्हा मोठे झाले होते. काही तासांमध्येच ट्युमरच्या पेशी अनियंत्रितपणे वाढल्या होत्या. त्याचा इतर अवयवांवर दाब येऊन मीनल अत्यवस्थ झाली होती. ट्युमर काढून इतर अवयवांवरील

दाब कमी करणे गरजेचे होते.

डॉ. थत्तेंनी रात्री पुन्हा ऑपरेशन केले आणि ट्युमर काढून टाकला. एक दिवसापूर्वीच मोठी शस्त्रक्रिया झालेली असतानादेखील डॉ. थत्तेंना शस्त्रक्रिया करावी लागली होती. कारण सध्या तोच एकमेव मार्ग होता. ट्युमरच्या पेशी कुठल्याही औषधांना दाद देत नव्हत्या.

मिलिंद मात्र सुन्न झाला होता. एवढ्या सालस व लाघवी मीनलच्या वाट्याला हे काय येत होते, म्हणून तो सद्‌गदित होत होता. त्याच्याही हातात काही नव्हते. फक्त प्राप्त वैद्यकीय उपचारांना अनुमती देणे, हेच सध्या त्याच्या हातात होते. काही वेळा डॉ. थत्ते स्वत:च निर्णय घेत असत. कारण वेळ, उपचार आणि मीनलचे प्राण महत्त्वाचे होते.

ठरावीक अंतराने डॉ. थत्तेंनी पुन्हा तीन-चार शस्त्रक्रिया केल्या होत्या. कारण ट्युमरच्या पेशी काढताच उर्वरित पेशी कित्येक पटीने क्षणात वाढताना दिसत होत्या... आणि सध्या त्यांचा वेग व आकारही वाढत होता. आत्ताच काढलेला ट्युमर पन्नास किलोंचा होता. अशी केस डॉ. थत्तेंना कुठेही आढळली नव्हती. आता ते स्वत: असाहाय्य झाले होते. पुनश्च शस्त्रक्रिया करणेही जोखमीचे होते. अशा स्थितीत मीनलचे प्राण वाचवणे केवळ अशक्य होते.

केमो व रेडिएशन थेरपीही देऊन झाली होती; पण त्याने ट्युमरच्या पेशी जास्तच चिथावल्या गेल्या होत्या. शिवाय त्याचा फारसा उपयोग होत नव्हता.

डॉ. थत्तेंनी तत्काळ मिलिंदला बोलावून घेतले.

"मिलिंद, दुर्दैवानं मीनलची प्रकृती खूपच क्रिटिकल होत चाललीय. पुनश्च शस्त्रक्रिया म्हणजे तिचे प्राण जाणंच. कारण पेशींना कुठेच नियंत्रित करणं शक्य होत नाहीये. सॉरी मिलिंद!" डॉ. थत्ते हतबल होत म्हणाले.

मिलिंद काहीही बोलला नाही. मात्र, त्याच्या डोळ्यांतून अश्रू वाहू लागले. गेल्या काही दिवसांतल्या धावपळ व काळजीमुळे तोही खंगला होता. दाढीचे खुंट वाढले होते. तिकडे बाळ व इकडे मीनल या दोघांकडे त्याला लक्ष द्यावे लागत होते. तो कमालीचा सुन्न झाला होता. डॉ. थत्तेंकडे त्याने फक्त आश्वासकपणे पाहिले.

डॉक्टर पुन्हा म्हणाले, "मिलिंद, आय विल ट्राय माय लेव्हल बेस्ट. मी पिच्छा सोडणार नाही; पण वस्तुस्थितीही नाकारणार नाही, म्हणून तुला सांगितलं. जे काही दिवस आहेत, त्यात तू मीनलची काळजी घे. सेवा कर."

मिलिंद डोळे मिटून उठला. त्याच्या डोळ्यांच्या कडा अजूनही पाणावलेल्या होत्या. तो संथगतीने बाहेर पडला. डॉ. थत्ते त्याच्या पाठमोऱ्या आकृतीकडे आशाळभूतपणे पाहत राहिले.

डॉ. थत्ते अजूनही प्रयत्नशील होते. त्यांचा आत्मविश्वास जरी डळमळीत झाला

तरी काहीतरी जादू होईल, अशी त्यांना आशा होती. एका निश्चयाने ते उठले आणि लॅपटॉप चालू करून भराभरा टाइप करू लागले.

डॉ. थत्तेंनी भारतातल्या मेडिकल काउन्सिलअंतर्गत येणाऱ्या प्रत्येक डॉक्टरांना ई-मेल करून मीनलच्या केससंदर्भात फीडबॅक व भविष्यातील योजनेसंदर्भात सजेशन्स मागवले होते.

दुसऱ्याच क्षणापासून त्यांच्या मेलला उत्तरे येऊ लागली; पण बहुतांशी निरुत्साहीच होती. मीनलची केस वैद्यकशास्त्राच्या पलीकडे असल्याचे बऱ्याच तज्ज्ञांचे मत होते. तेवढ्यात त्यांचा मोबाईल वाजला.

''हं! अनिल. मी लिली बोलतेय. डॉ. लिली जोशी.''

''बोल लिली,'' डॉ. थत्तेंनी चेहऱ्यावर आनंद दाखवत विचारले. दोघेही एकाच वेळी वैद्यकशास्त्राच्या अभ्यासक्रमास होते.

''अरे! तुझा मेल वाचला. केस फारच गुंतागुंतीची झालीय. एक सुचवू का?'' डॉ. लिली उत्तरली.

''सुचव ना! त्यासाठीच मी मेल पाठवली.''

''माझे एक स्नेही आहेत. डॉ. सुरेश गोसावी म्हणून. ते भौतिकशास्त्र विभागात प्राध्यापक असून, नॅनो पदार्थ व तंत्रज्ञानात त्यांचं संशोधन प्रसिद्ध आहे. अलीकडे त्यांनी अशा पेशींना विरोध करतील असे काही पदार्थांचे अतिसूक्ष्म कण विकसित केले आहेत. यू कॅन ट्राय फॉर दॅट. नाहीतरी सर्व वैद्यकीय उपचार थांबलेच आहेत. हेही करून बघ...'' डॉ. लिलींनी उपयुक्त माहिती दिली.

''ठीक आहे लिली! काहीच हरकत नाही. त्यांचा मोबाईल आहे?''

''हो. घे ना!''

डॉ. थत्तेंनी लागलीच मोबाईल नंबर सेव्ह करून घेतला आणि डॉ. लिलीचे आभार मानले.

डॉ. थत्तेंनी तत्काळ डॉ. गोसावींना मोबाईल लावला.

''येस? डॉ. गोसावी हिअर.''

''मी डॉ. थत्ते बोलतोय. स्त्रीरोगतज्ज्ञ आणि गायनॅकॉलॉजिस्ट. तुमचा संदर्भ डॉ. लिली जोशींकडून मिळाला.''

''हं बोला!''

आणि डॉ. थत्तेंनी मीनलच्या केसविषयी इत्थंभूत माहिती सांगितली आणि आताच्या परिस्थितीचीही जाणीव करून दिली. शेवटी ते म्हणाले, ''डॉ. लिली जोशी म्हणत होत्या अशा पेशींना रोखण्यासाठी तुम्ही पदार्थांचे अतिसूक्ष्म कण विकसित केले आहेत. तुम्हाला प्रयोग करायला आवडेल का?''

''हो! जरूर.'' पलीकडून क्षणाचाही विलंब न लावता डॉ. गोसावी प्रतिउत्तरादाखल

पुढे म्हणाले, ''पण कधी?''

''आत्ताच! या क्षणी. कारण तासापूर्वीच मी शस्त्रक्रिया केली आणि कदाचित ती पुन्हा करावी लागेल. कारण पेशींवर कुठल्याही प्रकारचं नियंत्रण नाहीये. सध्या त्या काढून टाकणे हाच पर्याय आहे.'' डॉ. थत्ते अंदाज घेत हळूच म्हणाले होते.

''मी निघालोच!'' डॉ. गोसावींनी बोलून मोबाईल बंद केला होता.

डॉ. गोसावी लागलीच तयार होतील, अशी डॉ. थत्तेंना अपेक्षा नव्हती; पण मोबाईलवरून तरी हा माणूस त्यांना उत्साही वाटला. शिवाय तो प्रयोग करायलाही तयार झाला.

डॉ. थत्ते पुन्हा मीनलला चेक करायला गेले आणि सुन्न झाले. ट्युमर पुन्हा वाढला होता. शस्त्रक्रिया करणे गरजेचे होते. आता ट्युमर घागरीएवढा झाला होता. क्षणात डॉ. थत्तेंनी मिलिंदला त्यांच्या खोलीत बोलावून घेतले आणि डॉ. गोसावींविषयी सांगितले. त्यांच्या प्रयोगाविषयी माहिती दिली.

तेवढ्यात डॉ. गोसावी हजर झाले होते. साधारण पंचेचाळिशीतले गृहस्थ. किडकिडे. काही केस पिंगुटलेले. वाऱ्यासारखी चाल. ते आत शिरत म्हणाले, ''हाय गाईज, मी डॉ. गोसावी. पुणे विद्यापीठात असतो.''

त्यांच्या हातातील तीन बाटल्या आणि एक बॉक्स टेबलावर ठेवत पुढे म्हणाले, ''पेशंट कुठे आणि कसा आहे?''

डॉ. थत्ते नमस्कार करत म्हणाले, ''मी डॉ. थत्ते व हे मिलिंद पानसरे. मीनल यांच्याच पत्नी आहेत. शी इज क्रिटिकल. गेल्या काही तासांत पाच-सहा शस्त्रक्रिया करून ट्युमर काढण्यात आला; पण अजून त्याहून मोठ्या आकाराच्या ट्युमरची वाढ झालीय. मला वाटतं, ही शेवटचीच संधी आहे. कारण पुन्हा शस्त्रक्रिया करणं म्हणजे शरीराची हेळसांड होईल. सर, तुमच्या प्रयोगानंच काही किमया केली, तर मीनलला जीवदान मिळू शकेल.''

''डॉक्टर! आय नो द सिच्युएशन; पण हाही प्रयोगच आहे. आय होप फॉर द बेस्ट.'' मिलिंदकडे पाहत पुढे म्हणाले, ''मि. मिलिंद, मी तुम्हाला अंधारात ठेवू इच्छित नाही; पण हा शेवटी प्रयोग आहे. इट मे ऑर मे नॉट हेल्प.''

''चालेल सर! कमीतकमी तुमच्या रूपानं माझ्यासमोर एक आशेचा किरण तर आहे.'' मिलिंद सहमती दर्शवत उत्साहाने म्हणाला.

मिलिंद डॉ. गोसावींकडे श्रद्धेने पाहू लागला. डॉ. थत्ते बाटल्यांकडे पाहत म्हणाले, ''डॉ. गोसावी! नेमका कसा आहे हा प्रयोग?''

डॉ. गोसावी खुर्चीत सावरून बसले व खुलत म्हणाले, ''या बाटल्या पाहत आहात ना? यात धातू व अर्धधातूचे अतिसूक्ष्म कण मी रासायनिक अभिक्रियेतून मिळवले आहेत. त्यात प्रामुख्यानं चांदी, सोनं, कॅडमिअम सल्फाईड, झिंक ऑक्साईड

यांचे अतिसूक्ष्म कण आहेत. हे कण विषारी पेशींना चिकटतात आणि त्यांच्यावर जर का उपारूण किरणांचा मारा केला, तर त्यात ती शोषली जाऊन उष्णता निर्माण करतात व पेशींना बाद करून टाकतात. मला वाटतं, हा प्रयोग यशस्वी व्हायला काहीच हरकत नाही.'' डॉ. गोसावींनी आत्मविश्वास दर्शवत संक्षिप्तपणे प्रयोगाची दिशा सांगितली.

तिघेही निश्चयाने उठले व ऑपरेशन थिएटरकडे चालू लागले. मीनलला आधीच शस्त्रक्रियेसाठी टेबलावर आणून ठेवण्यात आले होते. सर्व तयारी झाली होती. डॉ. थत्ते व डॉ. गोसावी आत शिरले. मिलिंद मात्र बाहेरच थांबला. पुनश्च वाट पाहत; पण या वेळी त्याच्या मनात डॉ. गोसावींच्या रूपाने आशा पल्लवित झाली होती. त्याचे दोन दिवसांचे बाळही एकटे पडले होते. त्याच्याकडे पाहून मिलिंदला गलबलून येत होते.

शस्त्रक्रियेला सुरुवात झाली होती. डॉ. थत्तेंनी कौशल्यपूर्णरीत्या मीनलच्या शरीरातून ट्युमर काढला होता. पुढचा प्रयोग डॉ. गोसावींनी लगेचच अमलात आणला. अर्धवाहक असणारे झिंक सल्फाईडचे अतिसूक्ष्म कण त्यांनी शस्त्रक्रियेच्या जागेवर विखुरले आणि उपारूण किरणांचा मारा करताच तिथल्या काही पेशी बंड करून उठल्या. त्या विषारी पेशी होत्या. अतिसूक्ष्म कण व विषारी कण यांच्यात युद्ध सुरू झाले. डॉ. थत्ते आश्चर्याने पाहतच राहिले. चांगल्या पेशी मात्र निवांत होत्या. त्यांनी अतिसूक्ष्म कणांशी मित्रत्वाचे नाते निर्माण केले होते.

डॉ. गोसावींच्या चेहऱ्यावरही मास्क होता; त्या आड उमटलेले स्मित मात्र कुणालाही दिसू शकले नव्हते.

डॉ. गोसावींनी उपारूण किरणांचा स्रोत बंद केला. तरीही अतिसूक्ष्म कण प्रबळपणे विषारी पेशींचा मुकाबला करत असलेले पाहून ते क्षणभर गोंधळले, कारण हा परिणाम त्यांना अपेक्षित नव्हता; पण त्या क्षणी त्यांनी तो विचार झटकला. या वेळी रुग्णाचे प्राण वाचताहेत, हेच त्यांना महत्त्वाचे होते.

शस्त्रक्रिया संपली होती. ही शस्त्रक्रिया लांबली नव्हती; पण डॉ. थत्तेंना थकवा आला होता. कारण किमान सहा वेळा त्यांनी सलग शस्त्रक्रिया केल्या होत्या.

मीनलला तिच्या खोलीत स्थलांतरित करताच, डॉ. थत्ते व डॉ. गोसावी त्यांच्या केबिनमध्ये आले. डॉ. थत्ते म्हणाले, ''डॉ. गोसावी! आय होप द ट्युमर वुईल नॉट रिकर.''

''डॉक्टर थत्ते! विषारी पेशी आता कधीही डोकं वर काढणार नाहीत. कारण अतिसूक्ष्म कण हे स्वतंत्र निर्णय घेऊ लागले आहेत.''

''काय म्हणताय डॉ. गोसावी!''

''होय! डॉक्टर. उपारूण किरणांचा स्रोत मी बंद केला, त्या वेळीही कणांचा

विषारी पेशींशी लढा चालूच होता. मी प्रथम गोंधळलो आणि लक्षात आलं की, अतिसूक्ष्म कण स्वत:च निर्णय घेऊन पेशींचा नायनाट करत आहेत.'' डॉ. गोसावी विचार करत म्हणाले.

"काय? पण मीनलवर याचा विपरीत परिणाम तर होणार नाही ना?'' डॉ. थत्तेंनी काळजीने विचारले.

"आय होप नॉट! कारण अतिसूक्ष्म कण चांगल्या पेशींशी सौहार्दपूर्ण वागताना मी पाहिलंय; पण त्याच वेळी विषारी पेशींचा ते नायनाट करत आहेत. हे कसं? या वेळी सांगणं मला कठीण आहे. नेमकी कुठली केमिस्ट्री आहे तेही माहीत नाही; पण मीनलसाठी ते वरदान ठरलंय. तिचे मित्र बनून.'' डॉ. गोसावींनी सांगितले.

"म्हणजे! तो तिच्या शरीराचाच भाग झालाय का?'' डॉ. थत्ते म्हणाले.

"तसं म्हणा हवं तर किंवा मीनलच्या शरीराचे संरक्षक म्हणूनच ते कार्य करत आहेत. ते जोपर्यंत आहेत, तोपर्यंत विषारी पेशींचं संवर्धन होऊच शकणार नाही.'' डॉ. गोसावींनी माहिती दिली.

"इट्स रिअली अमेझिंग!'' डॉ. थत्ते अविश्वासाने उद्गारले.

"डॉ. थत्ते, मीनल शुद्धीवर येईपर्यंत मी आहेच. आय हॅव टू सी हर स्मायलिंग फेस.'' डॉ. गोसावी आत्मविश्वासाने म्हणाले. डॉ. थत्ते या शास्त्रज्ञाकडे कौतुकाने पाहत राहिले.

दहा तासांनंतर मीनल शुद्धीवर आल्याचे मिलिंद सांगायला आला, तोपर्यंत डॉ. गोसावी हॉस्पिटलमध्ये होते. ते सर्वच मीनलच्या खोलीकडे धावले.

डॉ. थत्तेंनी चेक-अप केले... नाडी, रक्तदाब सर्व ठीक होते. महत्त्वाचे म्हणजे, ट्युमरने डोके वर काढले नव्हते. मीनलचा चेहराही फ्रेश वाटत होता. तिच्या हास्याने मिलिंदसोबत जणू इतरांचाही शीण गेला होता.

तेवढ्यात एका नर्सने त्यांचे बाळ आणून तिच्या कुशीत ठेवले. त्याने ती हर्षोल्लासित झाली. बाळाला छातीशी कवटाळत तिने डोळे गच्च मिटून घेतले. डोळ्यांतून अश्रू वाहू लागले. मिलिंदने हळूच तिच्या केसांतून बोटे फिरवली. हे दृश्य पाहून सर्वांचेच हृदय पिळवटून निघाले.

डॉ. थत्ते म्हणाले, "मीनल, तू जिंकलीस! याला कारण हे डॉ. गोसावी. प्रसिद्ध शास्त्रज्ञ. खऱ्या अर्थानं आज हे तुझे जन्मदाते आहेत. यांनी आणि त्यांच्या प्रयोगानं तुला जीवनदान दिलं.''

मीनलनं मनोभावे हात जोडले. डॉ. गोसावी ओशाळले. तेही हात जोडत म्हणाले, "हा प्रयोग यशस्वी झाला, त्याला तुम्ही कारणीभूत आहात मिसेस मीनल पानसरे. मला फक्त संधी मिळाली; ती मी घेतली. खऱ्या अर्थानं या मालिकेच्या तुम्हीच यशस्विनी आहात.''

"खरंय, डॉ. गोसावी!" मीनलकडे पाहत डॉ. थत्ते म्हणाले, "तुझा आत्मविश्वास आणि मातृत्व याला कारणीभूत आहे. तुझं बाळ आणि तुझ्याभोवती पडलेला विषारी विळखा अलगद सुटलेला आहे. तू मुक्त आहेस. बेस्ट लक!" डॉ. थत्ते अंगठा उंचावत भावविवश झाले. त्यांनीही खूप परिश्रम घेतले होते. डॉ. थत्ते व डॉ. गोसावी खोलीबाहेर पडले. समाधानाने!

मीनल व मिलिंद खुल्या दाराकडे पाहत राहिले. अजूनही तेथे त्यांना डॉ. थत्ते व डॉ. गोसावींचे अस्तित्व जाणवत होते. बाळाच्या रडण्याने ते दोघे भानावर आले आणि मीनलने बाळाला छातीशी कवटाळले. मातृत्व काय असते, ते ती आता खऱ्या अर्थाने अनुभवत होती.

◻

१०

शिकस्त

इलेक्ट्रॉन प्रवेगक (Electron Accelerator) प्रयोगशाळेत अंधार होता. एका कोपऱ्यात टेबल लँप तेवढा चालू होता. त्याच्या प्रकाशामुळेच आजूबाजूचा भाग उजळला होता. तेथे एक संशोधक विद्यार्थी नमुना तयार करण्याच्या प्रयत्नात तल्लीन झाला होता. व्हॅक्युम पंप चालू असल्याने प्रयोगशाळेत घरघर आवाज घुमत होता. तेवढ्यात त्याला त्याच्या नावाची क्षीण हाक ऐकू आली–

"जाधव!"

त्यांनी हातातला नमुना तसाच टेबलावर ठेवला, लगबगीने उठले व प्रवेगक प्रयोगशाळेच्या नियंत्रण कक्षात आले. तेथे डॉ. बोरकरांना पाहत म्हणाले, "सर, तुम्ही बोलावलंत?"

डॉ. बोरकर नुकतेच आले होते. टेबलावरचा एक कागद हातात घेत ते म्हणाले, "सकाळी मी ग्राफीनचा (Graphene) नमुना तयार करायला सांगितला होता. तो केला का?"

"हो सर! तेच करतोय."

"किती वेळ लागेल?" डॉ. बोरकर हातातला कागद वाचत म्हणाले.

"सर! अजून पाच-सहा मिनिटं तरी लागतील. कालच मी तुम्ही सांगितल्याप्रमाणे ग्राफाइटची शीट आणली आणि असंख्य प्रयत्नांनी मला ग्राफीन पावडर मिळू लागली..." जाधव उत्तरले.

"मग त्या ग्राफीनचं इलेक्ट्रॉन प्रज्वलीकरण (Irradiation) करायचं ना?" डॉ. बोरकरांनी जाधवांकडे पाहत विचारले.

"काहीच हरकत नाही सर! मी दहा मिनिटांत नमुने घेऊन आलोच."

"ठीक आहे! तोपर्यंत मी इलेक्ट्रॉन प्रवेगक सुरू करतो."

जाधव पुन्हा आत प्रवेगक प्रयोगशाळेत शिरले व ग्राफीनचा नमुना तयार करण्याच्या प्रयत्नाला लागले.

डॉ. बोरकरांनी हातातला कागद टेबलावर ठेवला. त्यांनी नियंत्रण पॅनेलवरील मुख्य बटण सुरू केले व काही उपकरणे विद्युत प्रभावित केली.

डॉ. बोरकर गोरे-गोमटे, काहीसे स्थूल, साठीकडे झुकलेले... एकदम प्रसन्न व्यक्तिमत्त्व... भारतातील नाभिकीय (Nuclear) भौतिकशास्त्रातील तज्ज्ञ व अग्रगण्य शास्त्रज्ञ. नाभिकीय व प्रवेगक वापरून त्यांनी विविध क्षेत्रांत आपला ठसा उमटवला आहे. आंतरराष्ट्रीय

पातळीवरही त्यांचे नाव आदराने घेतले जाते. हा इलेक्ट्रॉन प्रवेगक विभागात आणण्यात त्यांचा सिंहाचा व तेवढाच मोलाचा वाटा आहे.

डॉ. बोरकर खुर्चीत बसले. इलेक्ट्रॉन झोत आणण्यासाठी नियंत्रण पॅनेलवरील उपकरणांची विद्युत पातळी ते कमी-जास्त करू लागले. जाधव येण्याच्या आधीच इलेक्ट्रॉन झोत (Electron beam) लगेच बाहेर पडू शकेल, अशा स्थितीत प्रवेगक त्यांनी आणून ठेवला. आता ते जाधवांची वाट पाहू लागले.

दुसऱ्या क्षणीच जाधव हातात छोटीशी बाटली घेऊन आले आणि म्हणाले, ''हे बघा सर!''

डॉ. बोरकर ग्राफीनचा नमुना हातात घेत म्हणाले, ''व्हेरी गुड! छान पावडर तयार झाली... आता आपण चर्चा केल्याप्रमाणे ही ग्राफीन पावडर शक्तिमान अशा इलेक्ट्रॉन झोतानं प्रज्वलित करू... जाधव, आय ॲम एक्स्पेक्टिंग ॲन एक्साइटिंग रिझल्ट फ्रॉम धिस... लेट अस होप.'' बाटली हातात घेऊन डॉ. बोरकर उठले व जेथून इलेक्ट्रॉन झोत येतो, त्या ठिकाणी जाता जाता म्हणाले. त्यांच्या मागोमाग जाधवही झोतापाशी आले. त्यांनी तेथे ग्राफीनचा नमुना ठेवला.

परत नियंत्रण कक्षात येताच डॉ. बोरकरांनी प्रवेगक सुरू केला. इलेक्ट्रॉन झोत ग्राफीनवर पडत असल्याचा संकेत त्यांना संगणकाच्या पडद्यावर दिसला; पण खात्री करून घेण्यासाठी दोघेही पुन्हा आत गेले. आता मात्र प्रयोगशाळा निळ्याशार प्रकाशाने झगमगत होती. इलेक्ट्रॉन झोत ग्राफीनवर पडताच, बाटली निळा प्रकाश बाहेर टाकत होती, कारण त्याच्यावर झिंक सल्फाईडचे (ZnS) आवरण लावलेले होते; त्यामुळे निळा प्रकाश परावर्तित होत होता. त्याच वेळेस ग्राफीनमधूनही विशिष्ट प्रकारचे रंगतरंग बाहेर पडत होते. डॉ. बोरकरांनी निर्देश करताच जाधवांचा चेहरा खुलला. गेले सहा महिने हा नमुना मिळवण्याचा प्रयत्न ते करत होते. आज तो प्रयत्न सिद्धीस गेला होता.

विशिष्ट मात्रा (Dose) देताच, डॉ. बोरकरांनी इलेक्ट्रॉन झोत बंद केला. जाधव आत गेले व प्रज्वलित झालेली ग्राफीनची बाटली घेऊन आले.

डॉ. बोरकर म्हणाले, ''जाधव, आता या ग्राफीनवर झोताच्या माऱ्यानंतर काय बदल झाला, त्याचा पुन्हा अभ्यास करा. त्यासाठी वेगवेगळ्या सूक्ष्मदर्शिका (Microscope) वापरा. मग आपण चर्चा करू. ठीक आहे?''

''येस सर! मी त्याचे परिणाम तुम्हाला लवकरच दाखवतो.'' असे म्हणत जाधवांनी ती बाटली पुन्हा वर-खाली करून नखशिखांत न्याहाळली.

त्याच वेळेस बाटलीचे झाकण थोडेसे सैल झाले व त्यातून सूक्ष्म ग्राफीनचे कण जाधवांच्या उजव्या हातावर, बोटावर पडले; त्यामुळे त्यांना प्रचंड आग झाल्याची जाणीव झाली; पण तो भास असावा म्हणून जाधवांनी दुर्लक्ष केले. काही

सेकंदांत पुन्हा आग होताच त्यांनी तत्काळ प्रज्वलित ग्राफीनची बाटली बाजूला ठेवली. धावतच जाऊन त्यांनी बोट नळाखाली धरले; त्यामुळे त्यांना बरे वाटले. हात पाण्याने व डिटर्जंटने धुऊन त्यांनी स्वच्छ करून घेतला.

आता मात्र त्यांनी बाटली सरळ न उचलता ग्लोव्हज् घालून उचलली आणि डॉ. बोरकरांनी सांगितल्याप्रमाणे ते प्रज्वलित ग्राफीनच्या विविध गुणधर्मांच्या अभ्यासासाठी निघून गेले.

डॉ. बोरकरही प्रवेगक बंद करून आपल्या बैठकीत येऊन ग्राफीनवरचेच काही संदर्भ, संशोधन पेपर वाचण्यात मग्न झाले. ग्राफीन या कार्बनयुक्त पदार्थाने त्यांना भुरळ घातली होती. म्हणूनच त्यांनी या पदार्थावर संशोधन करायला सुरुवात केली होती.

विजय जाधव हे खरे तर टीचर फेलो होते... बुटकेसे, गौरवर्ण, पिंगुटलेले केस... कुणाशीही आदराने बोलण्याची सवय, हुशार आणि मेहनती. पदव्युत्तर झाल्यानंतर ते नेट, सेट, गेट या सर्व पात्रता परीक्षा पास झाले होते. म्हणूनच ते लागलीच महाविद्यालयात प्राध्यापक म्हणून रुजू झाले होते. पुणे विद्यापीठात एका रिफ्रेशर कोर्सदरम्यान त्यांच्या मनात संशोधन करण्याची आसक्ती निर्माण झाली होती... वर्षापूर्वीच ते डॉ. वसंत बोरकरांना भेटले होते आणि संशोधनाची इच्छा व्यक्त केली होती.

प्रथम डॉ. बोरकरांनी नकार देऊन त्यांना निरुत्साही केले होते; पण त्यानंतर जाधवांनी नियमित पाठपुरावा केल्यानंतर मात्र डॉ. बोरकरांनी त्यांना त्यांच्या मार्गदर्शनाखाली संशोधन करण्यासाठी होकार दिला होता.

डॉ. बोरकरांनाही विजय जाधव हुशार, प्रामाणिक, मनस्वी व मुख्यत्वे मेहनती वाटले होते. मूलभूत भौतिकशास्त्र व त्यातील संकल्पना सुस्पष्ट असल्याची जाणीव त्यांना होती. म्हणून एखाद्या चांगल्या संशोधन विषयात जाधवांना गुंतवण्याचा डॉ. बोरकर प्रयत्न करत होते. दरम्यान, ग्राफीन या पदार्थावर जागतिक पातळीवर संशोधन होत होते. शिवाय या पदार्थांचा शोध घेणाऱ्याला नोबेल पुरस्कारानेही सन्मानित करण्यात आले होते. म्हणून खोलात जाऊन या ग्राफीनचा डॉ. बोरकरांनी शोध घेतला होता. ग्राफीनच्या गुणधर्मांनी डॉ. बोरकरही आश्चर्यचकित झाले होते.

नोबेल पुरस्कार विजेत्या शास्त्रज्ञाने अतिशय साध्या पद्धतीने ग्राफीनची निर्मिती केली होती. ग्राफाइटची चकती घेऊन त्यावर त्यांनी पारदर्शक असणारी टेप चिकटवली होती व ती ओढताच त्या टेपसोबत ग्राफाइटचा जो थर चिकटला गेला, त्यालाच त्यांनी ग्राफीन असे नाव दिले होते. ग्राफीन म्हणजे अणुएवढ्या जाडीचा

द्विमितीय सलग कार्बन अणूंचा थर. कार्बन अणूंच्या एका थरात साधारण एका चौरस सेंटिमीटरमध्ये $१०^{१५}$ अणू असतात. याच कार्बन थराचे गुणधर्म ग्राफाइटपेक्षा वेगळे दिसून आले. म्हणूनच डॉ. बोरकर या ग्राफीनमुळे मोहित झाले होते. विविध किरणे आणि ग्राफीन यांची सांगड घालून त्यांचे गुणधर्म बदलता येतील, याची खात्री त्यांना होती आणि उत्तरोत्तर हा विषय डोक्यात पक्का होत गेला होता.

दरम्यान, विजय जाधवांनी संशोधन करण्याची इच्छा व्यक्त करताच ग्राफीन या पदार्थावर संशोधन करण्यास त्यांनी जाधवांना सुचवले. या पदार्थाची डॉ. बोरकरांनी जाधवांबरोबर सखोल चर्चा केली. त्याची पद्धत, गुणधर्म, उपयोग या सर्वांची माहिती तर दिलीच; पण काही संदर्भ ग्रंथ व संशोधन पेपर देऊन त्यांना अभ्यास करण्यास सांगितले होते.

विजय जाधवांनी या पदार्थाचा मागोवा घेतला, तेव्हा तेही अचंबित झाले. ग्राफीनचे गुणधर्मच मुळी अचाट होते. उद्योग, वैद्यकीय, शेतकी व इलेक्ट्रॉनिक अशा विविध क्षेत्रांत त्याचे प्रचंड उपयोग होते. त्यापासून स्मृतिपटलांची निर्मिती शक्य होऊन, त्यांची क्षमता व वेगही वाढण्याची शक्यता होती. सौर घटक, प्रतिजैविके, वायूतील एका रेणूची माहिती, ट्रान्झिस्टर असे विविध उपयोग पाहून विजय जाधव कमालीचे हर्षभरित झाले.

जाधवांनी सहा महिने ग्राफीनचा पाठपुरावा केला आणि प्रयत्नपूर्वक ग्राफीन मिळवण्याची पद्धत शिकून घेतली. डॉ. बोरकरांनी सांगितल्याप्रमाणे विविध किरणांचा मारा करून त्याचे गुणधर्म आता त्यांना पडताळायचे होते.

मध्यंतरी जाधवांना विद्यापीठ अनुदान आयोगाने तीन वर्षांची संशोधन शिष्यवृत्ती मंजूर केली; त्यामुळे जाधवांचा हुरूप वाढला होता. पूर्ण वेळ संशोधनाला मिळाल्याने त्यांनी डॉ. बोरकरांच्या साहाय्याने प्रयोगाच्या योजना आखल्या होत्या.

त्याचीच फलश्रुती म्हणून ग्राफीन मिळवण्यात आणि तो प्रज्वलित करण्यात त्यांना यश आले होते.

दुसऱ्या दिवशी सकाळी आल्या आल्या डॉ. बोरकरांनी इतर विद्यार्थ्यांजवळ जाधवांची चौकशी केली. काल केलेल्या प्रयोगाच्या परिणामांची उत्सुकता आता ताणली गेली होती. म्हणून ते जाधवांची वाट पाहत होते; पण जाधव आज दिवसभर फिरकलेच नव्हते.

जाधव पूर्ण वेळ संशोधन करत असले, तरी ते मुंबईत राहत असत व तेथूनच दररोज मुंबई-पुणे अप-डाऊन करत असत.

दोन-तीन दिवस गेले. तरीही जाधव प्रयोगशाळेत आले नाहीत; पण त्यांना बरे

नसल्याचा निरोप मात्र डॉ. बोरकरांना मिळाला होता. तसे ते वरचेवर आजारी पडत असल्याने डॉ. बोरकरांनीही फारसे मनावर घेतले नव्हते. इलेक्ट्रॉनने प्रज्वलित केलेल्या ग्राफीनचे परिणाम मात्र त्याच दिवशी उशिरापर्यंत प्रयोगशाळेत राहून जाधवांनी मिळवले होते आणि ते परिणाम डॉ. बोरकरांना दाखवण्यास जाधव कमालीचे उत्सुक होते.

चार दिवसांनंतर जाधव हातात ग्राफीनचे परिणाम घेऊन डॉ. बोरकरांसमोर आले.

डॉ. बोरकर म्हणाले, "या जाधव! बरं नव्हतं का?"

"होय सर! ताप होता..."

"आता कसं वाटतंय?"

"आता बरं आहे सर! आता ताप नाही; पण हे बोट मात्र त्रास देतंय." जाधव आपल्या उजव्या हाताचे बोट बोरकरांना दाखवत म्हणाले.

डॉ. बोरकरांनी बोटाकडे पाहिले. बोटाला लालसरपणा व सूज होती. ते म्हणाले, "काय झालं? काही लागलं का?"

"नाही सर! मला तर काहीच आठवत नाही; पण डॉक्टर म्हणाले, इन्फेक्शन आहे. जाईल लवकरच."

"बहुतेक काहीतरी लागलं असेल. त्याचंच इन्फेक्शन असेल. डोन्ट वरी." जाधवांनी इलेक्ट्रॉनने प्रज्वलित केलेले ग्राफीनचे परिणाम डॉ. बोरकरांच्या पुढ्यात ठेवले. पारदर्शक इलेक्ट्रॉन सूक्ष्मदर्शिकेने (Transmission Electron Microscope) काढलेले फोटो पाहताच, डॉ. बोरकरांचा चेहरा चांगलाच खुलला. त्यात कार्बनचे अतिसूक्ष्म कण तयार झाले होते... आणि त्यामुळेच इतर औष्णिक, विद्युत, चुंबकीय आणि दृश्य गुणधर्मांमध्ये प्रचंड बदल झाल्याचे आढळले. रामण, अतिनील, दृश्य यांसारख्या स्पेक्ट्रॉस्कोपीचे परिणाम त्याचे निदर्शक होते. उत्साह वाढवणारेच हे परिणाम असल्याने डॉ. बोरकर आनंदाने म्हणाले, "जाधव, वेल डन! हे परिणाम उत्कृष्ट आहेत. जवळजवळ सर्वच गुणधर्म बदलले आहेत. मला वाटतं, हा केवळ इलेक्ट्रॉनचाच परिणाम नाही, तर तुम्ही तयार केलेल्या ग्राफीन पद्धतीचाही आहे. दीज आर रिअली प्रॉमिनंट रिझल्ट्स."

जाधव थोडेसे चुळबुळले आणि विचारू की नको या विवंचनेत ते म्हणाले, "सर, एक विचारू?"

"विचारा ना!"

"जेव्हा आपण ग्राफीनवर शक्तिमान इलेक्ट्रॉनचा मारा करत होतो, तेव्हा निळ्या प्रकाशासोबतच ग्राफीनमध्ये वेगवेगळे प्रकाशतरंग निर्माण होत होते, ते का?... हा काही संकेत तर नाही?" जाधवांनी शंका विचारली.

डॉ. बोरकरांनी कौतुकाने जाधवांकडे पाहिले व म्हणाले, "संकेत असेलही कदाचित; पण ते तरंग म्हणजेच आपल्याला मिळालेले हे विशिष्ट ग्राफीनचे गुणधर्म. अजून आपल्याला बरेच प्रयोग करायचे आहेत. इलेक्ट्रॉनची वेगवेगळी शक्ती (Energy) व मात्रा (Dose) वापरून मानवाला उपयुक्त ठरतील, असे गुणधर्म प्रस्थापित करता येतील." डॉ. बोरकर पुढे बोलत होते. विजय जाधव मंत्रमुग्ध होऊन ऐकत होते. एक न्यूक्लिअर शास्त्रज्ञ, पदार्थ विज्ञानातही तेवढ्याच शिताफीने संशोधन करत असलेला पाहून जाधव आश्चर्यचकित झाले. डॉ. बोरकर पुढे म्हणाले, "जाधव, हे ग्राफीनवरचे प्राथमिक परिणाम आपण चांगल्या संशोधन पेपरमध्ये प्रकाशित करू. तुम्ही मला सर्व परिणाम द्या. आय विल राइट व तुम्ही मी सांगितल्याप्रमाणे पुढचे प्रयोग करायला लागा."

जाधव सर्व परिणाम गोळा करून उठले व वळणार तोच डॉ. बोरकर उत्तरले, "घाबरू नका! तुमचं बोट बरं होईल. छोटंसं इन्फेक्शन दिसतंय तिथे."

जाधव स्मित करत बाहेर पडले.

डॉ. बोरकरांनी मध्यंतरी ग्राफीनवरच्या या सर्व परिणामांची चर्चा विभागाच्या 'जर्नल क्लब'मध्ये केली होती.

बरेच दिवस गेले. ग्राफीनचा पाठपुरावा सुरूच होता. जाधवांचे बोटही वरकरणी बरे झाले होते. किमान तसे वाटत तरी होते. संशोधनात त्याकडे फारसे लक्ष द्यायला जाधवांना सवडही मिळाली नव्हती.

काही दिवसांनंतर मात्र बोटाने पुन्हा उचल खाल्ली आणि जखम चिघळायला सुरुवात झाली. विजय जाधव चांगलेच घाबरले. त्यांना काही कळेनासेच झाले. ते पुन्हा डॉक्टरांकडे गेले. बोटाची एकंदर जखम बघताच डॉक्टरांनी सर्व पॅथॉलॉजिकल परीक्षा करून घेतल्या. रक्त, रक्तदाब, हृदयाचे ठोके सर्व काही नॉर्मल होते. मग जखमेचे रूप असे का होते? डॉक्टरांना काहीच कळत नव्हते. शेवटी त्यांनी त्यांच्या सर्जन मित्राशी चर्चा करून जाधवांना त्यांच्याकडे पाठवले. या सगळ्यांत एक आठवडा गेला.

सर्जननी जखम न्याहाळून, रिपोर्ट्स पाहून लगेचच शस्त्रक्रिया करण्याचा निर्णय घेतला; त्यामुळे विजय जाधव कमालीचे चिंताग्रस्त झाले.

जाधव आठ दिवस प्रयोगशाळेत न आलेले पाहून, डॉ. बोरकरांना काळजी वाटली व त्यांनी लागलीच जाधवांना मोबाईल केला.

"सॉरी सर, मी फोन करू शकलो नाही." जाधव क्षमायाचना करत म्हणाले, "बोटाची जखम जास्त चिघळल्यानं डॉक्टरांकडेच खेपा घालत होतो. डॉक्टरांनी

तातडीनं ऑपरेशन सांगितलं आहे.''

''काय म्हणता? एवढं सिरिअस आहे?''

''होय सर! डॉक्टर म्हणताहेत, इट इज अनप्रेडिक्टेबल.''

''डोन्ट वरी... कधीकधी डॉक्टर अति करतात आणि तुम्ही स्वत:ही खूप घाबरता. छोटीशी जखम आहे. ऑपरेशनची गरज नव्हती. एनी वे... डॉक्टर म्हणालेच आहेत तर करून टाका. कधी आहे ऑपरेशन?

''सर! उद्याच.''

''ठीक आहे. मला कळवा ऑपरेशन झाल्यानंतर. मग बोलू. काळजी घ्या.''

जाधवांना एव्हाना डॉ. बोरकरांचा स्वभाव माहीत झाला होता... काही गोष्टी ते सहजतेने घेत असत.

जाधवांच्या बोटाचे ऑपरेशन करून पूर्ण नख काढण्यात आले. त्या वेळी डॉक्टरांना काही आश्चर्यकारक गोष्टी तिथे मिळाल्या. त्यांच्या आकलनापलीकडच्या. डॉक्टरांनी जाधवांना सांगताच, त्यांच्या मात्र तत्काळ लक्षात आले.

बोटाला भले मोठे बँडेज बांधून, तीन-चार दिवसांनंतर जाधव प्रयोगशाळेत आले. त्यांना बघून डॉ. बोरकर म्हणाले, ''अरे जाधव, आलात का?'' खुर्चीकडे निर्देश करत पुढे म्हणाले, ''बसा ना. कसं झालं ऑपरेशन?''

''सर! चांगलं झालं. संपूर्ण नख काढलं.'' थोडा वेळ ते थांबले. आजूबाजूला पाहिलं अन् पुढे म्हणाले, ''डॉक्टरांना न कळणाऱ्या गोष्टी नखाखाली सापडल्या.''

''कुठल्या?'' डॉ. बोरकरांचा उत्सुकतेचा स्वर.

''त्यांना ठाऊक नव्हतं; पण मला ते कळलं...''

''काय?''

''सर! नखाखाली ग्राफीनचे अतिसूक्ष्म कण सापडले आणि त्यांचं म्हणणं तेच जखम करत आहेत.'' जाधवांनी सांगितले.

''काय म्हणता? पण हे कसं शक्य आहे? जगात सगळेचजण ग्राफीन हाताळतात. त्यांना अशी जखम झालेली ऐकण्यात नाही. मग तुम्हालाच कसं?'' डॉ. बोरकर अनुभवाने उत्तरले.

''सर, मलाही आधी तसंच वाटलं. कदाचित नुसते ग्राफीनचे कण अपायकारक नसतीलही; पण जेव्हा आपण ग्राफीन इलेक्ट्रॉन प्रज्वलित केला, त्यानंतर काही कण माझ्या बोटावर पडले आणि त्या वेळी मला प्रचंड आग झाली होती. बोट लागलीच पाण्यानं धुतल्यानंतर मला बरं वाटलं. कदाचित सर हा त्याचाच परिणाम असेल.'' जाधवांनी घडलेला प्रसंग सांगितला.

''जाधव, पण तुम्ही हे मला बोलला नाहीत. मला वाटतं, इलेक्ट्रॉन प्रज्वलित केल्यानंतर ग्राफीनचे जैविक गुणधर्मही बदलत असावेत आणि त्याचाच परिणाम

तुम्हाला जाणवतो आहे. बघू यामुळे काय होतं ते. तुम्ही कुठेही बोलू नका. डॉक्टर काय म्हणाले?''

"सर, डॉक्टर एवढंच म्हणाले, लेट अस होप फॉर द बेस्ट.''

"ठीक आहे. आपण काही दिवस वाट बघू.'' टेबलावरील काही कागद दाखवत ते म्हणाले, "हा बघा. तुम्ही ग्राफीनवर केलेल्या संशोधनाचा पेपर लिहून तयार आहे. हा आपण उत्कृष्ट नियतकालिकाकडे पाठवू.''

"मी पाठवतो सर!'' जाधव खुर्चीतून उठत म्हणाले.

"जाधव, हाताची काळजी घ्या. ग्राफीनचं काम करताना हातमोजे घालूनच काम करा.''

"होय, सर! त्या क्षणापासून मी हातमोजे वापरायला लागलो आहे.'' जाधव आत प्रवेगक प्रयोगशाळेत जात म्हणाले.

आपण ज्या सहजतेने विचार करत होतो तशी ही घटना नाही, असे वाटल्याने डॉ. बोरकर अधिक गंभीर झाले.

मध्ये दोन-तीन आठवडे गेले. जाधवांच्या 'त्या' बोटावर आता मृत काळी त्वचा निर्माण होऊ लागली होती आणि ती वाढू लागली होती. जाधवांबरोबर डॉक्टरही चक्रावून गेले. मृत त्वचा येणे हे तसे गंभीर होते. नवीन पेशी निर्माण होण्याची प्रकृतीच त्या ठिकाणी नाहीशी झाली होती; त्यामुळे डॉक्टरही कमालीचे चिंतित झाले होते. पुनश्च ऑपरेशन करून ती मृत त्वचा काढून टाकण्यात आली; पण या वेळी ते काळेकभिन्न कण डॉक्टरांना जास्त प्रमाणात दिसले. याचे कोडे मात्र त्यांना उलगडत नव्हते. डॉ. बोरकरांना हे कळताच तेही चांगलेच हादरले.

"काय म्हणता जाधव? पुन्हा ते कण सापडले? ऑपरेशन करून ते सगळे काढून टाकले होते ना?''

"होय सर! डॉक्टरांचं म्हणणं आहे की, त्यांनी ती जखम संपूर्ण साफ केली होती. पुन्हा हे कण कसे आले याचं त्यांनाही आश्चर्य वाटतंय,'' जाधव म्हणाले.

"याचा अर्थ ग्राफीनचे अतिसूक्ष्म कण मानवी शरीरात शिरून जैवरूप धारण करतात आणि त्यापासून स्वत:ची उत्पत्तीही करतात.'' डॉ. बोरकर स्वत:शीच विचार करत म्हणाले.

"काय? मी नाही समजलो सर!... उत्पत्ती?'' जाधव न समजून म्हणाले.

"होय जाधव, इलेक्ट्रॉन प्रज्वलनानंतरच ग्राफीन कणांनी जैवरूप धारण केलं आणि ते तुमच्या शरीरात शिरून तिथल्या पेशींना अपाय करत असावेत. किंबहुना त्यांच्यातील हे युद्धच आहे. मात्र, त्यात पेशी मृत पावत असाव्यात.'' डॉ. बोरकरांनी

शास्त्रीय अंदाज बांधला होता.

"सर! मग माझं कसं व्हायचं?" जाधव घाबरत म्हणाले.

"वुई विल थिंक अवे. बी पॉझिटिव्ह!" डॉ. बोरकर धीर देत म्हणाले.

जाधव विमनस्कपणे बाहेर पडले. डॉ. बोरकरही जाधवांच्या परिस्थितीकडे पाहून व्यथित झाले. काय करावे, त्यांनाही काही सुचेना. तातडीने त्यांनी वेगळ्या दृष्टिकोनातून ग्राफीनचा अभ्यास सुरू केला.

जाधवांच्या बोटाची पुन्हा काही ऑपरेशन्स झाली. वेगवेगळ्या चिकित्सा झाल्या. लेझर चिकित्सा, नायट्रोजन चिकित्सा; पण बोटाची इजा वाढतच होती आणि त्यातील मूळ कणही वाढतच होते. जाधव मात्र विमनस्क स्थितीत कुणाशीच बोलेनासे झाले. डॉ. बोरकरही वेगवेगळे संदर्भ चाळून रात्रंदिवस यातून मार्ग काढण्याचा प्रयत्न करत होते; पण मार्ग सापडत नव्हता.

...जाधवांचे सहजपणे बोटाकडे लक्ष गेले. बोटावरची काळी त्वचा वाढू लागली होती. ती वाढतच होती. जाधव नखशिखांत घाबरले. गोटीएवढे असलेले बोट आता टेनिस चेंडूएवढे झाले होते आणि क्षणात ते फुटबॉलसारखे दिसू लागले. जाधवांना असह्य झाले; ते जोराने ओरडले...

...दचकून ते झोपेतून जागे झाले. ते स्वप्न होते. त्यांची छाती धडधडत होती. अंग घामाने चिंब झाले होते. ते उठले आणि शेजारचा पाण्याने भरलेला पेला रिता केला. त्यांना थोडे बरे वाटले. बोटाकडे सहज पाहिले. सूज थोडी वाढल्यासारखी दिसत होती. वेदनाही जाणवत होत्या.

अस्वस्थपणे जाधवांनी डॉ. बोरकरांना फोन केला. त्या वेळी रात्रीचे बारा वाजले होते.

"येस? डॉ. बोरकर हिअर."

"सर, मी जाधव!..." जाधवांनी स्वप्न कथित केले व बोटाची स्थिती सांगितली.

डॉ. बोरकर काही काळ स्तब्ध झाले. जीवघेणी शांतता. मग म्हणाले, "जाधव, तुम्ही आता प्रयोगशाळेत येऊ शकता?"

"का सर... आणि तेही या वेळी?"

"येऊ शकता का?"

"हो. गाडीने येऊ शकतो. अडीच तास लागतील."

"मग निघा. मी वाट पाहतो."

पलीकडून फोन ठेवला गेला.

जाधव लागलीच तयारीला लागले. ओळखीच्या ड्रायव्हरला सोबत घेऊन ते

पुण्याला निघाले. वातावरण छान होते; पण जाधवांचे मन कुठेच लागत नव्हते. बोटाकडे पाहवत नव्हते. प्रचंड वेदना होत होत्या. घाट ओलांडून मोटार पुण्याच्या रस्त्याला लागली. साधारण पहाटे साडेतीन वाजता जाधव प्रयोगशाळेत पोहोचले. डॉ. बोरकर वाटच पाहत होते.

डॉ. बोरकरांनी कुठलीही प्रस्तावना न करता, जाधवांना न्यूट्रॉन जनित्र (Neutron Generator) प्रयोगशाळेत नेले. तिथे जनित्र चालूच होते. डॉ. बोरकरांनी एकवार जाधवांचे बोट न्याहाळले. वेळ वाया घालवून चालणार नव्हते... काहीतरी ठोस उपाय करायलाच हवा होता.

जाधव न्यूट्रॉन जनित्र प्रयोगशाळेतच बसत असल्याने ती प्रयोगशाळा त्यांना ठाऊक होती. दिसायला ती भव्य-दिव्य होती; पण सर नेमका कुठला प्रयोग करणार होते, याचे जाधवांना आकलन होत नव्हते... वेदनांमुळे काही विचारायचे त्यांना त्राणही नव्हते... जाधवांनी स्वतःला डॉ. बोरकरांच्या स्वाधीन केले होते... कारण या वेळी त्यांना फक्त वेदनेतून मुक्तता हवी होती.

झोत व्यवस्थित अॅडजस्ट करून, क्षणाचाही विलंब न लावता डॉ. बोरकरांनी जाधवांच्या बोटावर न्यूट्रॉनचा मारा सुरू केला. जाधवांना काहीच कळत नव्हते. ते आधीच घाबरलेले होते. त्यांना ग्लानी येत होती. डॉ. बोरकर त्यांना सांभाळत होते. जवळजवळ अर्धा तास विशिष्ट न्यूट्रॉनची मात्रा दिल्यानंतर जाधवांना त्यांनी बाहेर नियंत्रण कक्षात आणून बसवले. आत जाऊन डॉ. बोरकरांनी न्यूट्रॉन जनित्र बंद केला. थोड्या वेळानंतर जाधवांना बरे वाटले. बोटाच्या वेदनाही कमी होत होत्या.

डॉ. बोरकर म्हणाले, "जाधव तुम्ही आता मुंबईला जा. दोन दिवसांनी आपण बोलू."

जाधव आता स्वतःच उठले आणि मोटारीपर्यंत गेले. सोबत डॉ. बोरकरही होते. ड्रायव्हरला सूचना देऊन त्यांनी निरोप घेतला. या वेळी सकाळचे सहा वाजले होते. जाधवांना आता प्रसन्न वाटत होते. परतीचा पुणे-मुंबई प्रवास मात्र आल्हाददायक झाला होता; पण सरांनी हा प्रयोग का आणि कुठल्या दृष्टिकोनातून केला, याची हुरहुर मात्र त्यांच्या मनात होती.

चार दिवसांनी जाधवांनी उत्साहाने प्रयोगशाळेत प्रवेश केला. डॉ. बोरकरांना पाहताच ते म्हणाले, "सर! बघा माझं बोट."

"बरं झालं ना?"

"होय सर! पण कसं? तुम्हाला हे कसं साध्य झालं?"

"बसा, मी सांगतो... जाधव, मी प्रथम तुमची जखम फारशी गांभीर्यानं घेतली

नव्हती; पण जेव्हा ते ग्राफीनचे मूलकण स्वत:हून वाढत असल्याचं कळलं, तेव्हा मात्र मी गंभीर झालो. मूलकणांना जैव प्राप्त झालं आणि ते स्वत:ची कित्येक पटीने उत्पत्ती करून, तुमच्या संपूर्ण शरीराचाच ताबा घेऊ पाहत होते... सर्वसाधारण पेशींचा नायनाट करून त्यांनी शरीरच पोखरायला सुरुवात केली होती... या विचारानं मी कमालीचा अस्वस्थ झालो. बऱ्याच विचारानंतर मग माझ्या लक्षात आलं की, या जैव प्राप्त झालेल्या मूलकणांच्या स्वभावातच रूपांतर केलं, तर ते आत्ताचे विघातक गुणधर्म विसरून जातील. हे केवळ न्यूट्रॉननी शक्य होतं... कारण न्यूट्रॉनच कार्बन अणुगर्भाशी नाभिकीय क्रिया घडवून हेलियम किंवा बोरॉनसारखी मूलद्रव्यं निर्माण करू शकतात आणि ही मूलद्रव्यं शरीराला अपायकारक नसतात, हे सिद्ध झालं आहे. म्हणूनच त्या दिवशी तुमचा फोन येताच मी प्रयोग करण्याचा निर्णय घेतला... वाट पाहण्यात आणि तुमच्याशी सविस्तर चर्चा करण्यात काहीच अर्थ नव्हता... कारण ग्राफीनचे मूलकण तुमच्या शरीरात वेगानं पसरत होते... पुढे गंभीर काहीतरी उद्भवू शकलं असतं... एनी वे! नाऊ यू आर गॉन थ्रू, जाधव.''

डॉ. बोरकरांनी शास्त्रीय स्पष्टीकरण दिले होते.

जाधव डॉ. बोरकरांच्या शास्त्रीय स्पष्टीकरणाने स्तंभित झाले आणि सद्गदित होत म्हणाले, "सर, केवळ तुमच्यामुळे माझे प्राण वाचू शकले.''

"यू डिझर्व्ह इट. यात मी काहीच केलं नाही. माझी बुद्धी यात पणाला लागली एवढं मात्र खरं. आता पुढे काळजी घ्या. कुठलीही गोष्ट कॅज्युअली घेऊ नका. तुम्हाला अजून भरपूर संशोधन करायचं आहे. आपला पेपरही स्वीकारला गेला आहे. आता नवनवीन प्रयोग करून आपल्याला हा विषय पुढे न्यायचा आहे. तयार आहात ना जाधव?''

"येस, डेफिनेटली सर!''

जाधवांनी सद्गदित होत डॉ. बोरकरांना नमस्कार केला. डॉ. बोरकरांनी मात्र शिकस्त केली. नकळत त्यांचे हात जाधवांच्या पाठीवर फिरले.

११

सुगावा

ट्रिंगऽऽ... ट्रिंग... फोनची घंटी बराच वेळ वाजत राहिली... आवाजातील अगतिकता त्यातून जाणवत होती... तीस सेकंद होऊन गेली... तरी घंटी तशीच वाजत राहिली.

आतल्या खोलीतून हवालदार धावत-पळतच टोपी सावरत आला आणि झटकन रिसीव्हर हातात घेत म्हणाला, "हं... बोला! हवालदार निकम बोलतोय..."

"साहेब, मी कानडीहून मंगा पाटील बोलतोय." त्याचा आवाज घाबरलेला होता.

"हं बोला, काय काम काढलंय?"

"साहेब आहेत का?" त्याचा अजिजीचा स्वर.

"कोण साहेब?" निकमचा बेफिकीर स्वर.

"आपले इन्स्पेक्टर बापू धिवरे."

"हो!... ते आतमध्ये आहेत. मला सांगितलं तरी चालेल." निकमचा हेकट स्वर.

"साहेब... इथं कानडी शिवारात... माझ्या शेताच्या कडेला एका मुलाचा मृतदेह पडलेला आहे." मंगाचा स्वर सांगताना थरथरला होता.

हवालदार निकम ऐकून क्षणभर स्तब्ध झाले आणि म्हणाले, "काय?... मृतदेह... थांबा. मी साहेबांनाच बोलावतो." निकमने रिसीव्हर टेबलावर ठेवला व लगबगीने आत गेला.

इन्स्पेक्टर बापू धिवरेही झटपट त्याच्यासोबत येताच त्यांनी रिसीव्हर हातात घेतला आणि म्हणाले, "हं बोला?... मी इन्स्पेक्टर बापू धिवरे बोलतोय."

"साहेब, इथं एका मुलाचा मृतदेह पडलेला आहे." मंगा पुन्हा चाचरत बोलला. त्याच्या स्वरात कमालीचा कंप होता.

"काय म्हणताय?... कुठं?" इन्स्पेक्टर बापूंचा काळजीचा स्वर.

"इथं कानडीच्या शिवारात... माझ्या शेताच्या कडेला..."

"कुणी आहे तिथं?" इन्स्पेक्टर बापूंनी अंदाज घेतला.

"होय. साहेब... त्या मुलाचे आई-वडील... आणि काही गावकरी."

"असं करा... तुम्ही तिथंच थांबा... मी अर्ध्या तासात आलोच... शक्य झाल्यास पोलीस पाटील, सरपंचांना बोलावून घ्या."

इन्स्पेक्टर बापूंनी रिसीव्हर क्रेडलवर ठेवला... आणि ते क्षणभर सुन्न झाले... गेल्या महिन्याभरापासूनची मालिका त्यांच्या डोळ्यांपुढून सरकून गेली... ते म्हणाले, ''निकम!''

''जी साहेब.''

''मोरेला म्हणावं, जीप काढ... आपल्याला कानडीला जायचंय...'' निकम तत्काळ बाहेर पडला.

इन्स्पेक्टर बापूंनी टेबलावर पडलेली हॅट डोक्यावर ठेवली. ड्रॉवरमध्ये असलेली बंदूक कमरेला खोचली व तेही बाहेर पडले.

इन्स्पेक्टर बापू जीपमध्ये बसताच, जीप पोलीस ठाण्याच्या दारातून बाहेर पडली व डाव्या बाजूच्या हमरस्त्याला लागली.

जीप भरधाव वेगाने जाऊ लागली... इन्स्पेक्टर बापू जीपच्या गजाला पकडून व एक पाय बाहेर ठेवून बसले होते. वारे जोमाने सुरू होते. वातावरण आल्हाददायक होते; पण इन्स्पेक्टर बापू मात्र अस्वस्थ होते.

इन्स्पेक्टर बापू पंचविशीतलेच होते. शरीराने बांधेसूद, मिसरूड छोटीशीच; पण त्यांना शोभेशी होती. त्यांचे व्यक्तिमत्त्व चारचौघांत उठून दिसेल असेच होते. तसे चार वर्षांपूर्वीच ते पोलीस ठाण्यात रुजू झाले होते... आणि या चार वर्षांत त्यांनी परिसरात दरारा निर्माण केला होता... अवैध धंदे व चोऱ्यामाऱ्या करायला गुंड सहसा धजत नसत. त्यांच्या क्रियाशीलतेने त्यांचे नाव पंचक्रोशीत झाले होते.

शहादा परिसरात वेगवेगळी शिवारे येत होती. त्यात कानडी, कनसाई, रामपूर, म्हसावद, नवागाव अशी शिवारे होती आणि याच पंचक्रोशीत इन्स्पेक्टर बापूंचा बऱ्यापैकी दरारा होता; पण गेल्या महिन्यापासून या वेगवेगळ्या शिवारांत अल्पवयीन मुलांची हत्या होत होती... आत्तापर्यंत पाचजणांची हत्या झाली होती. अजूनपर्यंत कुठलाच सुगावा लागला नव्हता... हत्येमागचा हेतूही स्पष्ट दिसत नव्हता.

या पाच हत्यांमुळे पंचक्रोशीतील वातावरण मात्र भयावह झाले होते. जो तो संशयाने एकमेकांकडे पाहत होता. अल्पवयीन मुलांना सांभाळणे हे एक आव्हानच झाले होते... आताशी प्रत्येक पालक आपल्या पाल्यांना कुठेही एकटे सोडत नसत, शिवाय शाळेलाही पाठवत नसत.

या हत्यांचे पडसाद जिल्ह्यातच नाही, तर महाराष्ट्रभर उमटले होते. जिल्हा अधीक्षकांनी खास बैठक घेऊन याची जबाबदारी इन्स्पेक्टर बापू धिवरेंवर टाकली होती. विधानसभेतही यावर चर्चा होऊन, गुन्हेगाराला लवकरात लवकर पकडून कठोर शासन करण्याची मागणी विरोधकांनी हिरिरीने केली होती.

एकूणच शहादा परिसर नुसता भयावहच नाही, तर सुन्न झाला होता... चर्चेलाही उधाण आले होते. तर्कवितर्क लढवले जाऊ लागले...

वर्तमानपत्रात रकानेच्या रकाने भरून येऊ लागले. पोलिसांच्या कार्यक्षमतेवर प्रश्नचिन्ह निर्माण होऊ लागले... त्यांच्यावरचा दबाव वाढतच होता... तेही गुन्हेगार शोधण्याचा सर्वतोपरी प्रयत्न करत होते.

... आणि त्यातच पुन्हा एका अल्पवयीन मुलाची हत्या झाली होती... इन्स्पेक्टर बापू हताशपणे विचार करत होते. त्यांच्यावर मोठीच जबाबदारी होती; पण कुठलाच सुगावा कसा सापडत नव्हता. इन्स्पेक्टर बापू कमालीचे व्यथित झाले, म्हणून त्या आल्हाददायक वातावरणातही ते अस्वस्थ दिसत होते.

कानडीच्या वेशीवरून जीपने वळण घेतले व कच्च्या रस्त्यावर आली. अर्धा किलोमीटर कच्च्या रस्त्यावरून जीप जाताच एका शेताच्या कडेला गावकऱ्यांचा घोळका जमला होता. मोरेंनी जीप तिथे नेताच घोळका काहीसा पांगला.

इन्स्पेक्टर बापू जीपमधून उतरताना गांधी टोपी घातलेले एक गृहस्थ हात जोडत म्हणाले, "राम राम साहेब, मी सरपंच मानसिंग ठाकरे आणि हे पोलीस पाटील छगन वळवी... आणि तो मंगा पाटील. त्यानंच तुम्हाला फोन केला होता."

"नमस्कारऽऽऽ कुठे आहे मृतदेह."

"तो बघा साहेब... तिकडे." पोलीस पाटील निर्देश करत म्हणाले. मुलाचा मृतदेह एका स्त्रीच्या मांडीवर होता. ती अखंडपणे रडत होती... त्याच्या शेजारीच त्या मुलाचा बाप अश्रू ढाळत बसला होता. इन्स्पेक्टर बापूंना पाहताच त्या दोघांचाही भावनेचा बांध फुटला. स्त्री टाहो फोडतच म्हणाली, "साहेब! काय झालं हो हे... आमचं गरिबाचं एकुलतं एक पोर... शाळेला गेलं होतं... आणि ते अशा अवस्थेत सापडलं." स्त्री आकांताने मुलाच्या मृतदेहाला बिलगून रडत होती.

मृतदेहाच्या केसांतून हात फिरवत तो पुरुषही जोरजोराने हुंदके देऊ लागला... तो हृदयद्रावक प्रसंग पाहून उपस्थितही हेलावले. काही स्त्रियांच्या डोळ्यांतूनही अश्रू वाहू लागले. इन्स्पेक्टर बापू क्षणभर सुन्न झाले. निकम व मोरेला डोळ्यांच्या इशाऱ्यानेच त्यांनी माता-पित्यांना बाजूला घ्यायला सांगितले. दोघांनीही हे अवघड काम करताच इन्स्पेक्टर बापूंनी मृतदेह पाहिला... आणि ते पाहतच राहिले... कुठेही इजा नव्हती... फक्त हनुवटीखाली कापून कंठ काढण्यात आला होता.

आतापर्यंत झालेल्या पाच हत्यांमध्येही हाच प्रकार त्यांनी पाहिला होता... म्हणून इन्स्पेक्टर बापू क्षणभर स्तब्ध झाले, विचारात पडले... त्यांच्या डोक्यातील चक्रे फिरू लागली. दिशा सापडत होती; पण ठरावीक टप्प्यापर्यंत सीमित होत होती. पुढे विचार दिशाहीन होत होते... त्यांच्या आयुष्यातील ही खरोखरच कठीण केस होती... माग काढणे खूपच कठीण होऊन बसले होते, कारण या हत्या वेगवेगळ्या शिवारांत झालेल्या असल्याने कुठलीही दिशा सापडत नव्हती; त्यामुळे गुंतागुंत वाढत होती... कुत्राही पाच-पन्नास फुटांपर्यंतच्या परिघात फिरून घुटमळत असे.

इन्स्पेक्टर बापूंनी मृतदेह उत्तरतपासणी व पोस्टमार्टेमसाठी तालुक्याच्या रुग्णातलयात पाठवून दिला... निकम व मोरेंनी रितसर पंचनामा केला व मुलाच्या आई-वडिलांचे सांत्वन केले. इन्स्पेक्टर बापूंनी सरपंच व पोलीस पाटलांशी चर्चा केली व त्यांच्या मदतीची अपेक्षा करत जीपमध्ये बसले. जीप शहाद्याला निघाली होती.

या हत्येचीही बातमी सर्वत्र पसरली, वर्तमापत्रामध्ये पोलिसांवर पुन्हा टीका होऊ लागली. महाराष्ट्रभर आणि विधानसभेत पुन्हा याचे पडसाद उमटले. जिल्हा अधीक्षकांनी इन्स्पेक्टर बापूंना तातडीने नंदुरबारला बोलावून घेतले.

इन्स्पेक्टर बापू जिल्हा पोलीस अधीक्षक कार्यालयात जाताच अधीक्षक विकास पाठारे म्हणाले, ‘‘बापू? काय आहे हे... अ सिक्स्थ मर्डर... आपल्यावर खूप मोठा दबाव आहे. समाजात वावरणं कठीण होऊन बसलंय... मी मोठ्या विश्वासानं ही केस तुमच्यावर सोपवलीय. आत्ताच गृहमंत्र्यांचाही फोन येऊन गेला. देअर इज अ प्रेशर टू रिमूव्ह यू फ्रॉम धिस केस. काय करावं सुचत नाहीये...’’

‘‘सर ट्रस्ट मी. आय ॲम ट्राइंग व्हेरी हार्ड टू गेट इट.’’ इन्स्पेक्टर बापू कळकळीने म्हणाले.

‘‘मला माहीत आहे बापू... पण वरिष्ठ आणि या समाजाला कसं सांगणार?... काहीतरी प्रोग्रेस दाखवावाच लागेल... डिड यू गेट एनी एव्हिडन्स?’’ पोलीस अधीक्षक पाठारेंनी विचारले.

‘‘नो सर!... किंबहुना सगळ्याच पातळ्यांवर अपयश येत चाललंय. आपल्या खबऱ्यांनाही कुठलाच सुगावा अजूनपर्यंत मिळत नाहीये... गुन्हेगार खूपच चलाख दिसतोय सर... आपला डॉग स्क्वॉडही निकामी होतो आहे.’’ इन्स्पेक्टर बापूंनी वस्तुस्थिती विशद केली.

‘‘असं सांगून कसं चालेल बापू?... यू हॅव टू पुट अप युवर एफर्ट्स. समाजाला एक्सक्यूज नको असतो. त्यांना परिणाम हवे असतात.’’ पोलीस अधीक्षक पाठारेंनी समजावून सांगितले.

‘‘सर... सॉरी टू से... पण मला अजून थोडा वेळ द्या... आय वुईल डेफिनेटली गेट इट समथिंग...’’ इन्स्पेक्टर बापू विनंतीपूर्वक उत्तरले.

‘‘पण या वेळेस सहा खून पडलेत बापू... आता मात्र नो मोअर मर्डर... काहीही करा; पण गेट द ब्लडी बास्टर्ड... आय ट्रस्ट यू बापू...’’ पाठारे हसत पुढे म्हणाले, ‘‘वरिष्ठांना काय उत्तर द्यायचं ते मी देतो... यू गो अहेड... अँड आय वॉन्ट रिझल्ट विदिन एट डेज... ओके?’’

‘‘शुअर सर... निश्चितच... आणि थँक्यू सर फॉर ट्रस्टिंग मी.’’

‘‘बेस्ट लक!’’ पाठारे अंगठ्याने निर्देश करत म्हणाले.

"थँक यू सर फॉर युवर ट्रस्ट अँड एन्करेजमेंट... थँक्स... आय विल गेट बॅक टू यू विथ द रिझल्ट्स."

इन्स्पेक्टर बापू बाहेर पडले. अधीक्षक पाठारेंशी बोलल्यानंतर बापूंचा आत्मविश्वास दुणावला होता. मनात निश्चय झाला होता. या वेळी दात-ओठ खात त्यांनी गुन्हेगाराला शिव्या हासडल्या.

दुसऱ्या दिवशी इन्स्पेक्टर बापूंनी लागलीच त्यांच्या खबऱ्यांची आणि स्टाफची गुप्त मीटिंग घेतली आणि प्रत्येकाला जबाबदारीची जाणीव करून देत गुन्हेगाराला शोधण्यात खारीचा वाटा उचलण्यास सांगितले. त्यांच्या वक्तव्याने मात्र प्रत्येकाला स्फुरण चढले.

इन्स्पेक्टर बापूंनी पुनश्च प्रत्येक हत्येची केस फाइल काढून चाळली. हत्येच्या पद्धतीवरून ही मालिका एकाच व्यक्तीकडून होत असल्याची इन्स्पेक्टर बापूंची खात्री झाली होती. त्यावर त्यांनी सखोल विचार केला होता... त्याने कुठेही जरासुद्धा मागमूस सोडला नव्हता... आणि ठरावीक हेतूनेच हे हत्यासत्र होत असल्याची जाणीवही इन्स्पेक्टर बापूंना झाली होती... आता मात्र याचा छडा त्यांना लावायलाच हवा होता.

रात्री बराच वेळपर्यंत इन्स्पेक्टर बापू विचारमंथन करत होते... त्यानंतर ते आपल्या क्वार्टर्समध्ये झोपायला गेले.

इन्स्पेक्टर बापू गाढ झोपेत होते... तशात त्यांना अस्पष्ट आवाज आला.. टक्टक्...

इन्स्पेक्टर बापूंची झोप चाळवली गेली, पुन्हा आवाज आला... टक्टक्...

खात्री होताच ते आळस देत उठले. घड्याळात पाहिले. रात्रीचे दोन वाजले होते. कोण असेल म्हणून त्यांनी डोळे चोळून साफ केले... दिवा लावला. दरम्यान, पुन्हा दोनदा टक्टक् आवाज झाला होता. दारावरच्या थापेत इन्स्पेक्टर बापूंना अगतिकता जाणवली.

दार उघडताच समोर उभ्या असलेल्या इसमाकडे पाहत इन्स्पेक्टर बापू म्हणाले, "किशाऽऽऽ... तू? एवढ्या रात्रीचा... काय रे बाबा, ठीक आहे ना सगळं?"

किशा इन्स्पेक्टर बापूंचा खास खबऱ्या होता. तरुण होता. एवढ्या रात्रीचा तो आला, याचा अर्थ निश्चितच गंभीर बाब असल्याचे त्यांच्या मनाने ताडले. किशा आत येताच पटकन दार लावून घेत हिरिरीने म्हणाला, "साहेब... एक खबर आहे. खात्रीशीर... नवागावच्या पलीकडच्या जंगलात एक जुनं कलंकी मातेचं मंदिर हाय. तिथं मात्र काहीतरी काळंबेरं आहे. काय ते मला ठाव नाही; पण जे आहे ते भयंकर आहे... या खुनाचा त्याच्याशी संबंध असावा..."

"काय पाहिलंस तू तिथे?" इन्स्पेक्टर बापूंनी अधीरतेने विचारले.

"सांगता येत नाही साहेब... पण अमानवी असंच आहे. कल्पनाही करवत नाही बगा..."

"म्हणजे नेमकं काय?" इन्स्पेक्टर बापूंनी पिच्छा पुरवला.

"तिथंच गेलं पाहिजे साहेब," किशाने सांगितले.

"मग सकाळी जाऊ की?"

"नाही साहेब, आत्ताच गेलं पाहिजे... म्हणजे काहीतरी सुगावा लागेल. दिवसाच्याला काय बी पाहत नाही. मोठी बेरकी माणसं दिसत्यात." किशा कळकळीने सांगत होता.

इन्स्पेक्टर बापूंनी क्षणभर विचार केला. हे खूनसत्र त्यांच्या डोक्यातच शिरले होते. ते म्हणाले, "थांब थोडं... तू पुढे हो. निकम, मोरेंना गाडी काढायला सांग. आलोच मी."

इन्स्पेक्टर बापू आत गेले... किशा क्वार्टर्सच्या बाहेर आला. थोड्याच वेळात इन्स्पेक्टर बापू तयार होऊन आले. निकम, मोरे जीप घेऊन तयारच होते. आताशा इन्स्पेक्टर बापूंसोबत काम करताना असे अवेळी निघण्याची त्यांना सवयच झाली होती. इन्स्पेक्टर बापू जीपमध्ये बसताच, जीप नवागावच्या दिशेने निघाली. नवागाव हे सातपुडा पर्वताच्या पायथ्याशी वसलेले एक टुमदार गाव होते. या गावातील एका अल्पवयीन मुलाचाही हत्या झाली होती.

एका तासातच नवागाव ओलांडून जीप जंगलात शिरली. या वेळी पहाटेचे तीन वाजले होते. किशाला सर्व ठाऊक असल्याने इन्स्पेक्टर बापू इच्छित स्थळी वेळेतच पोहोचले. मोरेंनी जीप मंदिराच्या पायथ्याशीच उभी केली... इन्स्पेक्टर बापू उतरले व मंदिराकडे पाहिले. मंदिर पूर्वकालीन, भग्न अवस्थेत होते; पण जागृत देवी असल्याचे त्यांच्या लक्षात आले. इथल्या आदिवासी समाजाचे ते आद्य दैवत असावे.

मंदिरात प्रवेश करताच एक प्रकारचा उग्र दर्प आला... तिथे एक दिवा तेवत होता; त्यामुळे कलंकी मातेचे रौद्ररूप त्या प्रकाशात अजूनच प्रकर्षाने जाणवत होते. नुकतेच कुणीतरी तिथे येऊन गेल्याच्या खाणाखुणाही दिसत होत्या. मद्याचा वासही तिथे येत होता. निकमनी विजेचा प्रखर झोत टाकताच सर्वजण पाहतच राहिले. तिथे जागोजागी रक्ताची थारोळी होती... काही ठिकाणी रक्त साकळून काळे पडले होते... निकमने एका वस्तूवर प्रकाशझोत टाकताच तो म्हणाला, "साहेब!... हे बघा..."

इन्स्पेक्टर बापूंनी तत्काळ त्याकडे पाहिले... आणि ते चांगलेच थरारले.

"किशा, काय रे हे?"

"साहेब, हे तर कंठ आहेत लहान मुलांचे!" किशा अवाक् होत म्हणाला.

इन्स्पेक्टर बापू व निकम शहारले होते. अंगावर सरसरून काटा उभा राहिला. मानवाच्या पशूवृत्तीने इन्स्पेक्टर बापू नि:शब्द झाले. त्यांना मनस्वी चीड व संताप येत होता... गुन्हेगाराला जबर शिक्षा करण्याचे त्यांच्या मनात येऊन गेले.

इन्स्पेक्टर बापूंनी मंदिराचा कोपरा न् कोपरा पुन्हा पाहून घेतला. हा काय प्रकार असू शकतो, हे त्यांच्या हळूहळू लक्षात येत होते. उद्यापासून वेगाने सूत्रे हलवावी लागणार होती... किशाच्या खांद्यावर हात ठेवत इन्स्पेक्टर बापू म्हणाले, "शाब्बास किशा! छान माहिती दिलीस. गुन्हेगारापर्यंत पोहोचण्यास याचा आपल्याला निश्चित उपयोग होणार आहे." पुढे निकमकडे पाहत म्हणाले, "निकम, उद्याच या जागेचा पंचनामा करण्याची व्यवस्था करा आणि हे मंदिर सील करा."

"जी साहेब..." निकम आदराने म्हणाला.

सगळे जीपमध्ये बसले... जीप शहाद्याच्या दिशेने जाऊ लागली. या वेळी पहाटेचे पाच वाजले होते. वातावरणात चांगलाच गारठा होता; पण इन्स्पेक्टर बापूंच्या नाकात अजूनही त्या मंदिरातला उग्र वास रेंगाळत होता... आणि तो रक्ताचाच होता.

दुसऱ्या दिवशी लागलीच बापूंनी अधीक्षक पाठारेंना इन्स्पेक्टर रिपोर्ट केले होते. पाठारेही ऐकून सुन्न झाले होते. मानवाची पशू मनोवृत्ती यातून दिसत होती.

इन्स्पेक्टर बापू म्हणाले, "सर!"

"येसऽऽ बापू?"

"या सगळ्या गोष्टींचा विचार करता माझ्या असं लक्षात येतंय की, हा नरबळीचा प्रकार असावा."

"काय म्हणतोस बापू?" पाठारे आश्चर्याने उत्तरले.

"होय सर!... मला खात्री आहे. मंदिरातील वातावरण भीषण होतं. अतिशय कोवळ्या मुलांना तिथे मारण्यात आलं आहे." इन्स्पेक्टर बापू आठवत म्हणाले.

"म्हणजे हा संपत्ती वगैरे मिळवण्याचा तर प्रकार नाही ना?" अधीक्षक पाठारेंनी शंका व्यक्त केली.

"होय सर! तीच लालसा असावी... कुठल्यातरी गुप्तधनाच्या लोभापायी ही अघोरी कृत्यं चाललीत." इन्स्पेक्टर बापूंनी माहिती दिली.

"म्हणजे अजूनही काही हत्या होण्याची शक्यता नाकारता येत नाही." अधीक्षक पाठारे गंभीरपणे म्हणाले.

"होय सर! तशी शक्यता आहेच." इन्स्पेक्टर बापू दीर्घ श्वास सोडत म्हणाले.

"मग यू हॅव टू बी व्हेरी केअरफुल. मंदिरावर कडक पहारा ठेवून सील करा."

"ते मी आधीच केलंय सर... किंबहुना गुन्हेगाराला कळणार नाही अशा रीतीने मी पहाराही ठेवलेला आहे. आय ॲम शुअर, दे विल कम देअर अगेन... अघोरी

कृत्य करायला ते पुन्हा तिथे येतील, याची मला खात्री आहे.'' इन्स्पेक्टर बापू आत्मविश्वासाने म्हणाले.

''गुड! बापू... गो अहेड. आय ॲम शुअर, यू विल रीच द गोल व्हेरी सून... आणि स्वत:ची काळजी घे, कारण यात मोठं कारस्थान असण्याची शक्यता आहे. पोलिसांची जास्त कुमक सोबत ठेव.'' अधीक्षक पाठारे अनुभवाने बोलत होते.

''ओके सर! गुन्हेगार लवकरच तुमच्या पुढ्यात असेल.''

''ओके!'' अधीक्षक पाठारे स्मित करत म्हणाले होते.

इन्स्पेक्टर बापू उठले व बाहेर पडले. अधीक्षक पाठारे इन्स्पेक्टर बापूंच्या पाठमोऱ्या आकृतीकडे पाहतच राहिले. हा तरुण त्यांना पोलीस खात्यातील भविष्य वाटत होता.

इन्स्पेक्टर बापू वेगाने कामाला लागले. मंदिर सील करण्यापाठोपाठ तेथे अदृश्य पहाराही ठेवण्यात आला होता; शिवाय तो परिसर खबऱ्यांनी चाळून काढला होता. पोलीस जंग-जंग पछाडत होते; पण गुन्हेगार हाती येत नव्हता.

इन्स्पेक्टर बापू दिङ्मूढ झाले होते. त्यांना काय करावे सुचत नव्हते. महिना उलटून गेला होता, पण हाती काहीच लागत नव्हते. दरम्यान, पुन्हा एका अल्पवयीन मुलाची हत्या झाली होती. या वेळी मात्र तो कनसाई शिवारातला होता. पुन्हा यावर गदारोळ उठला. इन्स्पेक्टर बापू टीकेचे लक्ष्य झाले होते. उभा महाराष्ट्रच नाही, तर एव्हाना देश पातळीवरही या हत्यासत्राची दखल घेतली गेली होती. विधान परिषदेत विरोधकांनी हे प्रकरण क्राईम ब्रँचकडे देण्याची मागणी केली होती... अजून सरकार कसे, किती मुडदे पडू देणार आहे, म्हणून आरोप करण्यात येत होते... उभा महाराष्ट्र ढवळून निघाला होता. दिवसांमागून दिवस जात होते. शहादा परिसर दहशतीखाली वावरत होता. प्रत्येकजण शंकेने एकमेकांकडे पाहत होता... दिवसाढवळ्याही फिरणे मुश्कील झाले होते.

इन्स्पेक्टर बापू मात्र अशातही शांत होते. ते आपले काम प्रामाणिकपणे करत होते. वरिष्ठांचा त्यांच्यावर विश्वास होता; पण तोही आता डळमळीत होऊ लागला आहे याची त्यांना चांगलीच जाणीव होती; पण इन्स्पेक्टर बापू डगमगले नव्हते.

इन्स्पेक्टर बापू आज सकाळीच पोलीस ठाण्यातील आपल्या ऑफिसमध्ये येऊन बसले होते. नुकत्याच झालेल्या खुनाची फाइल व रिपोर्ट ते चाळत होते. विचारात ते एवढे मग्न होते की, आजूबाजूला काय चाललेय याचेही भान त्यांना नव्हते. तेवढ्यात आवाज आला, ''सर आत येऊ?''

इन्स्पेक्टर बापूंनी फाइलीतून डोके वर काढले व आवाजाच्या दिशेने पाहिले.

समोर तिशीतलाच एक देखणा तरुण उभा होता. चेक्सचा शर्ट घातल्याने त्याचे व्यक्तिमत्त्व अजूनच खुलून दिसत होते. काळेभोर केस व तीक्ष्ण डोळे त्याच्या बुद्धिमत्तेची साक्ष देत होते. त्या हसऱ्या तरुणाकडे पाहत इन्स्पेक्टर बापू म्हणाले, "या ना!" खुर्चीकडे निर्देश करत म्हणाले, "बसा."

हातातील बॅग बाजूला ठेवत त्याने हळूच खुर्ची ओढली व त्यात स्थानापन्न होत, हात पुढे करत तो तरुण म्हणाला, "मी डॉ. रमाकांत जोशी... मुंबई विद्यापीठात भौतिकशास्त्राचा प्राध्यापक व शास्त्रज्ञ आहे."

इन्स्पेक्टर बापूंनी नकळतपणे आपला हात पुढे केला व याचे आपल्याकडे काय काम असेल म्हणून गोंधळले... ते म्हणाले, "आपण इथे?"

मध्येच तो तरुण स्मित करत म्हणाला, "कदाचित आपणांस आश्चर्य वाटेल मी इथे कसा?... माझं आपणाशी काम काय? पण खरं सांगू, आपल्याच ओढीनं मी इथं आलो आहे."

"म्हणजे? मी नाही समजलो." इन्स्पेक्टर बापू सावरून बसत म्हणाले.

"म्हणजे... हे हत्यासत्र सुरू आहे ते महाराष्ट्रातच नाही, तर देशभर गाजत आहे... आणि त्या अनुषंगानं तुमचं नावही ओघानं त्यात आलंय. केवळ तुमची सचोटी, प्रामाणिकपणा व धडपड मला इथपर्यंत घेऊन आलीय." थोडे थांबत डॉ. रमाकांतनी आजूबाजूला पाहिले व पुढे म्हणाले, "मी तुम्हाला गुन्हेगार शोधण्यात मदत करू शकतो."

"काय? तुम्ही?... आणि ते कसं?" इन्स्पेक्टर बापू आश्चर्याने व तेवढ्याच अविश्वासाने म्हणाले.

"मी मघाशी माझी ओळख करून दिलेलीच आहे. इन्स्पेक्टर बापू... तुम्ही या नावानं प्रसिद्ध आहात म्हणून मीही तुम्हाला याच नावानं संबोधेन. मी भौतिकशास्त्राचा प्राध्यापक व शास्त्रज्ञ असलो, तरी माझं संशोधन क्षेत्र विविध पदार्थ विकसित करणं हे आहे... शिवाय मी गेली काही वर्षं अतिसूक्ष्म पदार्थ व तंत्रज्ञानात काम करतोय. गुन्हेगार शोधण्यासाठी मी त्याच संशोधनाचा उपयोग करीन... पण तुमची परवानगी असेल तरच... कारण ज्या पद्धतीनं हे हत्यासत्र सुरू आहे, ते थांबणं गरजेचं आहे..." डॉ. रमाकांतनी भूमिका विशद केली.

इन्स्पेक्टर बापू पुन्हा सावरून बसले... त्यांना समोरचा तरुण रोचक वाटला... आणि प्रामाणिकही. ते अंदाज घेत म्हणाले, "संशोधन?... कुठलं संशोधन?"

"संशोधनाबद्दल मी जरूर सांगेन; पण त्या आधी आपण प्रयोग करायला हवा." डॉ. रमाकांत उत्तरले.

"कुठला प्रयोग?" इन्स्पेक्टर बापूंचा गोंधळलेला स्वर.

"तोही सांगेन... पण तुमचा माझ्यावर विश्वास आहे ना, इन्स्पेक्टर बापू?"

डॉ. रमाकांत त्यांचा चेहरा न्याहाळत म्हणाले.

खरंच इन्स्पेक्टर बापू अजूनही द्विधा मन:स्थितीत होते... समोरचा तरुण मोठा शास्त्रज्ञ होता, याबद्दल त्यांचे दुमत नव्हते; पण आता तो अचानक पुढ्यात आल्याने त्यांचा गोंधळ उडाला होता. त्याच्याविषयी कुठलीही पार्श्वभूमी माहीत नव्हती; पण त्याचा मदतीचा प्रामाणिक हेतू मात्र त्यांना भावून गेला होता. ते म्हणाले, "तसं नाही डॉ. रमाकांत... आय ट्रस्ट यू; पण प्रयोग कुठे करणार? आणि कसा? तुमच्याकडे तर काहीच नाही."

डॉ. रमाकांत पुन्हा स्मित करत म्हणाले, "थँक यू फॉर ट्रस्ट इन मी, इन्स्पेक्टर बापू... प्रयोग हवं तर कुठेही, अगदी इथेही करू शकतो... आणि या बॅगेत ती सर्व उपकरणं आहेत." थोडा विचार करत डॉ. रमाकांत पुढे म्हणाले, "इन्स्पेक्टर बापू एक सुचवू?"

"सुचवा ना."

"तुमची परवानगी असेल, तर हा प्रयोग मी तुमच्या वरिष्ठ म्हणजे जिल्हा पोलीस अधीक्षकांसमोर करू शकतो... म्हणजे यू मे नॉट बी इन ट्रबल इन फ्युचर... त्यांच्यासमोरच हवं तर आपण सविस्तर चर्चा करू या. धिस इज जस्ट अ सजेशन; पण तुम्हाला वाटत असेल की, तुम्ही स्वत: जबाबदारी घेऊ शकता, तर त्यालाही माझी काहीच हरकत नाही." डॉ. रमाकांतनी मार्ग काढला होता.

यावर मात्र इन्स्पेक्टर बापू खुलले आणि तत्काळ म्हणाले, "काहीच हरकत नाही, डॉ. रमाकांत... तुमचा प्रयोग आपण आमच्या पोलीस अधीक्षक पाठारेंसमोर करू या; पण त्यासाठी तुम्हाला माझ्याबरोबर नंदुरबारला यावं लागेल. विल यू?"

"मला काहीही प्रॉब्लेम नाही, इन्स्पेक्टर बापू... ॲज यू विश... मी तयार आहे."

"चला तर मग..."

इन्स्पेक्टर बापू उत्साहाने उठले, तर डॉ. रमाकांतनी हातात बॅग घेतली. जीप नंदुरबारच्या दिशेने निघाली. पत्रकारांनी गाठण्याआधी त्यांना नंदुरबारला अधीक्षकांच्या कार्यालयात पोहोचायचे होते. इन्स्पेक्टर बापूंनी पाठारेंना डॉ. रमाकांतविषयी आधीच कळवले होते.

इन्स्पेक्टर बापू व डॉ. रमाकांत पोलीस अधीक्षकांच्या केबिनमध्ये येताच पाठारेंनी त्यांचे स्वागत केले. "या डॉ. रमाकांत." खुर्चीकडे निर्देश करत ते म्हणाले, "बसा! आणि बापू तूही बैस."

"सर! हे डॉ. रमाकांत जोशी... पदार्थविज्ञान व अतिसूक्ष्म तंत्रज्ञ. मुंबई

विद्यापीठात प्राध्यापक आहेत... हे त्यांच्या संशोधनाच्या साहाय्याने आपल्याला या खूनसत्राचा गुन्हेगार शोधण्यास मदत करू इच्छितात.''

अधीक्षक पाठारे सावरून बसले व डॉ. रमाकांतकडे पाहत म्हणाले, ''डॉ. रमाकांत, इन्स्पेक्टर बापूंनी तुमच्याविषयी मला आधीच सांगितलंय; पण आपण कशा पद्धतीची मदत करू शकता?''

''सर, मी त्या आधी माझी भूमिका विशद करतो. गेली काही वर्षं मी अतिसूक्ष्म म्हणजे नॅनो पदार्थांमध्ये काम करतोय... त्यात काही पदार्थ मी अतिशय सूक्ष्म पातळीवर विकसित केले, जे वेगवेगळ्या वारंवारतेला (frequency) संवादन (Resonance) होताना आढळले... याच पदार्थांचा उपयोग करून मी हे उपकरण बनवलेलं आहे.'' डॉ. रमाकांतनी बॅग उघडून विकसित उपकरण काढले आणि त्याच्यासोबत मिनी संगणकही होता. तो बॅटरी सेलवरही चालू होऊ शकत होता; त्यामुळे विजेची आवश्यकता नव्हती. उपकरण टेबलावर ठेवत डॉ. रमाकांत म्हणाले, ''हेच ते उपकरण... याची सविस्तर चर्चा आपण पुढे करू या; पण त्या आधी प्रयोग करू या.''

उपकरण अतिशय सॉफिस्टिकेटेड होते. छोटेसेच; पण प्रभावी दिसत होते. डॉ. रमाकांत म्हणाले, ''सर, आपलं या आधी संभाषण झालेलंच आहे. तुम्ही आता शांत राहा... मी तुम्हाला गंमत दाखवतो.''

त्यासरशी डॉ. रमाकांतनी शिताफीने उपकरण चालू केले... हातात बसेल एवढा कॉम्प्युटर सुरू केला... आणि दहा मिनिटांतच त्यातून संभाषण ऐकू येऊ लागले.

थोड्या वेळापूर्वी केलेले संभाषण जसेच्या तसे ऐकू आलेले पाहून अधीक्षक पाठारे उद्गारले, ''कसं शक्य आहे? तुम्ही हे रेकॉर्ड केलं होतं का?''

''नाही.''

''मग?''

''तीच तर गंमत आहे सर... या उपकरणाची ती किमया आहे.''

''इट्स अनबिलीव्हेबल!''

''सर! आपण पुन्हा एकदा प्रयोग करू या. तुम्ही आतल्या खोलीत जाऊन काहीही चर्चा करा.'' डॉ. रमाकांतनी निर्देश दिले.

दोघे उठले व आतल्या खोलीत गेले. दहा मिनिटांनंतर ते बाहेर येताच डॉ. रमाकांत उपकरण घेऊन आत गेले आणि उपकरण सुरू करताच त्यातून आवाज ऐकू येऊ लागले... त्या दोघांव्यतिरिक्त तिसराही तिथे असल्याचे डॉ. रमाकांतनी सिद्ध करताच पाठारे व इन्स्पेक्टर बापू अवाक् झाले.

पुढचे काही तास डॉ. रमाकांत विविध प्रयोग करून, त्यांच्या खोलीतील

भूतकाळातील संवाद ऐकवू लागले. त्यातील काही गुप्त माहिती होती... त्याने अधीक्षक पाठारे जास्तच हवालदिल झाले.

"डॉ. रमाकांत? हे कुठल्या विज्ञानावर आधारित आहे...?"

उपकरण बॅगेत ठेवत डॉ. रमाकांत म्हणाले, "हे कंपन शूल (Tunning Fork) या नियमावर आधारित आहे. आपणांस ठाऊक असेलच की, ध्वनिलहरीचा वेग कमालीचा असून, मानवाची ऐकण्याची व बोलण्याची क्षमता २०Hz ते २००००Hz एवढी आहे. म्हणजे मानवी ध्वनी हा या वारंवारतेमध्ये व स्वर उच्चतेवर (Pitch) अवलंबून असतो. जेव्हा माणूस बोलतो, तेव्हा वातावरणात ध्वनिलहरी प्रसारित होऊन ठरावीक पातळीवर येऊन ठेपतात आणि क्षीण असल्या तरी त्याला काही प्रमाणात परमप्रसर (amplitude) प्राप्त झालेलं असतं आणि आसमंतात त्या तशाच राहतात... त्याच क्षीण झालेल्या ध्वनिलहरी पकडण्याचा मी प्रयत्न केला आणि त्यात मला यश प्राप्त झालं. यात मी स्फटिकापासून निर्माण केलेले अतिसूक्ष्म पिझो (Piezo) तयार केले. जेणेकरून ते ध्वनिलहरींच्या सर्व वारंवारतेला कार्यक्षम होऊ शकतील आणि हेच सूक्ष्म पिझो मी कंपन शूलमध्ये वापरले, जेणेकरून क्षीण लहरी पकडणंही शक्य झालं. पुढे काही इलेक्ट्रॉनिक उपकरणं विकसित करून, त्या स्थितीतील संभाषणच प्रसारित करू शकलो."

अधीक्षक पाठारे व इन्स्पेक्टर बापू त्या बुद्धिमान तरुणाकडे पाहतच राहिले.

इन्स्पेक्टर बापू म्हणाले, "म्हणजे तुम्ही कुठल्याही काळातील ध्वनी पकडून संभाषण ऐकू शकता?"

"हो निश्चितच! कारण आपण जे बोलतो, ते वातावरणात चिरकाल टिकतं... साउंड वेव्हज् नेव्हर डाय आउट. पोलीस खात्याला हे संशोधन निश्चितच महत्त्वाचं आहे. म्हणूनच मी हा प्रयोग करून सध्या सुरू असलेल्या खूनसत्रातील गुन्हेगाराला शोधून काढण्यास इच्छुक आहे; त्यामुळे माझा प्रयोग सत्कारणी लागेल आणि तुम्हाला गुन्हेगार सापडेल. फक्त मला तुम्ही अशी जागा दाखवा, जिथे तुम्हाला गुन्हेगाराच्या अस्तित्वाची शंका असेल. अशा ठिकाणी प्रयोग केला, तर गुन्हेगार निश्चितच हाती येईल." डॉ. रमाकांत आत्मविश्वासाने बोलले.

इन्स्पेक्टर बापू तत्काळ उत्तरले, "डॉ. रमाकांत, आपल्याकडे तशी जागा आहे." अधीक्षक पाठारेंनीही इन्स्पेक्टर बापूंकडे नुसतेच पाहिले.

"कुठली?" डॉ. रमाकांत उत्सुकतेने म्हणाले.

"आम्ही सील केलेलं नवागावचं कलंकी मंदिर. तेथे गुन्हेगाराचं अस्तित्व शंभर टक्के असल्याची खात्री आम्हाला आहे." इन्स्पेक्टर बापू तत्काळ उत्तरले.

"मग वेळ घालवायलाच नको... पुढचा खून करण्याआधी तो आपल्या जाळ्यात अडकायला हवा. सर... इफ यू ट्रस्ट... शॅल वुई गो अहेड." डॉ.

रमाकांतनी पाठारेंकडे पाहत विचारले.

पाठारे भानावर येत म्हणाले, "येस डॉ. रमाकांत... गो अहेड... आय ट्रस्ट यू..." आणि इन्स्पेक्टर बापूंकडे पाहत म्हणाले, "बापू, हेल्प हिम आउट... अँड गेट द रिझल्ट... आय ॲम वेटिंग..."

"येस सर... थँक्स!"

दोघेही उठले. इन्स्पेक्टर बापूंनी पाठारेंना कडक सॅल्यूट ठोकला. दोघेही बाहेर पडले. पाठारेंना डॉ. रमाकांत विलक्षण वाटले होते. हा माणूस भविष्यात काहीतरी करील, याची आता त्यांना खात्री झाली.

इन्स्पेक्टर बापू व त्यांची टीम लगेच कामाला लागली.

दुसऱ्या दिवशी लवाजम्यासह इन्स्पेक्टर बापू नवागावच्या कलंकी मातेच्या मंदिरात हजर होते. या वेळी त्यांच्यासोबत स्वत: जिल्हा पोलीस अधीक्षक पाठारेही उपस्थित होते. डॉ. रमाकांतच्या प्रयोगाच्या परिणामांची त्यांना उत्सुकता होती शिवाय या प्रयोगाचा एक साक्षीदार म्हणूनही त्यांना उपस्थित राहायचे होते.

कलंकीचे मंदिर हे शिवकालीन असावे, असा अंदाज होता. त्याची अवस्था वाईट असली, तरी परिसर निसर्गरम्य होता. हे मंदिर तसे दुर्लक्षितच होते... आणि एकप्रकारे रहस्याने भरलेला तो परिसर होता.

एव्हाना कलंकीच्या मंदिरात काहीतरी काळेबेरे असल्याची कुणकुण नवागाव परिसरातील गावकऱ्यांना लागली होती, म्हणून गाकऱ्यांचाही ओघ सुरू झाला होता; पण पोलिसांनी तो परिसर 'हाय अलर्ट' ठेवल्याने बंदोबस्त चोख होता... कलंकी मंदिराच्या परिसरात सर्वसामान्यांना प्रवेश निषिद्ध होता.

मंदिरात प्रवेश करताच पुन्हा तसाच उग्र दर्प आला. प्रत्येकानेच नाकावर हात ठेवला. इन्स्पेक्टर बापू पाठारेंकडे पाहत म्हणाले, "सर, हेच ते मंदिर." आणि डॉ. रमाकांतकडे पाहत पुढे म्हणाले, "डॉ. रमाकांत, इथे गुन्हेगार येऊन गेल्याची शंभर टक्के खात्री आम्हाला आहे. यू गो अहेड विथ युवर एक्सपेरिमेंट."

"डॉ. रमाकांत, तुम्हाला काही मदत हवी का?" पाठारेंनी विचारले.

"नाही सर!... यू जस्ट बी विथ मी. गेल्या महिन्याभरात इथे घडलेल्या घडामोडींची माहितीच मी तुम्हाला ऐकवतो. वेट फॉर सम टाइम. फक्त मला परिणामाच्या पृथक्करणास वेळ लागेल तेवढाच... नाहीतर धिस प्रोसेस इज व्हेरी फास्ट." डॉ. रमाकांतनी सांगितले.

डॉ. रमाकांतनी बॅग उघडून उपकरणे काढली. मिनी संगणकापासूनची तारांची बंडले उपकरणास जोडली व स्क्रीन चालू झाला; त्यामुळे मंदिरातील ती खोली उजळून निघाली. कॉम्प्युटरचा स्पीकरही चालू केला.

डॉ. रमाकांत बराच वेळ उपकरण व कॉम्प्युटरच्या की-बोर्डवर सफाईदारपणे

हात फिरवत होते... मध्येच उपकरणातील काही घटक बदलून पुन्हा डेटा घेत होते. मध्येच स्क्रीनवरील माहितीने त्यांचा चेहरा उजळून निघत होता. इन्स्पेक्टर बापू व पाठारे उत्सुकतेने कधी उपकरणाकडे तर कधी डॉ. रमाकांतच्या चेहऱ्याकडे पाहत होते... डॉ. रमाकांतसोबत त्यांचेही चेहरे उजळून निघत असत. निकम व मोरे नुसतेच उत्सुकतेने पाहत होते. त्यांना काहीच आकलन होत नव्हते.

दोन तासांनंतर मात्र डॉ. रमाकांतनी हुश्श करत दीर्घ श्वास सोडला. त्यांच्या चेहऱ्यावर आनंदमिश्रित स्मित होते. कदाचित त्यांना अपेक्षित परिणाम मिळाले असावेत. पाठारेंकडे पाहत ते समाधानाने म्हणाले, "सर... फायनली आय गॉट द रिझल्ट... आता संभाषणच ऐका." आणि संगणकातील स्पीकरमधून आवाज येऊ लागला. इन्स्पेक्टर बापू व पाठारे उत्सुकतेने अन् तेवढ्याच बारकाईने संवाद ऐकू लागले आणि हळूहळू त्या सर्वांच्याच चेहऱ्यावर आश्चर्य दिसू लागले. त्यामध्ये अविश्वासच जास्त होता. आवाज व संवाद स्पष्ट होते. इन्स्पेक्टर बापू उद्गारले, "सर, अशक्यप्राय गोष्ट आहे ही! हा कुणाचा आवाज आहे ओळखलंत?... अनबिलीव्हेबल..."

"होय बापू... माझाही विश्वास बसत नाहीये गुन्हेगार एवढा प्रतिष्ठित आहे म्हणून!..." पाठारेही अविश्वासाने बोलले.

निकम व मोरेंच्याही चेहऱ्यावर अविश्वास होता. मुलांच्या हत्येला कारणीभूत असलेल्या व्यक्तीला त्यांनीही ओळखले होते.

डॉ. रमाकांत म्हणाले, "सर!... ओळखलंत का आपण? कोण हे गृहस्थ?... त्यांच्या संवादातील हेतू स्पष्ट आहे. नाही का इन्स्पेक्टर बापू...?"

इन्स्पेक्टर बापू तत्काळ उत्तरले, "होय... डॉ. रमाकांत! आम्ही आवाज ओळखलेला आहे. खरं तर आमचा विश्वासच बसत नाही..."

"कोण आहेत ते गृहस्थ?" डॉ. रमाकांतचा प्रश्न.

"डॉ. रमाकांत, हे गृहस्थ या तालुक्याचे आमदार श्री. काकासाहेब माने आहेत... लालसेपोटी हा माणूस या थराला जाईल, असं वाटलं नव्हतं..."

"काय म्हणताय सर!... पण या संवादातून स्पष्ट होत आहे की, त्यांना एकूण अकरा अल्पवयीन मुलांचे बळी द्यायचेत... आणि मला वाटतं, सात बळी आधीच दिले गेले आहेत. म्हणजे अजून चारची योजना त्यांच्याकडे आहे. यामागे गुप्तधनाची लालसा आहे, हे स्पष्ट आहे."

बापूंकडे पाहत डॉ. रमाकांत पुढे म्हणाले, "इन्स्पेक्टर बापू, आता तुमची जबाबदारी आहे. यू कॅच हिम... शिवाय त्यांच्यासोबत अजून बरेचजण आहेत."

"येस डॉ. रमाकांत... ती आमची जबाबदारी आहे. इतरांनाही आम्ही ओळखलेलं आहे... यू हॅव डन अ व्हेरी गुड जॉब..."

पाठारे डॉ. रमाकांतच्या खांद्यावर हात ठेवत म्हणाले, "वेल डन यंग चॅप! तुम्ही केलेलं संशोधन उत्कृष्ट तर आहेच; पण ते आम्हाला उपयुक्तही आहे. डोंट वरी, आता कुठलाही खून होणार नाही. त्या आधीच आम्ही त्या सर्वांना पकडू, कारण तुम्ही आम्हाला जबरदस्त पुरावा दिला आहे... याच पुराव्याच्या आधारे आम्ही त्यांना पकडून शिक्षा करू... पण डॉ. रमाकांत, एक विचारू?"

"विचारा ना!" डॉ. रमाकांत उत्सुकतेने म्हणाले.

"अशा किती कालावधीपर्यंतच्या ध्वनिलहरी तुम्ही पकडू शकता?"

यावर स्मित करत डॉ. रमाकांत म्हणाले, "सध्या तरी हे उपकरण एक महिन्यापर्यंतच्या ध्वनिलहरी पकडून पृथक्करण करू शकतं... पण माझं अजूनही पदार्थांवर संशोधन चालू आहे. भविष्यात हा कालावधी निश्चितच वाढेल, यात शंका नाही."

"वुई होप दॅट वुई विल गेट व्हेरी सून..." पाठारे अपेक्षा व्यक्त करत म्हणाले.

"निश्चितच सर! समाजाला उपयोग व्हावा, हाच माझ्या संशोधनाचा हेतू आहे..."

पोलीस बंदोबस्तात सर्वजण कलंकी मंदिरातून बाहेर पडले. इन्स्पेक्टर बापू व पाठारेंचे आता एकच लक्ष्य होते... ते म्हणजे गुन्हेगाराला पकडणे.

... आणि काकासाहेब मानेंना अटक करताच तालुक्यातच नाही, तर उभ्या महाराष्ट्रात खळबळ माजली. त्यांच्या संपूर्ण टोळीलाच पकडण्यात आले होते. त्यामागचे कारण कळताच सारा समाजच हादरून गेला होता. विधानसभेत तर याचे पडसाद उमटलेच होते. कारण विद्यमान आमदार सरकार पक्षाचेच होते. अंधश्रद्धेच्या आहारी जाऊन आणि गुप्तधनाच्या लालसेपोटी आमदार मानेंनी हे घाणेरडे कृत्य केले होते. सात निष्पाप मुलांचे त्यांनी बळी घेतले होते. वर्तमानपत्रात त्यांच्यावर तीव्र प्रतिक्रिया उमटू लागल्या होत्या. मानवाची पाशवी मनोवृत्ती या निमित्ताने जगाला दिसली होती.

आमदार मानेंविरुद्ध कोर्टात केस उभी राहिली... इन्स्पेक्टर बापू व पाठारेंनी सबळ पुरावे गोळा केले. वाद-प्रतिवाद झाले; पण शेवटी डॉ. रमाकांतनी केलेल्या संशोधनावर न्यायाधीशांनी विश्वास दाखवला. डॉ. रमाकांतनी सप्रयोग सिद्ध करून दाखवले; पण याच वेळी डॉ. रमाकांतच्या एक गोष्ट लक्षात आली होती, ज्याने ते अस्वस्थ झाले.

डॉ. रमाकांतच्या प्रयोगाचा आधार घेत, तो सबळ पुरावा ग्राह्य धरत आमदार मानेंना न्यायाधीशांनी फाशीची शिक्षा ठोठावली होती. समाजाच्या प्रत्येक घटकाकडून

याचे स्वागत झाले. पुढे हायकोर्ट व सुप्रीम कोर्टातही हीच शिक्षा कायम ठेवण्यात आली होती. गुन्हेगाराला शिक्षा झाली होती; पण निष्पाप मुलांचे बळी गेले होते.

या निकालाने इन्स्पेक्टर बापू, पाठारे व डॉ. रमाकांत आनंदित झाले. पाठारे डॉ. रमाकांतकडे पाहत म्हणाले, "डॉ. रमाकांत मला आजही वाटतंय, ही केस केवळ तुमच्यामुळे उघडकीस आली. संशोधनाचा असाही उपयोग होऊ शकतो. आता एक काम करायचं, अशी पाच-सहा उपकरणं आमच्या पोलीस खात्याला द्यायची."

डॉ. रमाकांत स्तब्ध झाले... ते थोडे अस्वस्थही दिसले... म्हणाले, "नाही सर!... यातलं मी काहीही करणार नाही."

"म्हणजे?" इन्स्पेक्टर बापूंचा स्वाभाविक प्रश्न.

"म्हणजे मी हे उपकरण कुणालाही देणार नाही; किंबहुना हे संशोधन मी मुळात प्रकाशितच करणार नाही किंवा पेटंटही घेणार नाही." डॉ. रमाकांतनी सांगितले.

"पण का?" अधीक्षक पाठारे उत्तरले.

"सर... सॉरी टू से... प्रयोग करताना हे माझ्या लक्षातच आलं नव्हतं; पण न्यायाधीशांनी निकाल दिला तेव्हा मात्र माझ्या लक्षात आलं. हे उपकरण एक शस्त्र म्हणूनही पुढे येऊ शकेल. चांगल्या गोष्टींपाठोपाठ अतिशय गुप्त गोष्टींची उकल कुणीही करू शकेल. प्रत्येकाच्याच जीवनात डोकावण्याचा हा प्रयत्न राहील... आणि तोच मला घातक वाटतो. व्यक्तिस्वातंत्र्यावरच हा घाला आहे. तुमचं-आमचं जीवन त्यामुळे निरस होईल; म्हणून मला वाटतं, मी हे संशोधन इथेच थांबवावं आणि दुसऱ्या क्षेत्राकडे वळावं." डॉ. रमाकांतनी वस्तुस्थिती सांगितली होती.

पाठारे व इन्स्पेक्टर बापू डॉ. रमाकांतकडे पाहतच राहिले... या बाजूचा त्यांनी विचारच केला नव्हता. निसर्गामध्ये ही ढवळाढवळ असल्याचे त्यांच्याही लक्षात आले होते.

पाठारे म्हणाले, "डॉ. रमाकांत... गुडऽऽऽ! तुम्ही खरे मानवतावादी शास्त्रज्ञ आहात. यु आर अ जीनिअस. यशस्वी संशोधन जगासमोर न आणणं, हा निर्णय एखादी महान व्यक्तीच घेऊ शकते. मी तुमच्याशी सहमत आहे. गो अहेड अँड बेस्ट लक फॉर युअर फ्युचर..." पाठारेंनी डॉ. रमाकांतशी हात मिळवले. इन्स्पेक्टर बापूंनीही नकळत हात पुढे केला.

हातात बॅग घेऊन डॉ. रमाकांत पाठमोरे झाले. इन्स्पेक्टर बापू व पाठारे या शास्त्रज्ञाच्या उज्ज्वल भविष्याकडे क्षणभर पाहत राहिले.

◻

१२

प्रक्षेपक

रात्रीचे दहा वाजून गेले होते. जेवणानंतर डॉ. वासुदेव दाढे शतपावली करून गेस्ट हाउसमध्ये आले, त्या वेळी त्यांच्यासोबत त्यांचा विद्यार्थी तुषार घाटे होता. दिवसभराच्या दगदगीने तुषार आणि ड्रायव्हर काळभोरही लगेचच गाढ झोपी गेले.

डॉ. वासुदेव मात्र झोपण्याआधी नेहमीप्रमाणे सोबत आणलेले संशोधन पेपर चाळत होते. त्यांची तोरणमाळला येण्याची तशी ही तिसरी वेळ होती. पहिल्या भेटीतच हा परिसर त्यांना विशेष भावून गेला होता. त्यांच्या मते इथे जैवविविधता ठासून भरली होती. शिवाय येथील आदिवासींशीही त्यांचे जिव्हाळ्याचे नाते निर्माण झाले होते.

दिवसभर फिरून त्यांनी वेगवेगळ्या वनस्पतींबरोबरच काही वेगळ्या प्रकारचे जीवाणूही शोधून पुढील अभ्यासासाठी 'इन्क्युबेट' करून ठेवले होते. विद्यापीठात जैवतंत्रज्ञान विभागाचे प्रमुख म्हणून डॉ. वासुदेव दाढे यांची नेमणूक झालेली होती. कमी वयातच त्यांचे नाव राष्ट्रीय व आंतरराष्ट्रीय पातळीवर गेले होते.

डॉ. वासुदेव उठले. कपाट उघडून इन्क्युबेटर (तापमान व हवेचा दाब नियंत्रित केलेली काचेची पेटी) बाहेर काढून निसर्गातील गोळा केलेल्या विविध जीवाणूंकडे पाहू लागले. त्यातील काही जीवाणू काचेला घट्ट चिकटले होते, तर काही मात्र एकमेकांशी गट्टी जमावी, तसे गुंतले होते. झोप येत नसल्यामुळे हळूच दार उघडून ते बाहेर आले. त्या वेळी रात्रीचे अकरा वाजले होते.

बाहेर अंधार होता व वाराही सुसाट सुटला होता. समोरचे विशाल तळे त्या अंधारात एखाद्या कृष्णविवराप्रमाणे काळ्या डोहासारखे दिसत होते. त्यांनी इकडेतिकडे पाहिले, तर रातकिड्यांच्या आवाजासोबतच काजवेही चमकत होते. एक दीर्घ जांभई देत डॉ. वासुदेवांनी आजूबाजूला पाहिले... आणि पाहतच राहिले. साधारण उजवीकडच्या झुडपात शंभर फुटांवर त्यांना प्रकाशमय काहीतरी दिसले. जवळजवळ ते तिकडे ओढलेच गेले. जवळ गेले, तेव्हा तिथे निळसर प्रकाश होता आणि तो प्रकाश त्यांना एका कीटकापासून येताना दिसला. त्याच्यापुढे काजवे फिके पडत होते. डॉ. वासुदेवांचा चेहरा खुलला. त्यांची संशोधक वृत्ती जागृत झाली. त्यांचे निरीक्षण चालू झाले. हा वेगळाच कीटक असल्याचे त्यांना जाणवले; कधीही न पाहिलेला असा. तबकडीसारखे शरीर, त्यावर अँटेनासारखे

दोन धागे. बहुधा ते डोळे असावेत; शिवाय त्याला तीन पाय होते.

क्षणात निर्णय घेऊन, माघारी फिरून ते जवळजवळ पळतच रूममध्ये आले... तुषारला गदागदा हलवत म्हणाले, "तुषारऽऽ"

तुषार उठत नसलेला पाहून त्यांनी काळभोरला हलवले; पण तोदेखील निपचित व गाढ झोपेत होता. त्या दोघांची कुठलीही हालचाल होत नव्हती. मग त्यांनी कपाट उघडून एक छोटासा इन्क्युबेटर घेतला व 'फोरसेप' (चिमटा) हातात घेऊन बाहेर पडले. ते कीटक होता, तिकडे पोहोचले. तो फेकत असलेल्या प्रकाशाची वाढलेली प्रखरता त्यांना आता जाणवत होती.

डॉ. वासुदेव हळूच पुढे सरकले. उजव्या हाताने इन्क्युबेटरचे झाकण उघडले व चिमट्याने हळूच त्या कीटकाला पकडून इन्क्युबेटरमध्ये टाकले. त्याचबरोबर त्याचा प्रकाश थोडासा मंदावला. ते गेस्ट हाउसवर परतले.

"सरऽऽ"

कुणीतरी आर्तपणे हाक मारावी, तसे 'सर' हे शब्द त्यांच्या कानांत क्षीण होऊन घुसले, तसे वासुदेवांनी डोळे उघडले. समोर पाहिले.

"सर... किती वेळ झाला आम्ही तुम्हाला उठवत आहोत. रात्री उशिरा झोपलात का?"

"अरे बापरे...! नऊऽऽ वाजले?" ते अंगावरची चादर बाजूला करत तडक उठले आणि कपाटाकडे झेपावले. कपाट उघडताच त्यांनी छोटासा इन्क्युबेटर बाहेर काढला. तो कीटक शांतपणे त्यात पहुडला होता.

तुषार उत्सुकतेने त्यांच्याजवळ येत म्हणाला, "सर, काय आहे?"

"अरे, रात्री हा कीटक मला सापडला. मी तुम्हाला खूप उठवलं... पण तुम्ही दोघंही उठला नाहीत."

"काय म्हणता सर!... मला तर काहीच जाणवलं नाही," तुषार आश्चर्याने म्हणाला... काळभोरनेही त्याच अर्थाने मान डोलवली.

"ठीक आहे... पण हा कीटक दाखवण्यासाठीच मी तुला उठवत होतो. याच्यात काहीतरी वेगळं आहे हे निश्चित!" डॉ. वासुदेव म्हणाले.

तुषारने इन्क्युबेटर हातात घेत न्याहाळले. निरीक्षण करताना त्याचे डोळे जडावत असल्याचा भास त्याला झाला. त्याने झटकन त्यावरून नजर बाजूला नेली आणि म्हणाला, "सर! खरंच की... काहीतरी वेगळाच कीटक आहे हा... याच्याकडे एकटक पाहिलं की, भारावल्यासारखं होतंय. इंटरेस्टिंग!"

"आता तत्काळ आपल्याला त्याचे काही गुणधर्म पडताळून पाहावे लागतील,"

डॉ. वासुदेव कीटकाकडेच पाहत म्हणाले.

"नक्की सर... पुण्याला गेल्या गेल्या मी त्याचा अभ्यास करणार..." तुषार निश्चयाने उद्गारला.

पुण्याला येताच डॉ. वासुदेवांनी तुषारला बोलावून घेतले. तुषारही नेहमीप्रमाणे सकाळीच प्रयोगशाळेत हजर झाला होता.

तुषार हा हरहुन्नरी, हुशार मुलगा होता. दोन वर्षांपूर्वीच तो त्यांच्याकडे संशोधनासाठी रुजू झाला होता. भविष्यात तो एक चांगला जैवतंत्रज्ञ म्हणून नाव कमावेल, अशी डॉ. वासुदेवांना खात्री होती.

"सर!... हा बघा तो कीटक..." तुषार इन्क्युबेटर टेबलावर ठेवत म्हणाला. डॉ. वासुदेवांनी इन्क्युबेटरकडे पाहिले व त्यातील कीटकाकडे ते पाहतच राहिले... पूर्वीपेक्षा त्याचा आकार सूक्ष्म होऊन गोलाकार झाला होता आणि तो इन्क्युबेटरमध्ये वेगाने घरंगळत होता. तो आता तांबूस व करड्या रंगाचा दिसत होता, शिवाय त्याचे हात-पायही कुठे दिसत नव्हते.

"सर!... पण एक विचारू?"

"विचार ना..."

"हा जीवाणूच आहे की कीटक?"

"प्रथम तो मला त्याचा आकार व विकारावरून कीटकच वाटला; पण आता जीवाणू वाटतोय. बघू या आपल्याला लवकरच कळेल," डॉ. वासुदेवही अंदाज घेतच म्हणाले.

तुषार इन्क्युबेटर हातात घेऊन केबिनबाहेर पडला व शेजारीच असलेल्या प्रयोगशाळेत शिरला. प्रयोगशाळा आतून मोठी व सुसज्ज होती. आतील तापमान थंड होते. प्रामुख्याने सूक्ष्मदर्शिका, स्पेक्ट्रोस्कोपीसारख्या उपकरणांसोबतच काही विद्यार्थ्यांची संशोधनाची कामे तिथे सुरू होती.

तुषार आपल्या बैठक व्यवस्थेत येताच कामाला लागला. प्रथम सूक्ष्मदर्शिकेखाली त्या कीटकाला घेऊन तो निरीक्षण करू लागला... आता त्या कीटकाच्या हालचाली पूर्णत: बंद होत्या. त्याची किचकट शारीरिक ठेवण पाहून तुषार आश्चर्याने पाहतच राहिला. एकटक पाहत असल्याने तुषारला डोळे जडावल्याचाही भास झाला. आधुनिक सूक्ष्मदर्शिका असल्याने त्या कीटकाच्या इमेजेस तुषारने कॉम्प्युटरच्या पडद्यावर घेतल्या होत्या... आणि त्यात त्याला ती इमेज मोठी दिसू लागली आणि त्याच्याविषयी वेगवेगळी रहस्ये त्याला जाणवू लागली. त्याने त्या सर्व इमेजेस स्टोअर करून ठेवल्या.

पुढे तुषारने त्याचे रासायनिक, विद्युत पृथक्करणासोबतच डी.एन.ए. मॅपिंग करताच त्यातील विविध रहस्यांचा उलगडा तुषारला होत गेला. हे काहीतरी वेगळेच प्रकरण असल्याचे तुषारच्या मनाने ताडले.

तुषारने पेन ड्राइव्हमध्ये सर्व डेटा घेतला आणि तो डॉ. वासुदेवांच्या केबिनकडे गेला.

"सर आत येऊ?"

"अरे ये तुषार! काय प्रगती?"

"सर खूपच! थांबा, मी तुम्हाला दाखवतो..."

डॉ. वासुदेवही आश्चर्याने पाहू लागले. त्या कीटकाचा गुंतागुंतीचा आकार पाहून ते स्तिमित झाले.

"तुषार काय हे!... याची डी.एन.ए.ची साखळी पूर्णत: वेगळी आहे. ती वेणीच्या पेडासारखी नसून, शिडीसारखी सरळ आहे." डॉ. वासुदेव बारकाईने पाहत उत्तरले.

"होय सर! खरी गंमत पुढे आहे. श्वसनासाठी त्याला ऑक्सिजनची गरज नसून तो नायट्रोजन वापरतोय," तुषार भरभरून बोलत होता.

"काय म्हणतोस तुषार?"

"होय सर, शिवाय त्यातील जनुकंही वेगळी आहेत." तुषारने आणखी माहिती पुरवली.

त्या कीटकासंबंधातील माहिती बघताच डॉ. वासुदेव गंभीर झाले. क्षणभर तिथे गंभीर शांतता पसरली. तुषारही गंभीरपणे म्हणाला, "सर! पृथ्वीतलावरील कुठल्याही प्राणिमात्राच्या गुणसूत्रांशी या कीटकाच्या गुणसूत्रांचा ताळमेळ बसत नाहीये. हा याच ग्रहावरचा आहे की अन्य कुठल्या?..."

डॉ. वासुदेव मध्येच सूचकतेने पाहत व तेवढ्याच गंभीरपणे म्हणाले, "मी तोच विचार करतोय तुषार... पृथ्वीतलावर, तेथील वातावरणामुळे आगामी लाखो वर्षांत कीटकांमध्येच असे गुणसूत्री परिवर्तन शक्य आहे; पण त्याला या क्षणी तात्त्विक आधार नाही. तू मघाशी म्हटल्याप्रमाणे हा कीटक परजीवीही असावा..."

"काय म्हणता सर!"

"शाश्वती नाही. त्याची जनुकीय किमया पाहता हे नाकारताही येणार नाही. तू एक काम कर..."

"कुठलं सर?"

"तू त्याच्या हालचालींवर नीट लक्ष ठेव." डॉ. वासुदेवांनी सूचना दिली.

डॉ. वासुदेव स्तब्धपणे विचार करत बसले. तुषार कधी गेला, त्यांना कळलेही नाही. त्यांनी त्यांचा कीटकासंबंधातील सर्व डेटा पुन:पुन्हा चाळला आणि अंतर्मुख

होत गेले... त्यांनी याच्या मुळाशी जाण्याचे ठरवले.

झोपतानाही त्यांच्या डोक्यात हाच विषय होता. त्याची वेगवेगळी गुणसूत्रे त्यांच्या डोळ्यांपुढे येत होती. अशातच त्यांचा डोळा लागला होता. मोबाईलच्या रिंगने ते जागे झाले.

"हॅलो कोण?"

"सर!... मी तुषार..." त्याचा आवाज घाबरलेला होता.

"तुषार! एवढ्या रात्री...?" डॉ. वासुदेवांचा काळजीचा स्वर.

"सर! तुम्ही आत्ताच्या आत्ता प्रयोगशाळेत या. प्लीज!"

दुसऱ्या क्षणाला ते प्रयोगशाळेत हजर होते. प्रयोगशाळेचे दार उघडताच डॉ. वासुदेव व तुषार पाहतच राहिले. प्रयोगशाळा संपूर्णत: निळसर प्रकाशाने न्हाऊन निघाली होती. निळा प्रकाश एवढा प्रखर होता की, डोळे दिपून जात होते... आणि तो प्रकाश कीटकामधून येत होता. तो आता पूर्वीसारखा कीटक नव्हता. त्याचा आकार तबकडीसारखा होऊन त्यावर अँटेनासारखे दोन अग्र बाहेर आले होते. तो तीन पायांनी चालू शकत होता. इन्क्युबेटरच्या बाहेर येऊन तो प्रयोगशाळेत भराभर वावरू लागला. प्रयोगशाळेतील वातावरण भारांकित झाले होते. डॉ. वासुदेव व तुषारचे पुढे जाण्याचे धाडसच होत नव्हते. वातावरणात जडपणा होता. ते दोघेही कीटकाच्या हालचालीने पुढचे दोन तास संमोहित झाले होते... तो काय करतोय व त्याची योजना काय, काहीच कळत नव्हते. ते दोघे पाहत राहिले होते.

हळूहळू त्या कीटकाच्या शरीरातून येणाऱ्या निळ्या प्रकाशाची प्रखरता कमी झाली होती... आणि त्याचा आकारही पुन्हा गोलाकार होऊन तो इन्क्युबेटरमध्ये जाऊन बसला होता. पूर्वीसारखाच!

प्रयोगशाळेतील एकूण एक उपकरणे बंद पडल्याचे तुषार व डॉ. वासुदेवांच्या ध्यानी येताच ते हादरले. हे सर्वच त्यांच्या आकलनापलीकडचे होते.

इन्क्युबेटरकडे पाहत डॉ. वासुदेव म्हणाले, "आता तो शांत आहे; पण तू लक्ष ठेव. आपण सकाळी पुढची दिशा निश्चितपणे ठरवू."

"ठीक आहे सर!"

डॉ. वासुदेव सकाळीच विभागात हजर झाले. सूक्ष्मदर्शिकेच्या साहाय्याने काढलेल्या कीटकांच्या छायाचित्रांचे ते पुन्हा अवलोकन करत होते.

तेवढ्यात केबिनचे दार किलकिले झाले. त्यातून एक व्यक्ती आत आली.

"सर! आत येऊ?"

आवाजाच्या दिशेने त्यांनी पाहिले. समोर तिशीतलाच तरुण उभा होता. तुषारही

पाहू लागला. तो तरुण उत्तराची अपेक्षा न करता आत येत पुन्हा म्हणाला, "सर! मी डॉ. श्रीकर रेड्डी. एन.सी.आर.ए. (नॅशनल सेंटर फॉर रेडिओ ॲस्ट्रोफिजिक्स) मध्ये शास्त्रज्ञ आहे."

"ओऽऽहो!... या... बसा ना..." डॉ. वासुदेव आदराने म्हणाले.

"सर! मी नारायणगावच्या खोडद येथील टेलिस्कोप ऑब्जर्व्हेट्रीत काम करतो. माझ्याकडे चार-पाच टेलिस्कोपची जबाबदारी आहे... आणि माझ्याकडे मुख्यत: विविध आकाशगंगांमधून येणाऱ्या संकेत किंवा सिग्नलच्या पृथक्करणाचं काम आहे." डॉ. श्रीकर म्हणाले.

डॉ. वासुदेवांना अजूनही त्या शास्त्रज्ञाच्या येण्याचे कारण कळत नव्हते. डॉ. श्रीकरच्या ते लक्षात येताच, त्यांनी सरळ विषयालाच हात घातला.

"सर! त्याच संदर्भात मी आलो आहे. रात्री साधारण एक-दोनच्या सुमारास तुमच्या विभागातून रेडिओलहरींचं उत्सर्जन झाल्याचं आढळलं आहे. हा एक चमत्कारच म्हणायला हवा. कारण या रेडिओलहरी 'गॅलॅक्टिक' (आकाशगंगेतून येणाऱ्या) स्वरूपाच्या आहेत. त्याचं पृथक्करण चालू आहे; पण म्हटलं प्रत्यक्ष चौकशी करावी, म्हणून आलो. मला त्याचा सोर्स (स्रोत) पाहायचाय."

डॉ. वासुदेव प्रथम गोंधळले. त्यांनी तुषारकडे पाहत म्हटले, "रेडिओलहरी उत्सर्जन करतील असे कुठलेही सोर्स आमच्याकडे नाहीत."

"पण तुमच्या इथूनच त्याचा उगम असल्याचं आमच्या नोंदींवरून दिसतंय." डॉ. श्रीकरनीही पाठपुरावा केला.

डॉ. वासुदेव व तुषार दोघेही स्तंभित झाले. तेवढ्यात तुषारच्या लक्षात आले. तो डॉ. वासुदेवांकडे पाहत म्हणाला, "सर! हा त्या कीटकाचा तर परिणाम नसेल?"

डॉ. वासुदेवांच्या लक्षात येताच ते उद्‌गारले, "कदाचित असेलही..." आणि त्यांनी डॉ. श्रीकर रेड्डीला रात्रीचा सर्व प्रसंग कथन केला.

डॉ. श्रीकर म्हणाले, "सर! मी तो कीटक बघू शकतो?"

"नक्कीच..." आणि तिघेही उठून प्रयोगशाळेत शिरले. तो कीटक आता पूर्वीसारखाच गोलाकार आकारात पहुडला होता. डॉ. वासुदेव म्हणाले, "डॉ. श्रीकर, हा बघा तो कीटक... रात्री मात्र हा असा नव्हता... निळ्या प्रकाशानं आच्छादित होता."

डॉ. श्रीकरनी निरीक्षण केले व दीर्घ श्वास घेत म्हणाले, "शंका दूर करण्यासाठी त्याला आपण या वेळी खोडदला नेऊ शकतो का? तिथे उपकरणं असल्यानं रेडिओलहरींचं आपल्याला मोजमाप करता येईल."

"काहीच हरकत नाही... किंबहुना या कीटकाबद्दल जास्त माहिती मिळाली, तर ती आम्हाला हवीच आहे. चला निघू या," डॉ. वासुदेव तत्काळ म्हणाले.

डिपार्टमेंटची गाडी तयारच होती. काळभोरने सुमो नारायणगावकडे वळवली. खोडदला वळण घेताच, रस्त्याच्या आजूबाजूला विशाल अशा जायंट मीटर रेडिओ टेलिस्कोप (जी.एम.आर.टी.) दिसू लागल्या.

पहिल्या मजल्यावरच्या डावीकडच्या प्रयोगशाळेत तिघांनीही प्रवेश केला. तुषारला कीटक असलेले चंचुपात्र एका उपकरणात ठेवायला सांगून श्रीकर स्वत: एका महाकाय उपकरणासमोर बसले. त्यांची बोटे तेथील संगणकाच्या 'की-बोर्ड'वर शिताफीने फिरू लागली आणि क्षणात त्यांनी डोळे विस्फारले. ते उत्साहाने म्हणाले, "डॉ. वासुदेव, विश्वास बसत नाहीये. तुमचा हा कीटक रेडिओलहरींचा नुसताच 'ग्राहक' नसून 'प्रक्षेपक'ही आहे. इथून तो काय पाठवतोय याचं काहीच आकलन होत नाहीये; पण ग्राहकातून वैश्विक रेडिओलहरी पकडण्यात मला यश येतं आहे."

"काय म्हणता सर, प्रक्षेपक?" डॉ. वासुदेवांचा स्वाभाविक प्रश्न.

"हो. तो स्वत: रेडिओलहरींचा स्रोत तर आहेच; पण बाहेरच्या रेडिओलहरींचाही ग्राहक आहे... कदाचित या लहरी कित्येक प्रकाशवर्षं प्रवास करून येत असाव्यात. विद्युत चुंबकीय पटलातील शेवटच्या टोकाला असणाऱ्या रेडिओलहरींची वारंवारता ही साधारण दहावर वीस घात एवढी असू शकते; पण या कीटकाची रेंज खूप मोठी आहे. त्याची वारंवारता किमान दहावर पन्नास घात एवढी असण्याची शक्यता आहे... कुठे सापडला हा तुम्हाला?" डॉ. श्रीकर आश्चर्याने म्हणाले.

"तोरणमाळला... तेथील निसर्गाचा अभ्यास करताना मला रात्री हा सापडला." डॉ. वासुदेव म्हणाले.

"काय म्हणताय? त्याच भागातून मला अजून काही लहरी डिटेक्ट झालेल्या आहेत. तिथे अजूनही काही कीटक असण्याची शक्यता आहे."

"असू शकतील!" डॉ. वासुदेवांनी अंदाज वर्तवला.

तुषार डॉ. श्रीकर यांच्याकडे पाहत म्हणाला, "सर... या रेडिओलहरी नेमक्या कुठून येत असाव्यात?"

"मी मघाशीच म्हटलं की, त्या कित्येक प्रकाशवर्षं प्रवास करून येत आहेत. कदाचित त्या वेगळ्या आकाशगंगेतील ग्रहांच्या असू शकतील."

"म्हणजे हा परग्रहावरील जीव तर नसेल?" तुषारने पुन्हा विचारले.

"सांगता येत नाही... असूही शकेल. आपल्याला ते पडताळून बघावं लागेल," डॉ. श्रीकर उत्तरले.

"ठीक आहे सर! आम्ही पुन्हा तोरणमाळला जाऊन, अशा कीटकांचा शोध घेतो... कदाचित त्याने या रहस्याचा उलगडा तरी होईल." डॉ. वासुदेव ठामपणे म्हणाले.

"मीही तुमच्याबरोबर आलो तर चालेल का? मला उत्सुकतेबरोबरच काळजीही वाटतेय; कारण आमच्याकडे जे टेलिस्कोप आहेत, त्यांच्यापेक्षाही हा कीटक शंभर पटीने शक्तिशाली आहे," डॉ. श्रीकर म्हणाले.

"आम्हाला आनंदच होईल सर, तुम्ही सोबत आलात तर मग काळजीचं कारण काय?" डॉ. वासुदेव शंकेने उत्तरले.

"कारण ही प्रगत जीवसृष्टी असेल, तर त्यांचं पृथ्वीवर येण्याचं प्रयोजन काय, हे आत्तातरी काहीच सांगता येत नाही," डॉ. श्रीकर चिंतातुर होत उत्तरले.

डॉ. श्रीकरांच्या वक्तव्यावर दोघेही अंतर्मुख झाले.

"डॉ. श्रीकर... उद्या सकाळीच आपण तोरणमाळला जाऊ या..."

सकाळी निघून काळभोरने धुळे, शहादा, राणीपूरमार्गे त्या तिघांनाही सायंकाळी सात वाजेपर्यंत तोरणमाळला पोहोचवले होते. थोडे फ्रेश होऊन तिघेही बाहेर पडले. तत्पूर्वी तो कीटक असलेले चंचुपात्र त्यांनी कपाटात ठेवून दिले.

डॉ. वासुदेवांना कीटक सापडला त्या जागी गडद अंधारात रात्री दहा वाजेपर्यंत ते तिघेही भटकत राहिले; पण काजव्यांशिवाय त्यांना तत्सम कीटक दिसलाच नाही. दिवसभराच्या प्रवासाने थकल्यामुळे तिघेही जेवण करून लागलीच झोपेच्या आधीन झाले.

तो कीटक बाहेर पडला आणि आकाराने मोठा मोठा होत गेला. खोलीभर व्यापून डोळे दिपतील एवढा प्रकाश फेकून तो डॉ. वासुदेवांकडे येऊ लागला. कीटकाने त्याच्या पायात त्यांचे डोके पकडताच...

डॉ. वासुदेव खाडकन जागे झाले. ते स्वप्न होते. त्यांची छाती धपापत होती. ते थोडे पाणी प्यायले व निश्चयाने उठले. कपाट उघडताच ते नखशिखांत थरारले. चंचुपात्रात तो कीटक नव्हताच. त्यांनी सर्वत्र पाहिले; पण तो कुठेच नव्हता. निकराने त्यांनी सर्वांना उठवले. कीटक जागेवर नसल्याचे पाहून तिघेही हादरले होते.

तिघेही सुमोत बसले. डॉ. वासुदेवांनी काळभोरला सुमो सीताखाई पॉइंटकडे नेण्यास सांगितली.

डॉ. वासुदेव ताडकन उतरले व संरक्षक बार आहेत, तेथे जाऊ लागले. त्यांच्या पाठोपाठ तुषार आणि डॉ. श्रीकरही आले. काळभोरही गाडी लावून उत्सुकतेने त्यांच्या मागे आला.

चौघेही खाली दरीत आश्चर्याने पाहतच राहिले... त्या वेळी रात्रीचे दोन वाजले होते. सगळा आसमंत भारावला होता. दरीत ते कीटक गोळा होऊ लागले आणि त्यांच्या शरीरातून प्रखर निळा प्रकाश निघू लागला... आणि दरीत परावर्तित होऊ

लागला. असंख्य कीटक तिथे जमा झाले होते. क्षणार्धात ती सीताखाई दरी निळ्याशार प्रकाशाने भरून गेली. डॉ. वासुदेव आणि डॉ. श्रीकर 'न भूतो न भविष्यती' असे दृश्य पाहत होते. तुषार अचंबित झाला होता, तर काळभोरच्या हे समजण्यापलीकडचे होते.

दुसऱ्या क्षणाला अवकाशातून कीटकाच्या आकाराचे, तीन पाय असणारे व डोक्यावर अग्र असलेले भव्य यान उतरताना दिसले. तेही निळा प्रकाश फेकत होते. हळूहळू ते यान त्या दरीत उतरले आणि स्थिर झाले. त्यातील असंख्य कप्पे उघडले गेले आणि त्या कप्प्यात ते छोटे छोटे कीटक नाहीसे होऊ लागले. ते यान हळूहळू सीताखाईच्या दरीतून वर येऊ लागले. त्या वेळी आसमंतात दूरवर निळा प्रकाश पसरला होता. यान हळूहळू वर जाऊ लागताच त्याचा वेग प्रचंड वाढला होता. अगदी प्रकाशाच्या वेगापेक्षाही जास्त... आणि क्षणात त्याचा ठिपका होऊन तो अवकाशात असंख्य ताऱ्यांत नाहीसा झाला होता.

चौघेही सुन्न होऊन पाहत होते. सीताखाई दरीत आता काळाकुट्ट अंधार पसरला होता. यानाच्या कुठल्याही खाणाखुणा तिथे नव्हत्या.

डॉ. श्रीकर म्हणाले, "सर! तुम्हाला सीताखाईकडेच यावं असं का वाटलं?..."

"कारण... मी स्वप्नात पाहिलं होतं, त्या कीटकाची शेवटची झेप ही सीताखाई पॉइंटकडेच होती... आणि तेवढंच माझ्या लक्षात राहिलं. डॉ. श्रीकर, तुम्ही म्हटल्याप्रमाणे हे परग्रहावरील जीवच होते तर!" डॉ. वासुदेव दीर्घ श्वास सोडत म्हणाले.

"होय सर! ज्या पद्धतीनं कीटक पलायन करून, आपल्या बांधवांना बोलावून सुखरूपपणे बाहेर गेला; त्यावरून तो पुन्हा येण्याची शक्यता नाकारता येत नाही. आपल्यावर आता खूप मोठी जबाबदारी आहे. पृथ्वीतलावर यांचं अस्तित्व कुठं आहे याचा शोध घेऊन, त्यांचा नायनाट करायला हवा; कारण त्यांचा हेतू काही चांगला नव्हता." डॉ. श्रीकर स्वतःच्याच नादात बोलत होते.

"पण डोंट वरी... आपणदेखील तयार आहोत. या पृथ्वीवर ते कीटक कुठं कुठं आहेत, त्याची माहिती आम्हाला द्या." डॉ. वासुदेवांनी सांगितले.

"ठीक आहे सर, मी शक्य तेवढे सर्व प्रयत्न करीन." डॉ. श्रीकर आत्मविश्वासाने म्हणाले.

सुमो गेस्ट हाउसच्या दारात येऊन थांबली. पहाटेचे तीन वाजले होते. त्यांनी लगेचच पुण्याला जाण्याचा निर्णय घेतला.

❒

www.ingramcontent.com/pod-product-compliance
Lightning Source LLC
LaVergne TN
LVHW030322070526
838199LV00069B/6528
* 9 7 8 9 3 5 3 1 7 2 0 3 9 *